วิญญาณ
จิ๊ตใจ
และร่างกาย(เล่ม 1)

เรื่องราวการตามหา “ตัวตน” อันลึกลับของเรา

วิญญาณ
จิตใจ
และร่างกาย(เล่ม 1)

Dr. Jaerock Lee

URIM BOOKS

วิญญาณ จิตใจ และร่างกาย (เล่ม 1) โดย ดร. แจร็อก ลี
จัดพิมพ์โดย อูริมบุคส์ (ตัวแทน: ซองเคียน วิน)
235-3, คูโร-ดอง 3, คูโร-กุ, โซล เกาหลีใต้
www.urimbook.com

ห้ามจัดพิมพ์หนังสือเล่มนี้หรือส่วนหนึ่งส่วนใดของหนังสือเล่มนี้ซ้ำ หรือเก็บไว้ในระบบเพื่อนำกลับมาใช้ใหม่ หรือถ่ายทอดด้วยรูปแบบอื่นใด หรือโดยเครื่องมืออิเลกทรอนิกส์ เครื่องกล การถ่ายสำเนา การบันทึกหรือด้วยวิธีการหนึ่งใดเหล่านี้โดยมิได้รับอนุญาตจากผู้จัดพิมพ์อย่างเป็นลายลักษณ์อักษร

ข้ออ้างอิงพระคัมภีร์ที่ใช้ในหนังสือเล่มนี้นำมาจากพระคริสตธรรมคัมภีร์ไทยฉบับ 1971 และพระคัมภีร์ภาษาไทยฉบับ King James Version จัดพิมพ์โดยสมาคมพระคริสตธรรมไทย

สงวนลิขสิทธิ์ © 2012 โดย ดร. แจร็อก ลี

ISBN: 979-11-263-1319-8 03230
ได้รับอนุญาตให้แปลเป็นภาษาอังกฤษโดยดร.เอสเธอร์ เค. ชุง
ได้รับอนุญาตให้แปลเป็นภาษาไทยโดยดร.ดานิเอล แสงวิชัย

จัดพิมพ์ครั้งแรกเป็นภาษาเกาหลีโดยอูริมบุคส์ 2009

พิมพ์ครั้งที่ 1 เมื่อเดือนกรกฎาคม 2012

บทบรรณาธิการโดยดร.เจียมซุน วิน
ออกแบบโดยแผนกบรรณาธิการของอูริมบุคส์
ข้อมูลเพิ่ม โปรดติดต่อ: urimbook@hotmail.com

คำนิยม

ปกติผู้คนต้องการความสำเร็จและมีชีวิตที่เป็นสุขและสะดวกสบาย แม้ว่าเขาจะมีเงินทอง อำนาจ และชื่อเสียง แต่ไม่มีใครที่จะหลีกหนีความตายไปได้ จีนซีฮ่องเต้ (จักรพรรดิองค์แรกของจีน) เสาะหาพืชที่เป็นยาอายุวัฒนะของชีวิต แต่พระองค์ก็ไม่อาจหลีกหนีความตายไปได้เช่นกัน อย่างไรก็ตาม ในพระคัมภีร์พระเจ้าทรงสอนเราเกี่ยวกับวิธีการที่จะได้รับชีวิตนิรันดร์ ชีวิตนี้ไหลผ่านมาทางพระเยซูคริสต์

จากช่วงเวลาที่ผมต้อนรับเอาพระเยซูคริสต์และเริ่มอ่านพระคัมภีร์ผมได้เริ่มอธิษฐานเพื่อจะเข้าใจน้ำพระทัยของพระเจ้าอย่างลึกซึ้ง พระเจ้าทรงตอบผมหลังจากเจ็ดปีของการอธิษฐานและการอดอาหารอย่างมากจนนับไม่ถ้วน หลังจากผมเปิดคริสตจักร พระเจ้าทรงอธิบายพระคัมภีร์ตอนที่เข้าใจยากให้กับผมผ่านการดลใจของพระวิญญาณบริสุทธิ์ ซึ่งหนึ่งในคำอธิบายเหล่านั้นคือเนื้อหาโดยละเอียดเกี่ยวกับ "วิญญาณ จิตใจ และร่างกาย" เรื่องราวอันลึกลับนี้ช่วยเราให้เข้

าใจถึงแหล่งกำเนิดของมนุษย์และช่วยเราให้เข้าใจตัวเราเอง นี่เป็นเรื่องราวที่ผมไม่สามารถหาฟังได้จากที่ไหนและเรื่องราวนี้คือความชื่นชมยินดีอันยิ่งใหญ่ของผมที่อยู่เหนือคำบรรยาย

เมื่อผมเทศนาในเรื่อง "วิญญาณ จิตใจ และร่างกาย" จะมีคำพยานและการตอบสนองจำนวนมากทั้งจากในประเทศเกาหลีและจากต่างประเทศ หลายคนพูดว่าเขารู้จักตนเอง เข้าใจว่าเขาเป็นสิ่งมีชีวิตประเภทใด และได้รับคำตอบเกี่ยวกับพระคัมภีร์ตอนที่เข้าใจยากหลายตอน รวมทั้งเข้าใจถึงวิธีการที่จะมีชีวิตที่แท้จริง คนเหล่านั้นบางคนพูดว่าตอนนี้เขามีเป้าหมายที่จะเป็นบุคคลฝ่ายวิญญาณและมีส่วนร่วมในธรรมชาติ (สภาพ) ของพระเจ้าและเขาพยายามอย่างหนักที่จะบรรลุเป้าหมายนั้น เหมือนดังที่ 2 เปโตร 1:4 บันทึกไว้ว่า "ด้วยเหตุเหล่านี้พระองค์จึงได้ทรงประทานพระสัญญาอันประเสริฐและใหญ่ยิ่งแก่เรา เพื่อว่าด้วยพระสัญญาเหล่านี้ ท่านทั้งหลายจะพ้นจากความเสื่อมโทรมที่มีอยู่ในโลกนี้เพราะตัณหา และจะได้รับส่วนในสภาพของพระองค์"

ตำราพิชัยสงครามของซุนวูกล่าวว่า "รู้เขารู้เรา รบร้อยครั้ง

คำนิยม

ชนะร้อยครั้ง" นั่นหมายความว่าถ้าท่านรู้จักตนเองและรู้จักศัตรูของท่าน ท่านจะไม่มีวันแพ้สงคราม คำสอนเรื่อง "วิญญาณ จิตใจ และร่างกาย" ให้ความกระจ่างในส่วนที่ล้ำลึกที่สุดของ "ตัวตน" ของเราและสอนเราเกี่ยวกับแหล่งกำเนิดของมนุษย์ เมื่อเราเรียนและเข้าใจคำสอนนี้อย่างถ่องแท้เราก็จะสามารถเข้าใจบุคคลทุกประเภท เราจะเรียนรู้จักวิธีการเอาชนะพลังแห่งความมืดซึ่งมีผลต่อเราเพื่อทำให้เราสามารถดำเนินชีวิตคริสเตียนที่มีชัยชนะเช่นกัน

ผมขอขอบคุณดร.เจียมซุน วิน ผู้อำนวยการแผนกบรรณาธิการ และคนงานทุกท่านที่ได้อุทิศตนเองให้กับการจัดพิมพ์หนังสือเล่มนี้ ผมหวังว่าท่านจะจำเริญสุขทุกประการ มีพลานามัยสมบูรณ์อย่างจิตวิญญาณของท่านจำเริญอยู่นั้น และได้รับส่วนในสภาพของพระเจ้ามากยิ่งขึ้น

มิถุนายน 2009
แจร็อก ลี

เริ่มต้นการเดินทางสู่แนวคิดเรื่อง "วิญญาณ จิตใจ และร่างกาย"

"และขอให้องค์พระเจ้าแห่งสันติสุขทรงตั้งท่านเป็นคนบริสุทธิ์หมดจดและข้าพเจ้าอธิษฐานต่อพระเจ้าให้ทรงรักษาทั้งวิญญาณ จิตใจ และร่างกายของท่านไว้ให้ปราศจากการติเตียน จนถึงวันที่พระเยซูคริสต์องค์พระผู้เป็นเจ้าของเราเสด็จมา" (1 เธสะโลนิกา 5:23)

นักศาสนศาสตร์โต้เถียงกันมาโดยตลอดเกี่ยวกับองค์ประกอบของมนุษย์ระหว่างทฤษฎีที่แบ่งมนุษย์ออกเป็นสองส่วนกับทฤษฎีที่แบ่งมนุษย์ออกเป็นสามส่วน ทฤษฎีที่แบ่งมนุษย์ออกเป็นสองส่วนกล่าวว่ามนุษย์ประกอบด้วยวิญญาณและร่างกาย ในขณะที่ทฤษฎีที่แบ่งมนุษย์ออกเป็นสามส่วนระบุว่ามนุษย์ประกอบด้วยวิญญาณ จิตใจ และร่างกาย หนังสือเล่มนี้วางอยู่บนหลักทฤษฎีที่แบ่งมนุษย์ออกเป็นสามส่วน

ปกติเราสามารถจำแนกออกเป็นสองด้าน นั่นคือ ความรู้เกี่ยวกับพระเจ้าและความรู้เกี่ยวกับมนุษย์ การที่เรามีความรู้เกี่ยวกับพระเจ้าในการดำเนินชีวิตอยู่บนนี้ถือเป็นสิ่งที่สำคัญอย่างยิ่ง เราสามารถดำเนินชีวิตที่ประสบความสำเร็จและมีชีวิตนิรันดร์เมื่อเราเข้าใจพระทัยของพระเจ้าและทำตามน้ำพระทัยของพระองค์

มนุษย์ถูกสร้างขึ้นตามพระฉายาของพระเจ้าและถ้าปราศจากพระเจ้ามนุษย์ก็ไม่สามารถมีชีวิตอยู่ได้ ถ้าปราศจากพระเจ้ามนุษย์ก็ไม่สามารถเข้าถึงแหล่งกำเนิดของตนอย่างชัดเจนเช่นกัน เราจะมีคำตอบให้กับคำถามเกี่ยวกับแหล่งกำเนิดของมนุษย์ได้ก็ต่อเมื่อเรารู้ว่าพระเจ้าคือใคร

วิญญาณ จิตใจ และร่างกายเป็นของพื้นที่ซึ่งเราไม่สามารถเข้า

ใจได้ด้วยความรู้ สติปัญญา และอำนาจของมนุษย์เพียงอย่างเดียว พระเจ้าผู้ทรงเข้าใจถึงแหล่งกำเนิดของมนุษย์แต่เพียงผู้เดียวที่สามารถทำให้เรารู้จักพื้นที่นี้ได้ สิ่งนี้คล้ายคลึงกับเหตุผลที่ว่าคนที่สร้างคอมพิวเตอร์ย่อมมีความรู้ทางวิชาชีพเกี่ยวกับโครงสร้างและหลักการของคอมพิวเตอร์ ดังนั้นคนที่สร้างคอมพิวเตอร์จึงสามารถแก้ไขปัญหาเกี่ยวข้องกับการทำงานของคอมพิวเตอร์ได้ หนังสือเล่มเต็มไปด้วยความรู้ฝ่ายวิญญาณในเรื่องของมิติที่สี่ซึ่งให้คำตอบที่ชัดเจนแก่เราเกี่ยวกับวิญญาณ จิตใจ และร่างกาย

สิ่งสำคัญที่ผู้อ่านสามารถเรียนรู้จากหนังสือเล่มนี้เป็นพิเศษประกอบด้วย:

1. ผู้อ่านสามารถมองเห็น "ตัวตน" ของเขาและมีความเข้าใจชีวิตอย่างถ่องแท้ผ่านความเข้าใจฝ่ายวิญญาณในเรื่องวิญญาณ จิตใจ และร่างกายซึ่งเป็นส่วนประกอบของมนุษย์

2. ผู้อ่านสามารถรู้จักตนเองว่าแท้ที่จริงเขาเป็นใครและ "ตัวตน" ชนิดใดที่เขาได้สร้างขึ้น หนังสือเล่มนี้ชี้ให้เห็นถึงแนวทางเพื่อให้ผู้อ่านรู้จักตนเองเหมือนดังที่อัครทูตเปาโลกล่าวไว้ใน 1 โครินธ์ 15:31 ว่า "ข้าพเจ้าตายทุกวัน" พร้อมกับบรรลุถึงความบริสุทธิ์และกลายเป็นมนุษย์ฝ่ายวิญญาณที่พระเจ้าทรงปรารถนา

3. เราสามารถหลีกเลี่ยงกับดักของผีมารซาตานและมีพลังอำนาจที่จะเอาชนะความมืดได้ก็ต่อเมื่อเราเข้าใจเกี่ยวกับตัวเราเองเท่านั้น เหมือนดังที่พระเยซูตรัสไว้ว่า "ถ้าพระองค์ได้ทรงเรียกผู้ที่รับพระวจนะของพระเจ้าว่าเป็นพระ และจะฝ่าฝืนพระคัมภีร์ไม่ได้" (ยอห์น 10:35) หนังสือเล่มนี้ชี้ให้เห็นถึง "ทางลัด" เพื่อทำให้ผู้อ่านสามารถเข้าส่วนในสภาพ (ธรรมชาติ) ของพระเจ้าและได้รับพระที่พระเจ้าทรงสัญญาไว้

วิญญาณ จิตใจ และร่างกาย (เล่ม 1)
สารบัญ

คำนิยม

เริ่มต้นการเดินทางสู่แนวคิดเรื่อง "วิญญาณ จิตใจ และร่างกาย"

ภาค 1 การสร้างเนื้อหนัง

บทที่ 1: แนวคิดเกี่ยวกับเนื้อหนัง

บทที่ 2: การทรงสร้าง
1. การแบ่งแยกกันอย่างลึกลับของพื้นที่
2. พื้นที่ฝ่ายร่างกายและพื้นที่ฝ่ายวิญญาณ
3. มนุษย์ที่ประกอบด้วยวิญญาณ จิตใจ และร่างกาย

บทที่ 3: มนุษย์อยู่ในพื้นที่ฝ่ายร่างกาย
1. เมล็ดพันธุ์แห่งชีวิต
2. วิธีการที่มนุษย์มีชีวิต
3. จิตสำนึก
4. การงานของเนื้อหนัง
5. การเตรียมมนุษย์

ภาค 2 การสร้างจิตใจ
(การทำงานของจิตใจในพื้นที่ฝ่ายร่างกาย)

บทที่ 1: การสร้างจิตใจ
   1. คำนิยามของจิตใจ
   2. การทำงานที่หลากหลายของจิตใจในพื้นที่ฝ่ายร่างกาย
   3. ความมืด

บทที่ 2: ตัวตน

บทที่ 3: สิ่งที่อยู่ฝ่ายเนื้อหนัง

บทที่ 4: เหนือระดับของวิญญาณผู้มีชีวิต

ภาค 3 การกลับสู่สภาพเดิมของวิญญาณ

บทที่ 1: วิญญาณและวิญญาณอย่างสมบูรณ์

บทที่ 2: แผนการดั้งเดิมของพระเจ้า

บทที่ 3: มนุษย์ที่แท้จริง

บทที่ 4: มิติฝ่ายวิญญาณ

วิญญาณ จิตใจ และร่างกาย (เล่ม 1)

ภาค 1

การสร้างเนื้อหนัง

อะไรคือแหล่งกำเนิดของมนุษย์?
เรามาจากไหนและเรากำลังจะไปไหน?

เพราะพระองค์ทรงปั้นส่วนภายในของข้าพระองค์
พระองค์ทรงทอข้าพระองค์เข้าด้วยกันในครรภ์มารดาของข้าพระองค์
ข้าพระองค์จะสรรเสริญพระองค์ เพราะข้าพระองค์ถูกสร้างมาอย่างแปลกประหลาดและน่ากลัว
พระราชกิจของพระองค์มหัศจรรย์ จิตใจข้าพระองค์ทราบเรื่องนี้อย่างดี
เมื่อข้าพระองค์ถูกสร้างอยู่ในที่ลับลี้ ประดิษฐ์ขึ้นมา ณ ภายในที่ลึกแห่งโลก
โครงร่างของข้าพระองค์ไม่ปิดบังไว้จากพระองค์
พระเนตรของพระองค์ทรงเห็นส่วนประกอบของข้าพระองค์ในเมื่อยังไม่สมบูรณ์
ในวันทั้งหลายที่กำลังประกอบขึ้น เมื่อครั้งไม่เกิดขึ้น
อวัยวะทั้งหลายของข้าพระองค์ก็ทรงจารึกไว้ในพระตำรับของพระองค์
สดุดี 139:13-16

บทที่ 1
แนวคิดเกี่ยวกับเนื้อหนัง

ร่างกายของมนุษย์ที่กลับไปเป็นผงคลีดินเมื่อวันเวลาผ่านไป
อาหารทุกอย่างที่มนุษย์กินเข้าไป ทุกสิ่งที่มนุษย์มองเห็น ได้ยิน และชื่นชม
และทุกสิ่งที่มนุษย์สร้างขึ้น สิ่งเหล่านี้ล้วนเป็นตัวอย่างของ "เนื้อหนัง" ทั้งสิ้น

เนื้อหนังคืออะไร?

มนุษย์ไม่คู่ควรและไร้คุณค่า ถ้าเขายังอยู่ในเนื้อหนัง

สิ่งสารพัดในจักรวาลมีมิติที่แตกต่างกัน

มิติที่สูงกว่าจะพิชิตและควบคุมเหนือมิติที่ต่ำกว่า

ตลอดประวัติศาสตร์ของมนุษย์ผู้คนต่างก็แสวงหาคำตอบต่อคำถามที่ว่า "มนุษย์คือใคร" คำตอบที่ได้รับจากคำถามนี้จะเป็นคำตอบสำหรับคำถามอื่น ๆ แก่เรา เช่น "เรามีชีวิตอยู่เพื่อจุดประสงค์ใด" และ "เราควรดำเนินชีวิตของเราอย่างไร" เป็นต้น แขนงวิชาปรัชญาและศาสนาได้ศึกษา ค้นคว้าวิจัย และเจาะลึกเกี่ยวกับการดำรงอยู่ของมนุษย์อย่างกว้างขวาง แต่ไม่ใช่เรื่องง่ายที่จะค้นพบคำตอบที่ชัดเจนและรัดกุม

ถึงกระนั้น ผู้คนก็พยายามซ้ำแล้วซ้ำอีกอย่างต่อเนื่องที่จะค้นหาคำตอบให้กับคำถามอื่น ๆ เพิ่มเติม เช่น "มนุษย์เป็นสิ่งมีชีวิตประเภทไหน" และ "ฉันเป็นใคร" เป็นต้น ผู้ถามตั้งคำถามเช่นนี้เพราะคำตอบของคำถามเหล่านี้อาจเป็นกุญแจดอกสำคัญในการแก้ปัญหาขั้นพื้นฐานของการดำรงอยู่ของมนุษย์ การศึกษาของโลกนี้ไม่สามารถให้คำตอบที่ชัดเจนกับคำถามเช่นนี้ แต่พระเจ้าทรงสามารถให้คำตอบที่ชัดเจนได้ พระองค์ทรงสร้างจักรวาลและสิ่งสารพัดที่อยู่ในนั้นและพระองค์ทรงสร้างมนุษย์ขึ้น คำตอบพระเจ้าเป็นคำตอบที่ถูกต้อง เราสามารถค้นพบคำตอบต่อคำถามเหล่านั้นในพระคัมภีร์ซึ่งเป็นพระคำของพระเจ้า

บ่อยครั้ง ผู้สร้างทฤษฎีจำนวนมากมักจำแนกองค์ประกอบของ

มนุษย์ออกเป็นสองส่วน นั่นคือ "วิญญาณ" และ "ร่างกาย" ของเขา ส่วนประกอบที่เกี่ยวข้องกับด้านจิตใจถูกจัดให้เป็น "วิญญาณ" และส่วนประกอบที่เกี่ยวข้องกับด้านกายภาพปรากฏแก่ตาถูกเรียกว่า "ร่างกาย" อย่างไรก็ตาม พระคัมภีร์จำแนกองค์ประกอบของมนุษย์ออกเป็นสามส่วน ได้แก่ วิญญาณ จิตใจ และร่างกาย

1 เธสะโลนิกา 5:23 กล่าวว่า "และขอให้องค์พระเจ้าแห่งสันติสุขทรงตั้งท่านเป็นคนบริสุทธิ์หมดจดและข้าพเจ้าอธิษฐานต่อพระเจ้าให้ทรงรักษาทั้งวิญญาณ จิตใจ และร่างกายของท่านไว้ให้ปราศจากการติเตียน จนถึงวันที่พระเยซูคริสต์องค์พระผู้เป็นเจ้าของเราเสด็จมา"

วิญญาณและจิตใจไม่ใช่สิ่งเดียวกัน สองสิ่งนี้ไม่ได้มีชื่อต่างกันเท่านั้น แต่สาระสำคัญของทั้งสองสิ่งก็แตกต่างกัน เพื่อให้เข้าใจว่า "มนุษย์" เป็นใคร เราต้องเรียนรู้ว่าร่างกาย จิตใจ และวิญญาณคืออะไร

เนื้อหนังคืออะไร?

อันดับแรกขอให้เราดูคำจำกัดความของคำว่า "เนื้อหนัง" ในพจนานุกรม พจนานุกรมภาษาอังกฤษฉบับเมอเรียม-เว็บสเตอร์ระบุว่าเนื้อหนังคือ "อวัยวะส่วนที่อ่อนบางของร่างกายของสัตว์ โดยเฉพาะอย่างยิ่งสัตว์ที่มีกระดูกสันหลัง: ส่วนต่าง ๆ ของร่างกายที่ส่วนใหญ่ประกอบด้วยกล้ามเนื้อโครงร่างที่แตกต่างจากอวัยวะภายใน กระดูก และผิวหนังที่ห่อหุ้มร่างกาย" เนื้อหนังอาจหมายถึงอวัยวะส่วนต่าง ๆ ของสัตย์ที่กินเป็นอาหารได้เช่นกัน แต่เพื่อให้เข้าใจความหมายของ "เนื้อหนัง" ในพระคัมภีร์ เราต้องเ

ข้าใจความหมายฝ่ายวิญญาณของคำนี้แทนที่จะคิดถึงคำจำกัดความตามพจนานุกรม

พระคัมภีร์ใช้คำว่า "ร่างกาย" และ "เนื้อหนัง" อยู่บ่อยครั้ง ส่วนใหญ่สองคำนี้มีความหมายฝ่ายวิญญาณ ในแง่วิญญาณจิต "เนื้อหนัง" เป็นคำทั่วไปที่ใช้กับสิ่งที่เสื่อมสูญ เปลี่ยนแปลง และจางหายไปตามกาลเวลาในที่สุด เนื้อหนังยังได้แก่สิ่งที่โสโครกและเป็นมลทินด้วยเช่นกัน ต้นไม้ที่มีใบสีเขียวขจีวันหนึ่งจะเหี่ยวแห้งและตายไป กิ่งและลำต้นของมันอาจกลายเป็นฟืนไปในที่สุด ต้นไม้ พืชพันธุ์ และทุกสิ่งในธรรมชาติจะเสื่อมสูญ เน่าเปื่อย และจางหายไปเมื่อเวลาผ่านไป ดังนั้นสิ่งเหล่านี้จึงเป็น "เนื้อหนัง" ทั้งสิ้น

มนุษย์ซึ่งมีอำนาจครอบครองเหนือสิ่งทรงสร้างทั้งปวงเล่าคือใคร? ปัจจุบันโลกนี้มีประชากรอยู่ประมาณเจ็ดพันล้านคน แม้กระทั่งในวินาทีนี้เด็กทารกจำนวนมากกำลังเกิดมาอย่างต่อเนื่องในสถานที่แห่งหนึ่งบนโลกนี้และในอีกสถานที่แห่งหนึ่งผู้คนกำลังเสียชีวิตอย่างต่อเนื่องเช่นกัน เมื่อเขาเสียชีวิต ร่างกายของเขาก็กลายเป็นผงคลีดินและร่างกายเหล่านี้คือเนื้อหนังเช่นกัน นอกจากนี้ อาหารที่เรากิน ภาษาที่เราพูด ตัวอักษรบันทึกความคิด และอารยธรรมทางด้านวิทยาศาสตร์และเทคโนโลยีที่มนุษย์ต้องการล้วนเป็นเนื้อหนังด้วยเช่นกัน สิ่งเหล่านี้เสื่อมสลาย เปลี่ยนแปลง และดับสูญไปตามกาลเวลา ด้วยเหตุนี้ ทุกสิ่งบนโลกนี้ที่เรามองเห็นและสิ่งสารพัดในจักรวาลที่เรารู้จักล้วนเป็น "เนื้อหนัง" ทั้งสิ้น

มนุษย์ที่แยกตัวไปจากพระเจ้าเป็นสิ่งมีชีวิตฝ่ายเนื้อหนัง

สิ่งที่มนุษย์สร้างก็เป็น "เนื้อหนัง" เช่นกัน มนุษย์ฝ่ายเนื้อหนังสร้างและแสวงหาสิ่งใด? เขาแสวงหาตัณหาของเนื้อหนัง ตัณหาของตา และความทะนงในลาภยศเท่านั้น แม้แต่อารยธรรมที่มนุษย์พัฒนาขึ้นก็เพื่อตอบสนองสัมผัสทั้งห้าของมนุษย์ เขาแสวงหาความสนุกสนานและเติมเต็มตัณหาและความต้องการฝ่ายเนื้อหนังของตน เมื่อเวลาผ่านไปมนุษย์ยิ่งแสวงหาสิ่งที่เป็นราคะและยั่วเย้าเพิ่มมากขึ้น ยิ่งอารยธรรมพัฒนามากขึ้นเท่าใดผู้คนก็ยิ่งเต็มไปด้วยราคะและเสื่อมถอยมากขึ้นเท่านั้น

"เนื้อหนัง" เป็นทั้งสิ่งที่ปรากฏให้เห็นและสิ่งที่ไม่ปรากฏให้เห็นเช่นกัน พระคัมภีร์กล่าวว่าความเกลียดชัง การทะเลาะวิวาท ความอิจฉา การฆ่าคน การล่วงประเวณี และธรรมชาติทั้งหมดที่เชื่อมโยงกับความบาปคือเนื้อหนัง กลิ่นของดอกไม้ อากาศ และลมมีอยู่จริงแม้เราจะมองไม่เห็น ในทำนองเดียวกัน ธรรมชาติบาปในจิตใจของมนุษย์ก็มีอยู่จริงแม้เราจะมองเห็น สิ่งเหล่านี้ล้วนเป็น "เนื้อหนัง" ด้วยเช่นกัน เพราะเหตุนี้ เนื้อหนังจึงเป็นศัพท์ทั่วไปที่ใช้สำหรับทุกสิ่งในจักรวาลที่เสื่อมสูญและเปลี่ยนแปลงไปตามกาลเวลารวมทั้งความเท็จรูปแบบต่าง ๆ เช่น ความบาป ความชั่ว ความอธรรม และความผิด เป็นต้น

โรม 8:8 กล่าวว่า "...คนทั้งหลายที่อยู่ฝ่ายเนื้อหนังจะเป็นที่ชอบพระทัยพระเจ้าก็หามิได้" ถ้าคำว่า "เนื้อหนัง" ในข้อนี้หมายถึงร่างกายฝ่ายเนื้อหนังของมนุษย์ก็หมายความว่าไม่มีมนุษย์คนใดสามารถเป็นที่ชอบพระทัยของพระเจ้าได้ ดังนั้นคำนี้จึงมีอีกความหมายหนึ่ง นอกจากนั้น พระเยซูตรัสไว้ในยอห์น 3:6 ว่า "ซึ่งบังเกิดจา

กเนื้อหนังก็เป็นเนื้อหนัง และซึ่งบังเกิดจากพระวิญญาณก็คือจิตวิญญาณ" และในยอห์น 6:63 ว่า "จิตวิญญาณเป็นที่ให้มีชีวิต ส่วนเนื้อหนังไม่มีประโยชน์อันใด ถ้อยคำซึ่งเราได้กล่าวกับท่านทั้งหลายนั้น เป็นจิตวิญญาณและเป็นชีวิต" คำว่า "เนื้อหนัง" ในที่นี้หมายถึงสิ่งที่เสื่อมสูญและเปลี่ยนแปลงด้วยเช่นกัน เพราะเหตุนี้พระเยซูจึงตรัสว่าเนื้อหนังไม่มีประโยชน์อันใด

มนุษย์ไม่คู่ควรและไร้คุณค่า ถ้าเขายังอยู่ในเนื้อหนัง

มนุษย์แตกต่างจากสัตว์เพราะมนุษย์แสวงหาคุณค่าบางอย่างบนพื้นฐานของอารมณ์และความคิดของตน แต่คุณค่าเหล่านี้ไม่ยั่งยืนนิรันดร์ ดังนั้นสิ่งเหล่านี้จึงเป็นเนื้อหนังด้วยเช่นกัน สิ่งต่าง ๆ ที่มนุษย์ถือว่ามีค่า (เช่น ทรัพย์สินเงินทอง ชื่อเสียง และความรู้เป็นต้น) เป็นสิ่งที่ไร้ความหมายซึ่งจะเสื่อมสูญไปในไม่ช้าเช่นกัน แล้วความรู้สึกที่เรียกว่า "ความรัก" หละ? เมื่อคนสองคนจีบกันเขาอาจพูดว่าตนไม่สามารถมีชีวิตอยู่ได้ถ้าปราศจากเขาหรือเธอ แต่คู่สมรสรักหลายคู่เปลี่ยนใจของตนหลังจากแต่งงาน คนเหล่านี้โกรธหงุดหงิด และแม้กระทั่งใช้ความรุนแรงเพียงเพราะเขาไม่ชอบบางสิ่งบางอย่าง ความเปลี่ยนแปลงในความรู้สึกเหล่านี้เป็นเนื้อหนังด้วยเช่นกัน ถ้ามนุษย์ยังอยู่ในเนื้อหนังเขาก็ไม่แตกต่างไปจากสัตว์หรือพืช ในสายพระเนตรของพระเจ้าสิ่งสารพัดเป็นเพียงเนื้อหนังซึ่งจะเสื่อมสูญและจางหายไป

1 เปโตร 1:24 กล่าวว่า "เพราะว่า บรรดาเนื้อหนังก็เป็นเสมือนต้นหญ้า และบรรดาสง่าราศีของมนุษย์ก็เป็นเสมือนดอกหญ้า

ต้นหญ้าเหี่ยวแห้งไป และดอกก็ร่วงโรยไป" และยากอบ 4:14 กล่าวว่า "แต่ว่าท่านทั้งหลายไม่รู้ว่าจะมีเหตุอะไรเกิดขึ้นในวันพรุ่งนี้ ชีวิตของท่านเป็นอะไรเล่า ก็เป็นเหมือนหมอกที่ปรากฏอยู่แต่ประเดี๋ยวหนึ่งแล้วก็หายไป"

ร่างกายและความคิดทั้งสิ้นของมนุษย์ล้วนไร้ความหมายนับตั้งแต่เขาทอดทิ้งพระคำของพระเจ้าผู้ทรงเป็นพระวิญญาณ กษัตริย์ซาโลมอนชื่นชมกับเกียรติยศและสง่าราศีที่มนุษย์คนหนึ่งสามารถชื่นชมได้บนโลกนี้ แต่ท่านตระหนักถึงความอนิจจังของเนื้อหนังและกล่าวว่า "...อนิจจัง อนิจจัง อนิจจัง อนิจจัง สารพัดอนิจจังที่มนุษย์ทำงานตรากตรำภายใต้ดวงอาทิตย์ เขาได้ประโยชน์อะไรจากงานทั้งสิ้นที่เขาทำนั้น" (ปัญญาจารย์ 1:2-3)

สิ่งสารพัดในจักรวาลมีมิติที่แตกต่างกัน

มิติในฟิสิกส์หรือคณิตศาสตร์ถูกกำหนดโดยหนึ่งในสามระยะพิกัดเพื่อกำหนดตำแหน่งในพื้นที่ จุดบนเส้นตรงเส้นหนึ่งมีอยู่หนึ่งระยะพิกัดและนี่คือหนึ่งมิติ จุดบนแนวราบมีอยู่สองระยะพิกัดและนี่คือสองมิติ ในทำนองเดียวกัน จุดบนพื้นที่มีอยู่สามระยะพิกัดและนี่คือสามมิติ

ในแง่ของฟิสิกส์ พื้นที่ซึ่งเราอาศัยอยู่ในเวลานี้เป็นโลกสามมิติ ในส่วนที่ลึกลงไปของฟิสิกส์ผู้คนถือว่าเวลาเป็นมิติที่สี่ นี่เป็นความเข้าใจเกี่ยวกับมิติต่าง ๆ ในวิทยาศาสตร์

แต่ในมุมมองของวิญญาณ จิตใจ และร่างกาย เราสามารถแ

บ่งมิติออกเป็นมิติฝ่ายร่างกายและมิติฝ่ายวิญญาณ มิติฝ่ายร่างกายถูกจำแนกออกไปอีกจากสภาพ "ไร้มิติ" ไปจนถึง "มิติที่สาม" ประการแรก คำว่า "ไร้มิติ" หมายถึงสิ่งต่าง ๆ ที่ไม่มีชีวิต หิน ดิน น้ำ และเหล็กถูกจัดอยู่ในมิตินี้ สิ่งมีชีวิตทุกชนิดถูกจัดอยู่ในมิติที่หนึ่ง มิติที่สอง หรือมิติที่สาม

มิติที่หนึ่งหมายถึงสิ่งต่าง ๆ ที่มีชีวิตและลมหายใจแต่ไม่สามารถเคลื่อนไหวไปมาได้เพราะสิ่งเหล่านี้ไม่มีความสามารถในเคลื่อนที่ มิตินี้ประกอบไปด้วยดอกไม้ หญ้า ต้นไม้ และพืชพันธุ์อย่างอื่น สิ่งเหล่านี้มีร่างกายแต่ไม่มีจิตใจและวิญญาณ

มิติที่สองหมายถึงสิ่งมีชีวิตต่าง ๆ ที่หายใจ เคลื่อนไหวไปมาได้ และมีร่างกาย จิตใจ และวิญญาณ สิ่งเหล่านี้ได้แก่สัตว์ชนิดต่าง ๆ เช่น สิงโต วัว แกะ นก ปลา และแมลง เป็นต้น สุนัขจำนายของมันได้หรือเห่าคนแปลกหน้าเพราะสุนัขมีจิตใจ

มิติที่สามประกอบด้วยสิ่งต่าง ๆ ที่หายใจ เคลื่อนไหวไปมาได้ และมีจิตใจและวิญญาณอยู่ในร่างกายที่ประจักษ์แก่ตาของเขา สิ่งนี้หมายถึงมนุษย์ที่มีอำนาจครอบครองเหนือสิ่งทรงสร้างทั้งปวง มนุษย์แตกต่างจากสัตว์เพราะมนุษย์มีวิญญาณ สามารถคิดและแสวงหาพระเจ้าและเชื่อในพระเจ้า

นอกจากนั้นยังมีมิติที่สี่ซึ่งไม่ประจักษ์แก่ตาของเรา นี่เป็นมิติฝ่ายวิญญาณซึ่งพระเจ้าผู้ทรงเป็นพระวิญญาณ เหล่าพลโยธาแห่งสวรรค์ ทูตสวรรค์ และพวกเครูบล้วนอยู่ในมิติฝ่ายวิญญาณนี้ทั้งสิ้น

มิติที่สูงกว่าจะพิชิตและควบคุมเหนือมิติที่ต่ำกว่า

สิ่งมีชีวิตในมิติที่สองสามารถพิชิตและควบคุมเหนือสิ่งมีชีวิตในมิติที่หนึ่งหรือสิ่งที่อยู่ในมิติที่ต่ำกว่า สิ่งมีชีวิตในมิติที่สามสามารถพิชิตและควบคุมเหนือสิ่งมีชีวิตในมิติที่สองหรือมิติที่ต่ำกว่า สิ่งมีชีวิตในมิติที่ต่ำกว่าจะไม่สามารถเข้าใจมิติที่สูงกว่ามิติของตน รูปแบบชีวิตในมิติที่หนึ่งไม่สามารถเข้าใจมิติที่สองและรูปแบบชีวิตในมิติที่สองไม่สามารถเข้าใจมิติที่สาม ยกตัวอย่าง สมมุติว่าคนหนึ่งหว่านเมล็ดพืชบางชนิดลงไปในพื้นดิน รดน้ำ และเอาใจใส่ดูแลเมล็ดนั้น เมื่อเมล็ดนั้นแตกหน่อออกมาก หน่อนั้นก็จะเติบโตเป็นต้นไม้และผลิดอกออกผล เมล็ดพืชนั้นไม่เข้าใจสิ่งที่มนุษย์ทำกับตน แม้ในยามที่ตัวหนอนถูกมนุษย์เหยียบและตาย หนอนก็ไม่รู้ว่าเป็นเพราะอะไร มิติที่สูงกว่าสามารถพิชิตและควบคุมเหนือสิ่งมีชีวิตในมิติที่ต่ำกว่า แต่ถ้าพูดโดยทั่วไปจะเห็นว่ามิติที่ต่ำกว่าย่อมไม่มีทางเลือกอื่นนอกจากการถูกปกครองด้วยมิติที่สูงกว่า

ในทำนองเดียวกัน มนุษย์ซึ่งอยู่ในมิติที่สามไม่เข้าใจมิติฝ่ายวิญญาณซึ่งเป็นของโลกในมิติที่สี่ ดังนั้นมนุษย์ฝ่ายเนื้อหนังจึงไม่สามารถทำสิ่งใดที่เกี่ยวข้องกับการกำราบและการควบคุมปีศาจได้ แต่ถ้าเรากำจัดเนื้อหนังทิ้งไปและเปลี่ยนเป็นมนุษย์ฝ่ายวิญญาณ เราก็สามารถเข้าสู่โลกในมิติที่สี่ได้ ดังนั้นเราจึงสามารถกำราบและเอาชนะวิญญาณชั่วได้

พระเจ้าผู้ทรงเป็นพระวิญญาณทรงต้องการให้บุตรของพระองค์เข้าใจโลกมิติที่สี่ วิธีนี้จะทำให้เขาสามารถเข้าใจน้ำพระทัยขอ

งพระเจ้า เชื่อฟังพระองค์ และมีชีวิต ในปฐมกาลบทที่ 1 ก่อนที่อาดัมจะกินผลจากต้นไม้แห่งการรู้ดีและรู้ชั่วนั้นเขาพิชิตและครอบครองเหนือสิ่งสารพัด ครั้งหนึ่งอาดัมเคยเป็นผู้ชีวิตฝ่ายวิญญาณและเป็นของมิติที่สี่ แต่หลังจากเขาทำบาป วิญญาณของเขาก็ตายไม่เฉพาะอาดัมเท่านั้น แต่ลูกหลานของเขาทุกคนเวลานี้ล้วนเป็นของมิติที่สามเช่นกัน ตอนนี้ขอให้เราดูว่ามนุษย์ที่พระเจ้าทรงสร้างขึ้นนั้นหล่นลงไปอยู่ในมิติที่สามได้อย่างไรและเราจะกลับไปสู่โลกในมิติที่สี่ได้อย่างไร

บทที่ 2
การทรงสร้าง

พระเจ้าผู้สร้างทรงวางแผนการอันอัศจรรย์สำหรับการเตรียมมนุษย์ พระองค์ทรงแยกพื้นที่ของพระเจ้าออกเป็นพื้นที่ฝ่ายร่างกายและพื้นที่ฝ่ายวิญญาณและพระองค์ทรงสร้างฟ้าสวรรค์และแผ่นดินโลกและสิ่งสารพัดที่อยู่ในเหล่านั้น

1. การแบ่งแยกกันอย่างลึกลับของพื้นที่

2. พื้นที่ฝ่ายร่างกายและพื้นที่ฝ่ายวิญญาณ

3. มนุษย์ที่ประกอบด้วยวิญญาณ จิตใจ และร่างกาย

นับตั้งแต่ก่อนปฐมกาลเป็นต้นมาพระเจ้าทรงดำรงอยู่โดยลำพังในจักรวาล พระองค์ทรงดำรงอยู่ในฐานะความสว่างและทรงครอบครองเหนือสิ่งสารพัดด้วยการทรงเคลื่อนไหวอยู่ทั่วไปในจักรวาลอันกว้างใหญ่ไพศาล 1 ยอห์น 1:5 บันทึกไว้ว่าพระเจ้าทรงเป็นความสว่าง เบื้องต้นความสว่างนี้หมายถึงความสว่างฝ่ายวิญญาณ แต่ความสว่างนี้ยังหมายถึงพระเจ้าผู้ทรงดำรงอยู่ในฐานะความสว่างในปฐมกาลด้วยเช่นกัน

ไม่มีใครให้กำเนิดกับพระเจ้า พระองค์ทรงสมบูรณ์แบบด้วยการดำรงอยู่โดยพระองค์เอง ดังนั้นเราต้องไม่พยายามที่จะเข้าใจพระเจ้าด้วยพลังและความรู้ที่จำกัดของเรา ยอห์น 1:1 บรรจุความลับของ "ปฐมกาล" เอาไว้ ข้อนี้กล่าวว่า "ในปฐมกาลพระวาทะทรงดำรงอยู่" นี่เป็นคำอธิบายถึงสภาพของพระเจ้าที่ทรงมีพระวาทะอยู่ในความสว่างอันลึกลับและงดงามและทรงครอบครองเหนือพื้นทั้งหมดในจักรวาล

คำว่า "ปฐมกาล" ในที่นี้หมายถึงจุดบางจุดก่อนนิรันดร์กาลซึ่งเป็นจุดที่มนุษย์สามารถจินตนาการได้ สิ่งนี้อยู่ก่อน "ปฐมกาล" ด้วยซ้ำไปในปฐมกาล 1:1 ซึ่งเป็นจุดเริ่มต้นของการทรงสร้าง ดังนั้น มีอะไรเกิดขึ้นบ้างก่อนการทรงสร้างโลกนี้

1. การแบ่งแยกกันอย่างลึกลับของพื้นที่

มิติฝ่ายวิญญาณไม่ได้อย่างห่างไกลมากนัก มีประตูอยู่หลายบานที่เชื่อมต่อกับมิติฝ่ายวิญญาณในส่วนต่าง ๆ ของท้องฟ้าที่เรามองเห็น

หลังจากช่วงเวลาอันยาวผ่านพ้นไป พระเจ้าทรงปรารถนาใครสักคนหนึ่งที่พระองค์สามารถแบ่งปันความรักของพระองค์และสิ่งต่าง ๆ กับเขา พระเจ้าทรงมีทั้งความเป็นพระเจ้าและความเป็นมนุษย์ และเพราะเหตุผลนี้พระองค์จึงทรงต้องการที่จะแบ่งปันสิ่งสารพัดที่พระองค์มีอยู่กับใครบางคนแทนที่พระองค์จะชื่นชมกับสิ่งเหล่านั้นด้วยพระองค์ทั้งหมดแต่ผู้เดียว เพราะพระองค์ทรงมีสิ่งนี้อยู่ในพระทัยของพระองค์พระเจ้าจึงทรงวางแผนเพื่อการเตรียมมนุษย์เอาไว้ นี่เป็นแผนการที่จะสร้างมนุษย์ อวยพรเขาให้เพิ่มจำนวนขึ้นและทวีคูณ มีดวงวิญญาณมากมายที่มีลักษณะเหมือนพระองค์ และรวบรวมดวงวิญญาณเหล่านั้นไว้ในแผ่นดินสวรรค์ สิ่งนี้เป็นเหมือนกับการที่ชาวนาเตรียมไถหว่านเมล็ดพืช เก็บเกี่ยว และรวบรวมพืชผลเหล่านั้นไว้ยุ้งฉางของตน

พระเจ้าทรงทราบว่าต้องมีพื้นที่ฝ่ายวิญญาณซึ่งจะเป็นที่ประทับของพระองค์และพื้นที่ฝ่ายร่างกายซึ่งจะใช้สำหรับการเตรียมมนุษย์ พระองค์ทรงแยกจักรวาลอันกว้างใหญ่ไพศาลออกเป็นพื้นที่ฝ่ายวิญญาณและพื้นที่ฝ่ายร่างกาย จากจุดนั้นเป็นต้นมาพระเจ้าทรงดำรงอยู่ในฐานะพระเจ้าตรีเอกานุภาพผู้ทรงเป็นพระเจ้าพระบิดา พระเจ้าพระบุตร และพระเจ้าพระวิญญาณบริสุทธิ์ ทั้งนี้ก็เพราะว่าเพื่อการเตรียมมนุษย์ซึ่งจะเกิดขึ้นในอนาคต พระองค์จึงทรงต้องการพระเยซูพระผู้ช่วยให้รอดและพระวิญญาณบริสุทธิ์ซึ่งเป็นผู้ช่วยอีกผู้หนึ่ง

วิวรณ์ 22:13 กล่าวว่า "เราคืออัลฟาและโอเมกา เป็นปฐมและเป็นอวสาน เป็นเบื้องต้นและเบื้องปลาย" นี่เป็นบันทึกเกี่ยวกับพระเจ้าตรีเอกานุภาพ "อัลฟาและโอเมกา" หมายถึงพระเจ้าพระบิดาผู้ทรงเป็นปฐมและเป็นอวสานของความรู้ทั้งมวลและอารยธรรมทั้งสิ้นของมนุษย์ "เบื้องต้นและเบื้องปลาย" หมายถึงพระเยซูพระเจ้าพระบุตรผู้ทรงเป็นเบื้องต้นและเบื้องปลายแห่งความรอดของมนุษย์ "ปฐมและอวสาน" หมายถึงพระวิญญาณบริสุทธิ์ผู้ทรงเป็นปฐมและอวสานของการเตรียมมนุษย์

พระเยซูพระบุตรทรงทำหน้าที่ของพระผู้ช่วยให้รอด ในฐานะผู้ช่วยอีกผู้หนึ่งพระวิญญาณบริสุทธิ์ทรงเป็นพยานถึงพระผู้ช่วยให้รอดและทรงทำให้ความรอดของมนุษย์เสร็จสิ้นสมบูรณ์ พระคัมภีร์กล่าวถึงพระวิญญาณบริสุทธิ์ในหลากหลายแนวทางโดยเปรียบพระองค์กับนกพิราบหรือไฟและกล่าวถึงพระองค์ในฐานะ "พระวิญญาณแห่งพระบุตรของพระเจ้า" กาลาเทีย 4:6 กล่าวว่า "และเพราะท่านเป็นบุตรแล้ว พระเจ้าจึงทรงใช้พระวิญญาณแห่งพระบุตรของพระองค์เข้ามาในใจของท่าน ร้องว่า 'อับบา' คือพระบิดา" และยอห์น 15:26 กล่าวเช่นกันว่า "แต่เมื่อพระองค์ผู้ปลอบประโลมใจที่เราจะใช้มาจากพระบิดามาหาท่านทั้งหลาย คือพระวิญญาณแห่งความจริง ผู้ทรงมาจากพระบิดานั้นได้เสด็จมาแล้ว พระองค์นั้นจะทรงเป็นพยานถึงเรา"

พระเจ้าพระบิดา พระเจ้าพระบุตร และพระเจ้าพระวิญญาณบริสุทธิ์ทรงสวมสภาพเฉพาะเพื่อทำการจัดเตรียมล่วงหน้าของพระเจ้าเกี่ยวกับการเตรียมมนุษย์สำเร็จลุล่วงและทรงอภิปรายถึงแผนการต่าง ๆ ร่วมกัน สิ่งนี้ได้รับการอธิบายไว้ในบันทึกเกี่ยวกับการทรงสร้างในปฐมกาลบทที่ 1

เมื่อปฐมกาล 1:26 กล่าวว่า "และพระเจ้าตรัสว่า 'จงให้พวกเราสร้างมนุษย์ตามแบบฉายาของพวกเรา ตามอย่างพวกเรา'" สิ่งนี้ไม่ได้หมายความว่ามนุษย์ถูกสร้างขึ้นตามพระฉายาของพระเจ้าพระบิดา พระบุตร และพระวิญญาณบริสุทธิ์เพียงภายนอกเท่านั้น แต่หมายความว่าวิญญาณของมนุษย์ถูกสร้างขึ้นตามพระฉายาของพระเจ้า มนุษย์ได้รับวิญญาณนี้จากพระเจ้าและวิญญาณของมนุษย์มีลักษณะเหมือนพระเจ้าผู้บริสุทธิ์

มิติฝ่ายร่างกายและมิติฝ่ายวิญญาณ

เมื่อพระเจ้าทรงดำรงอยู่เพียงลำพังพระองค์ไม่จำเป็นต้องแยกความแตกต่างระหว่างมิติฝ่ายร่างกายและมิติฝ่ายวิญญาณ แต่มิติฝ่ายร่างกายซึ่งเป็นที่อยู่อาศัยของมนุษย์มีความจำเป็นสำหรับการเตรียมมนุษย์ เพราะเหตุนี้ พระองค์จึงทรงแยกมิติฝ่ายร่างกายออกจากมิติฝ่ายวิญญาณ

แต่การแยกมิติฝ่ายร่างกายและฝ่ายวิญญาณออกจากกันนั้นไม่ได้หมายความว่ามิตินี้ถูกแบ่งออกเป็นสองพื้นที่อย่างชัดเจนเหมือนกับการที่เราตัดบางสิ่งบางอย่างออกเป็นสองส่วน ยกตัวอย่าง สมมุติว่าในห้องหนึ่งมีแก๊สอยู่สองชนิด เราเพิ่มสารเคมีบางอย่างเข้าไปในแก๊สชนิดหนึ่งทำให้แก๊สชนิดมีลักษณะสีแดงปรากฏ ดังนั้นเราจึงสามารถแยกความแตกต่างของแก๊สชนิดนี้ออกจากแก๊สชนิดอื่น แม้ว่าในห้องหนึ่งจะมีแก๊สอยู่สองชนิด แต่ตาของเราก็มองเห็นเฉพาะแก๊สที่ปรากฏเป็นสีแดง แม้แก๊สชนิดอื่นจะไม่ปรากฏให้เห็น แต่ในห้องนั้นก็มีแก๊สชนิดนี้อยู่ในห้อง

ในทำนองเดียวกัน พระเจ้าทรงแยกมิติฝ่ายวิญญาณอันกว้างใหญ่ไพศาลออกเป็นมิติฝ่ายร่างกายที่ปรากฏแก่ตาและมิติฝ่าย

วิญญาณที่ไม่ปรากฏแก่ตา แน่นอน มิติฝ่ายร่างกายและมิติฝ่ายวิญญาณไม่ได้ดำรงอยู่เหมือนกับแก๊สสองชนิดที่อยู่ในตัวอย่างทั้งสองมิตินี้อาจดูแยกจากกัน แต่ทั้งสองมิติก็คาบเกี่ยวกันและกัน และในขณะที่ทั้งสองมิติคาบเกี่ยวกัน ทั้งสองก็แยกออกจากกันด้วยเช่นกัน

เหมือนที่ปรากฏเป็นหลักฐานว่ามิติฝ่ายร่างกายและมิติฝ่ายวิญญาณอยู่แยกกันอย่างลึกลับ พระเจ้าจึงทรงกำหนดทางผ่านไปยังมิติฝ่ายวิญญาณไว้ตามที่ต่าง ๆ ในจักรวาล มิติฝ่ายวิญญาณไม่ใช่สถานที่อันห่างไกล ในท้องฟ้าที่เรามองเห็นมีทางผ่านไปสู่มิติฝ่ายวิญญาณอยู่หลายแห่ง ถ้าพระเจ้าทรงเปิดตาฝ่ายวิญญาณของเรา ในบางกรณีเราก็จะสามารถมองเห็นมิติฝ่ายวิญญาณผ่านช่องทางเหล่านั้น

เมื่อสเทเฟนเต็มล้นด้วยพระวิญญาณและมองเห็นพระเยซูทรงประทับยืนอยู่เบื้องขวาพระหัตถ์ของพระเจ้า สิ่งนั้นเป็นเพราะสายตาฝ่ายและทางผ่านไปสู่มิติฝ่ายวิญญาณถูกเปิดออกนั่นเอง

เอลียาห์ถูกรับขึ้นไปสู่สวรรค์ในขณะที่มีชีวิตอยู่ พระเยซูองค์พระผู้เป็นเจ้าที่คืนพระชนม์เสด็จขึ้นสู่สวรรค์ โมเสสและเอลียาห์ปรากฏตัวบนภูเขาแห่งการจำแลงพระกาย เราสามารถเข้าใจว่าปรากฏการณ์เหล่านี้เป็นเหตุการณ์ที่เกิดขึ้นจริงได้อย่างไรถ้าเรายอมรับความจริงที่ว่ามีทางผ่านจำนวนมากอยู่ในมิติฝ่ายวิญญาณ

จักรวาลยิ่งใหญ่มโหฬารและมีขนาดที่ไม่ไร้ขอบเขตจำกัดมาก ภาคพื้นที่เรามองเห็นจากแผ่นดินโลก (จักรวาลที่สังเกตเห็นได้) คือระบบจักรวาลที่อยู่ในรัศมีประมาณ 46 พันล้านปีแสง ถ้ามีมิติฝ่ายวิญญาณอยู่หลังจากที่จักรวาลซึ่งเรามองเห็นนี้สิ้นสุดลง เราคงต้องใช้เวลาอย่างไม่มีสิ้นสุดเพื่อไปให้ถึงมิติฝ่ายวิญญาณ

แม้ด้วยยานอวกาศที่รวดเร็วที่สุด นอกจากนั้น ท่านลองจินตนาการถึงระยะทางที่ทูตสวรรค์ต้องท่องไปเพื่อเคลื่อนไหวไปมาระหว่างมิติฝ่ายวิญญาณและโลกใบนี้ แต่เพราะมีทางผ่านไปสู่มิติฝ่ายวิญญาณอยู่เป็นจำนวนมากซึ่งสามารถเปิดและปิดได้เราจึงสามารถเดินทางท่องไประหว่างมิติฝ่ายวิญญาณและโลกใบนี้อย่างง่ายดายเหมือนเดินผ่านประตู

พระเจ้าทรงสร้างสวรรค์ทั้งสี่

หลังจากที่พระเจ้าทรงแยกจักรวาลออกเป็นมิติฝ่ายวิญญาณและมิติฝ่ายร่างกายแล้วพระองค์ทรงแยกมิติเหล่านั้นออกเป็นสวรรค์ชั้นต่าง ๆ ตามความต้องการ พระคัมภีร์ไม่ได้กล่าวว่ามีสวรรค์อยู่เพียงชั้นเดียว แต่พระคัมภีร์กล่าวถึงสวรรค์หลายชั้น ที่จริงพระคัมภีร์บอกเราว่ายังมีฟ้าสวรรค์อื่น ๆ มากกว่าฟ้าสวรรค์เดียวที่เรามองเห็นด้วยตาฝ่ายร่างกายของเรา

เฉลยธรรมบัญญัติ 10:14 กล่าวว่า "ดูเถิด ฟ้าสวรรค์และฟ้าสวรรค์อันสูงสุดและโลกกับบรรดาสิ่งสารพัดที่อยู่ในโลกเป็นของพระเยโฮวาห์พระเจ้าของท่าน" สดุดี 68:33 กล่าวว่า "ต่อพระองค์ผู้ทรงฟ้าสวรรค์ ฟ้าสวรรค์ดึกดำบรรพ์ ดูเถิด พระองค์ทรงเปล่งพระสุรเสียงของพระองค์ คือพระสุรเสียงอันทรงมหิทธิฤทธิ์" และกษัตริย์ซาโลมอนกล่าวไว้ใน 1 พงศ์กษัตริย์ 8:27 ว่า "แต่พระเจ้าจะทรงประทับที่แผ่นดินโลกหรือ ดูเถิด ฟ้าสวรรค์และฟ้าสวรรค์อันสูงที่สุดยังรับพระองค์อยู่ไม่ได้ พระนิเวศซึ่งข้าพระองค์ได้สร้างขึ้นจะรับพระองค์ไม่ได้ยิ่งกว่านั้นสักเท่าใด"

พระเจ้าทรงใช้คำว่า "สวรรค์" เพื่ออธิบายถึงมิติฝ่ายวิญญาณ ดังนั้นเราจึงสามารถเข้าใจได้ง่ายขึ้นว่าพื้นที่ต่

าง ๆ เป็นของมิติฝ่ายวิญญาณ โดยทั่วไป “สวรรค์” ถูกจำแนกออกเป็นสี่ส่วน เราเรียกพื้นที่ทางกายภาพทั้งหมด (ซึ่งประกอบด้วยโลก ระบบสุริยจักรวาล กลุ่มดาวกาแลกซี และจักรวาลทั้งหมดของเรา) ว่าสวรรค์ชั้นที่หนึ่ง

จากสวรรค์ชั้นที่สองเป็นต้นไปคือพื้นที่ฝ่ายวิญญาณ สวนเอเดนและพื้นที่อยู่อาศัยของวิญญาณตั้งอยู่ในสวรรค์ชั้นที่สอง หลังจากพระเจ้าทรงสร้างมนุษย์พระองค์ทรงสร้างสวนไว้ในเอเดนซึ่งเป็นพื้นที่แห่งความสว่างในสวรรค์ชั้นที่สอง พระเจ้าทรงนำมนุษย์เข้ามาอยู่ในสวนเอเดนและทรงอนุญาตให้เขามีอำนาจครอบครองเหนือสิ่งสารพัด (ปฐมกาล 2:15)

พระที่นั่งของพระเจ้าตั้งอยู่ในสวรรค์ชั้นที่สามซึ่งเป็นแผ่นดินสวรรค์ที่บุตรของพระเจ้าผู้ได้รับความรอดและผ่านการเตรียมมนุษย์จะเข้าไปอาศัยอยู่

สวรรค์ชั้นที่สี่คือสวรรค์ดั้งเดิมที่พระเจ้าเคยดำรงอยู่เพียงลำพังในฐานะความสว่างก่อนที่พระองค์ทรงแยกพื้นที่ออกจากกัน สวรรค์ชั้นนี้เป็นพื้นที่อันลึลับซึ่งพระเจ้าทรงทำให้สิ่งสารพัดสำเร็จเป็นจริงตามที่พระเจ้าทรงคิดไว้ในพระทัยของพระองค์ สวรรค์ชั้นที่สี่ยังเป็นพื้นที่ซึ่งอยู่เหนือความจำกัดของเวลาและสถานที่ด้วยเช่นกัน

2. พื้นที่ฝ่ายร่างกายและพื้นที่ฝ่ายวิญญาณ

แม้ผู้เชี่ยวชาญทางด้านพระคัมภีร์จำนวนมากพยายามค้นหาสวนเอเดน แต่ทำไมเขาจึงหาไม่พบ? สาเหตุก็เพราะว่าสวนเอเดนตั้งอยู่ในสวรรค์ชั้นที่สองซึ่งเป็นมิติฝ่ายวิญญาณ

พื้นที่ซึ่งพระเจ้าทรงแยกออกจากกันสามารถแบ่งออกเป็นพื้นที่ฝ่ายร่างกายและพื้นที่ฝ่ายวิญญาณ เพื่อบุตรที่พระเจ้าจะได้จากการเต

รียมมนุษย์ พระองค์จึงทรงสร้างแผ่นดินสวรรค์ไว้ในสวรรค์ชั้นที่สามและทรงตั้งแผ่นดินโลกไว้ในสวรรค์ชั้นที่หนึ่งเพื่อให้เป็นเวทีสำหรับการเตรียมมนุษย์

ปฐมกาลบทที่ 1 บันทึกขั้นตอนของการทรงสร้างทั้งหกวันของพระเจ้าไว้โดยย่อ พระเจ้าไม่ได้ทรงทำให้แผ่นดินโลกเสร็จสิ้นอย่างสมบูรณ์แบบตั้งแต่แรก อันดับแรกพระองค์ทรงวางรากฐานของแผ่นดินและจากนั้นทรงสร้างท้องฟ้าผ่านการเคลื่อนไหวของเปลือกโลกและผ่านปรากฏการณ์ทางด้านอุตุนิยมวิทยา พระเจ้าทรงเพิ่มเติมความพยายามมากมายเป็นระยะเวลาอันยาวนาน (บางครั้งพระองค์ถึงกับลงมาบนแผ่นดินโลกด้วยพระองค์เองเพื่อดูว่าสิ่งต่าง ๆ ดำเนินไปอย่างไรบ้าง) เพราะแผ่นดินโลกเป็นสถานที่ซึ่งจะทำให้พระองค์มีบุตรที่รักอย่างแท้จริงของพระองค์

เช่นเดียวกับตัวอ่อนเจริญเติบโตขึ้นด้วยความปลอดภัยในน้ำคร่ำของครรภ์มารดา ในทำนองเดียวกัน หลังจากแผ่นดินโลกถูกสร้างและลงรากฐานแล้ว แผ่นดินโลกทั้งสิ้นก็ถูกปกคลุมไปด้วยน้ำจำนวนมหาศาลเช่นกันและน้ำนี้เป็นน้ำแห่งชีวิตที่มีแหล่งกำเนิดมาจากสวรรค์ชั้นที่สาม ในที่สุดแผ่นดินโลกก็พร้อมที่จะเป็นสถานที่อาศัยของสิ่งมีชีวิตทั้งปวงอันเป็นผลมาจากแผ่นดินโลกถูกปกคลุมด้วยน้ำแห่งชีวิต

พื้นที่ฝ่ายร่างกายเป็นสถานที่สำหรับการเตรียมมนุษย์

เมื่อพระเจ้าตรัสว่า "จงให้มีความสว่าง" ในวันแรกของการทรงสร้าง ความสว่างฝ่ายวิญญาณที่มาจากพระที่นั่งของพระเจ้าก็ปรากฏขึ้นและปกคลุมแผ่นดินโลก ด้วยความสว่างแห่งฤทธิ์อำนาจนิรันดร์ของพระเจ้านี้ธรรมชาติของพระเจ้าจึงปรา

กฎอยู่ในสิ่งสารพัดและสิ่งสารพัดก็ถูกควบคุมด้วยกฎของธรรมชาติ (โรม 1:20)

พระเจ้าทรงแยกความสว่างออกจากความมืดและทรงเรียกความสว่างนั้นว่า "วัน" และความมืดนั้นว่า "คืน" พระเจ้าทรงตั้งกฎเพื่อให้มีวันและคืนและการไหลของเวลาแม้กระทั่งก่อนที่พระองค์ทรงสร้างดวงอาทิตย์และดวงจันทร์

ในวันที่สองพระเจ้าทรงทำให้มีพื้นอากาศในระหว่างน้ำและสิ่งนั้นได้แยกที่ปกคลุมแผ่นดินโลกออกเป็นน้ำซึ่งอยู่ใต้พื้นอากาศและน้ำซึ่งอยู่เหนือพื้นอากาศ พระเจ้าทรงเรียกพื้นอากาศนี้ว่าฟ้าสวรรค์ซึ่งได้แก่ท้องฟ้าที่ปรากฏแก่ตาของเรา บัดนี้สภาพแวดล้อมพื้นฐานซึ่งสามารถส่งเสริมสิ่งมีชีวิตทั้งปวงได้ถูกสร้างขึ้นแล้ว อากาศถูกสร้างขึ้นเพื่อให้สิ่งมีชีวิตหายใจ เมฆและท้องฟ้าถูกสร้างเพื่อให้เกิดปรากฏการณ์ทางด้านอุตุนิยมวิทยา

น้ำที่อยู่ใต้พื้นอากาศคือน้ำที่เหลืออยู่บนพื้นผิวแผ่นดินโลก นี่เป็นแหล่งน้ำซึ่งก่อให้เกิดมหาสมุทร ทะเล ทะเลสาบ และแม่น้ำ (ปฐมกาล 1:9-10)

น้ำที่อยู่เหนือพื้นอากาศถูกเก็บไว้ให้กับเอเดนในสวรรค์ชั้นที่สอง ในวันที่สามพระเจ้าทรงทำให้น้ำที่อยู่ใต้ฟ้ารวมอยู่ในที่แห่งเดียวกันเพื่อแยกทะเลออกจากแผ่นดิน พระเจ้าทรงสร้างหญ้าและพืชผักด้วยเช่นกัน

ในวันที่สี่พระเจ้าทรงสร้างดวงอาทิตย์ ดวงจันทร์ และดวงดาวและทรงให้สิ่งเหล่านี้ครองกลางวันและกลางคืน ในวันที่ห้าพระองค์ทรงสร้างปลาและนกนานาชนิด สุดท้าย ในวันที่หกพระองค์ทรงสร้างสัตว์ทุกชนิดและมนุษย์

พื้นที่ฝ่ายวิญญาณที่มองไม่เห็น

สวนเอเดนอยู่ในมิติฝ่ายวิญญาณของสวรรค์ชั้นที่สอง แต่จะแตกต่างจากมิติฝ่ายวิญญาณในสวรรค์ชั้นที่สาม มิติฝ่ายวิญญาณของสวรรค์ชั้นที่สองไม่ใช่มิติฝ่ายวิญญาณอย่างสมบูรณ์เนื่องจากมิติฝ่ายวิญญาณนี้สามารถอยู่ร่วมกับมิติฝ่ายร่างกาย พูดง่าย ๆ ก็คือมิติฝ่ายวิญญาณนี้เป็นเหมือนช่วงชั้นตรงกลางระหว่างเนื้อหนังและวิญญาณ หลังจากพระเจ้าทรงสร้างมนุษย์ให้เป็นวิญญาณผู้มีชีวิตแล้วพระองค์ทรงสร้างสวนไว้ในเอเดนทางทิศตะวันออกและพระองค์ทรงให้มนุษย์มาอาศัยอยู่ในสวนนั้น (ปฐมกาล 2:8)

คำว่า "ทิศตะวันออก" ในที่นี้ไม่ได้หมายถึงทิศตะวันออกทางกายภาพ คำนี้มีความหมายพิเศษว่า "เป็นพื้นที่หนึ่งซึ่งล้อมรอบไปด้วยความสว่าง" ปัจจุบัน นักวิชาการพระคัมภีร์หลายคนคิดว่าสวนเอเดนอยู่ในบริเวณรอบ ๆ แม่น้ำยูเฟรติสและไทกริชและแม้เขาได้ทำการค้นคว้าและการสำรวจทางโบราณคดีอย่างกว้างขวางแต่เขาก็ยังไม่สามารถค้นพบร่องรอยของสวนเอเดนเลย สาเหตุก็เพราะว่าเอเดน (ซึ่งครั้งหนึ่งเคยเป็นที่อยู่อาศัยของอาดัม "วิญญาณผู้มีชีวิต") อยู่ในสวรรค์ชั้นที่สองซึ่งเป็นมิติฝ่ายวิญญาณ

สวนเอเดนเป็นพื้นที่กว้างใหญ่ไพศาลเหนือจินตนาการของเรา บรรดาลูกหลานที่อาดัมให้กำเนิดก่อนการทำบาปของเขายังคงอาศัยอยู่ที่นั่นพร้อมกับให้กำเนิดกับลูกหลานเพิ่มมากขึ้นอย่างต่อเนื่อง สวนเอเดนไม่มีข้อจำกัดในเรื่องพื้นที่ ดังนั้นสวนเอเดนจึงไม่มีวันแออัดแม้วันเวลาจะผ่านพ้นไป

แต่ในปฐมกาล 3:24 เราอ่านพบว่าพระเจ้าทรงตั้งพวกเครูบและตั้งดาบเพลิงซึ่งหมุนได้รอบทิศทางไว้ทางทิศตะวันออกของสวนเอเดน

การสร้างเนื้อหนัง

สาเหตุก็เพราะว่าทิศตะวันออกของสวนเอเดนติดกันกับพื้นที่แห่งความมืด วิญญาณชั่วต้องการที่จะเข้าไปยังสวนเอเดนอยู่เสมอด้วยเหตุผลหลายประการ ประการแรก วิญญาณชั่วต้องการที่จะทดลองอาดัมและประการที่สองมันอยากได้ผลของต้นไม้แห่งชีวิต วิญญาณชั่วต้องการมีชีวิตนิรันดร์ด้วยการกินผลไม้นั้นและต่อสู้กับพระเจ้าตลอดไปชั่วนิรันดร์ อาดัมมีหน้าที่ปกป้องสวนเอเดนจากอำนาจของความมืด แต่เนื่องจากอาดัมถูกผีมารซาตานหลอกให้กินผลจากต้นไม้แห่งการรู้ดีและรู้ชั่วและถูกขับไล่ออกไปจากโลกนี้ พวกเครูบและดาบเพลิงจึงเข้ามาทำหน้าที่ปกป้องสวนเอเดนแทนอาดัม

เราสามารถอนุมานได้ว่าพื้นที่แห่งความสว่างซึ่งเป็นที่ตั้งของสวนเอเดนและพื้นที่แห่งความมืดอยู่ในสวรรค์ชั้นที่สองด้วยกัน นอกจากนี้ ในพื้นที่แห่งความสว่างในสวรรค์ชั้นที่สองนั้นยังมีพื้นที่ซึ่งผู้เชื่อจะเข้าร่วมในงานเลี้ยงสมรสเจ็ดปีกับองค์พระผู้เป็นเจ้าหลังจากการเสด็จมาครั้งที่สองของพระองค์ด้วยเช่นกัน พื้นที่จัดงานเลี้ยงสมรสนี้งดงามยิ่งกว่าสวนเอเดนมากนัก ทุกคนที่ได้รับความรอดนับตั้งแต่การทรงสร้างโลกเป็นต้นมาจะเข้าร่วมในงานนี้และท่านลองคิดดูซิว่าพื้นที่แห่งนี้จะกว้างใหญ่ไพศาลสักเพียงใด

นอกจากนั้น ในมิติฝ่ายวิญญาณยังมีสวรรค์ชั้นที่สามและชั้นที่สี่ด้วยเช่นกันและคำอธิบายโดยรายละเอียดของสถานที่เหล่านี้จะอยู่ในหนังสือเรื่อง "วิญญาณ จิตใจ และร่างกาย" เล่มที่สอง เหตุผลที่พระเจ้าทรงแยกให้มีพื้นที่ฝ่ายร่างกายและพื้นที่ฝ่ายวิญญาณและทรงจำแนกมิติเหล่านั้นเป็นพื้นที่ต่าง ๆ มากมายก็เพื่อเราทั้งหลายที่เป็นมนุษย์นั่นเอง สิ่งนี้เกิดขึ้นภายในการจัดเตรียมล่วงหน้าของพระเจ้าเกี่ยวกับการเตรียมมนุษย์เพื่อพระองค์จะมีบุตรที่แท้จริง มนุษย์ประกอบด้วยอะไรและประกอบเข้าด้วยกันอย่างไร?

3. มนุษย์ที่ประกอบด้วยวิญญาณ จิตใจ และร่างกาย

ประวัติศาสตร์ของมนุษยชาติทีบันทึกไว้ในพระคัมภีร์เริมกับช่วงเวลาทีอาดัมถูกขับไล่ให้ไปอาศัยอยู่แผ่นดินโลกเนืองจากบาปของเขา ประวัติศาสตร์นีไม่ได้รวมถึงช่วงเวลาในระหว่างทีอาดัมอาศัยอยู่ในสวนเอเดน

1) อาดัมเป็นวิญญาณผู้มีชีวิต

การทำความเข้าใจมนุษย์คนแรก (อาดัม) คือจุดเริมต้นของความเข้าใจรากฐานของมนุษย์ พระเจ้าทรงสร้างอาดัมให้เป็นวิญญาณผู้มีชีวิตเพือการเตรียมมนุษย์ ปฐมกาล 2:7 อธิบายถึงการทรงสร้างอาดัมว่า “พระเยโฮวาห์พระเจ้าทรงปั้นมนุษย์ด้วยผงคลีดิน ทรงระบายลมปราณแห่งชีวิตเข้าทางจมูกของเขา และมนุษย์จึงเกิดเป็นจิตวิญญาณมีชีวิตอยู่”

วัสดุทีพระเจ้าทรงใช้ในการสร้างอาดัมคือผงคลีดิน สาเหตุก็เพราะว่ามนุษย์จะเข้าสู่การเตรียมมนุษย์บนโลกนีนันเอง (ปฐมกาล 3:23)

อีกสาเหตุหนึงก็เพราะว่าดิน (ผงคลีดิน) จะเปลียนคุณลักษณะไปตามปัจจัยต่าง ๆ ทีถูกเพิมเข้าไปในดินนัน

พระเจ้าไม่เพียงแต่สร้างรูปร่างของมนุษย์จากผงคลีดินเท่านันแต่พระองค์ทรงสร้างอวัยวะภายใน กระดูก เส้นโลหิต และเส้นประสาทของเขาจากผงคลีดินด้วยเช่นกัน ช่างปั้นฝีมือยอดเยียมทำเครืองปั้นทีทรงคุณค่าของตนด้วยดินเหนียวคุณภาพดีก้อนหนึง เนืองจากพระเจ้าทรงสร้างมนุษย์ตามพระฉายาของพระเจ้ามนุษย์จึงมีความสง่างามอย่างยิง

อาดัมถูกสร้างให้มีผิวหนังสีขาวนวลผ่องทีใสสะอาด อาดัมมีร่างกายแข็งแรงและร่างกายของเขาสมบูรณ์แบบตังแต่หัวจรด

เท้าซึ่งรวมถึงอวัยวะและเซลล์ทุกส่วนในร่างกายของเขาเช่นกัน อาดัมเป็นคนที่สง่างาม เมื่อพระเจ้าทรงระบายลมปราณแห่งชีวิตเข้าไปทางจมูกของเขา อาดัมก็กลายเป็นผู้มีชีวิตซึ่งได้แก่วิญญาณผู้มีชีวิต ขั้นตอนนี้คล้ายคลึงกับหลอดไฟฟ้าที่ถูกผลิตออกมาเป็นอย่างดีซึ่งไม่สามารถส่องแสงสว่างออกมาด้วยตนเอง หลอดไฟนี้จะสามารถส่องแสงสว่างออกมาได้ก็ต่อเมื่อได้รับกระแสไฟฟ้าเข้าไปเท่านั้น จิตใจของอาดัมเริ่มเต้น เลือดของเขาเริ่มถ่ายเท อวัยวะและเซลล์ทุกส่วนเริ่มทำหน้าที่ของตนหลังจากที่เขาได้รับลมปราณแห่งชีวิตจากพระเจ้าเข้าไปแล้วเท่านั้น สมองของเขาเริ่มทำงาน ตาของเขาเริ่มมองเห็น หูของเขาเริ่มได้ยิน และร่างกายของเขาเริ่มเคลื่อนไหวตามที่เขาต้องการหลังจากที่เขาได้รับลมปราณแห่งชีวิตเท่านั้น

ลมปราณแห่งชีวิตเป็นสารผลึกแห่งฤทธิ์อำนาจของพระเจ้า เราสามารถเรียกสิ่งนี้ว่าเป็นพลังงานของพระเจ้าได้เช่นกัน สิ่งนี้คือแหล่งพลังเพื่อการมีชีวิตอยู่ต่อไป หลังจากพระเจ้าทรงระบายลมปราณแห่งชีวิตเข้าไปในอาดัมเขาก็มีรูปทรงของวิญญาณที่มีลักษณะเหมือนกับร่างกายของเขา อาดัมมีรูปทรงของร่างกายของตนฉันใด วิญญาณของอาดัมมีรูปทรงเหมือนกับร่างกายของเขาฉันนั้น คำอธิบายเพิ่มเติมโดยละเอียดเกี่ยวกับรูปทรงของวิญญาณจะอยู่ในชุดที่สองของหนังสือเล่มนี้

ร่างกายของอาดัม (ซึ่งเวลานี้เป็นวิญญาณผู้มีชีวิต) ประกอบด้วยเนื้อหนังและกระดูกของร่างกายที่ไม่เสื่อมสูญ ร่างกายบรรจุวิญญาณที่สื่อสารกับพระเจ้าและจิตใจที่ช่วยเหลือวิญญาณเอาไว้ จิตใจและร่างกายเชื่อฟังวิญญาณ ด้วยวิธีนี้อาดัมจึงรักษาพระคำของพระเจ้าและสื่อสารกับพระเจ้าผู้ทรงเป็นพระวิญญาณ

เมื่ออาดัมถูกสร้างขึ้นครั้งแรกนั้นเขามีร่างกายของผู้ใหญ่อย่างค

รบถ้วนสมบูรณ์แล้ว แต่เขาไม่มีความรู้เลย เด็กทารกจะมีคุณลักษณะที่เหมาะสมและทำหน้าที่ของตนอย่างมีประสิทธิภาพในสังคมได้ก็โดยผ่านการศึกษาเท่านั้น เขาต้องมีความรู้ที่เหมาะสมในตนเองด้วยเช่นกัน ดังนั้นหลังจากที่พระเจ้าทรงนำเขาเข้าไปในสวนเอเดนแล้วพระเจ้าได้ทรงสอนอาดัมด้วยความรู้เรื่องความจริงและความรู้เรื่องวิญญาณ พระเจ้าทรงสอนเขาเกี่ยวกับความกลมกลืนของสิ่งสารพัดในจักรวาล กฎของมิติฝ่ายวิญญาณ พระคำแห่งความจริงและความรู้ที่ไม่จำกัดของพระเจ้า เพราะเหตุนี้อาดัมจึงสามารถครอบครองแผ่นดินโลกและปกครองเหนือสิ่งสารพัด

อาดัมมีชีวิตอยู่เป็นเวลาอันยาวนานจนไม่อาจนับได้

อาดัม (ซึ่งเป็นวิญญาณผู้มีชีวิต) ครอบครองสวนเอเดนและแผ่นดินโลกในฐานะผู้มีอำนาจครอบครองเหนือสิ่งทรงสร้างทั้งปวงโดยมีความรู้และสติปัญญาในเรื่องวิญญาณ พระเจ้าทรงเห็นว่าการที่อาดัมจะอยู่เพียงลำพังนั้นไม่ใช่สิ่งที่ดีและพระองค์ทรงสร้างเอวาผู้หญิงคนหนึ่งขึ้นมาจากกระดูกซี่โครงของเขา พระเจ้าทรงทำให้เอวาเป็นคู่อุปถัมภ์ที่เหมาะสมสำหรับเขาและทั้งสองคนจึงกลายเป็นเนื้อเดียวกัน ตอนนี้คำถามก็คือทั้งสองคนมีชีวิตอยู่ในสวนเอเดนยาวนานเพียงใด?

พระคัมภีร์ไม่ได้ให้ตัวเลขที่เฉพาะเจาะจง แต่ทั้งสองคนมีชีวิตอยู่ในสวนแห่งนั้นเป็นเวลาอันยาวนานจนไม่อาจจินตนาการได้ แต่เราค้นพบในปฐมกาล 3:16 ที่กล่าวว่า "พระองค์ตรัสแก่หญิงนั้นว่า 'เราจะเพิ่มความทุกข์ยากให้มากขึ้นแก่เจ้าและการตั้งครรภ์ของเจ้า เจ้าจะคลอดบุตรด้วยความเจ็บปวด เจ้ายังต้องการสามีของเจ้า และเขาจะปกครองเจ้า'"

เอวาได้รับการแช่งสาปซึ่งเป็นผลของความบาปที่เขาได้ทำและใ

นการแช่งสาปนั้นเขาจะมีความเจ็บปวดเพิ่มมากขึ้นในการคลอดบุตร กล่าวคือ ก่อนการถูกแช่งสาปเอวาเคยให้กำเนิดบุตรในสวนเอเดน แต่การคลอดบุตรนั้นมีความเจ็บปวดเพียงเล็กน้อย อาดัมและเอวาเป็นวิญญาณผู้มีชีวิตซึ่งไม่แก่เฒ่า ดังนั้นทั้งสองจึงมีชีวิตอยู่เป็นเวลาอันยาวนานและมีลูกดกทวีเพิ่มมากขึ้น

หลายคนคิดว่าอาดัมกินผลจากต้นไม้แห่งการรู้ดีและรู้ชั่วไม่นานหลังจากที่เขาถูกสร้าง บางคนถึงกับตั้งคำถามว่า "ในเมื่อประวัติศาสตร์ของมนุษยชาติที่บันทึกไว้ในพระคัมภีร์มีระยะเวลาเพียง 6 พันปี แล้วเพราะเหตุใดเราจึงค้นพบซากพืชหรือซากสัตว์ที่เป็นหินซึ่งมีอายุหลายหมื่นหลายแสนปีเล่า?"

ประวัติศาสตร์ของมนุษยชาติที่บันทึกไว้ในพระคัมภีร์เริ่มจากช่วงเวลาที่อาดัมถูกขับไล่ให้ไปอาศัยอยู่ในแผ่นดินโลกหลังจากที่เขาทำบาป ประวัติศาสตร์ไม่ได้รวมถึงช่วงเวลาที่เขาอาศัยอยู่ในสวนเอเดน ในขณะที่อาดัมอาศัยอยู่ในสวนเอเดนนั้นแผ่นดินโลกกำลังเผชิญกับปรากฏการณ์หลายอย่าง เช่น การเคลื่อนตัวของเปลือกโลกและการเปลี่ยนแปลงทางด้านภูมิศาสตร์ต่าง ๆ ที่เกี่ยวข้องรวมทั้งการเจริญเติบโตและการสูญพันธุ์ของสิ่งมีชีวิตชนิดต่าง ๆ อีกมากมาย สิ่งเหล่านี้กลายเป็นซากพืชหรือซากสัตว์ที่เป็นหิน เพราะเหตุนี้เราจึงสามารถค้นพบซากพืชซากสัตว์ที่คาดว่ามีอายุหลายล้านปี

2) อาดัมทำบาป
เมื่อพระเจ้าทรงนำอาดัมเข้าไปอยู่ในสวนเอเดนพระองค์ทรงห้ามไม่ให้เขาทำสิ่งหนึ่ง พระองค์ตรัสห้ามไม่ให้อาดัมกินผลจากต้นไม้แห่งการรู้ดีและรู้ชั่ว แต่หลังจากเวลาอันยาวนานผ่านพ้นไปอาดัมและเอวาก็กินผลจากต้นไม้นั้น ทั้งสองคนถูกขับไล่ออกจากสวนเอเดนเพื่อไปอาศัยอยู่ในโลกและการเตรียมมนุษย์เริ่มต้นจากจุดนี้

27

อาดัมทำบาปได้อย่างไร? มีทูตอยู่องค์หนึ่งซึ่งกำลังไล่ล่าเอาสิทธิอำนาจซึ่งอาดัมได้รับจากพระเจ้า ทูตองค์นั้นคือลูซิเฟอร์ซึ่งเป็นหัวหน้าของเหล่าวิญญาณชั่ว ลูซิเฟอร์คิดว่าตนต้องช่วงชิงเอาสิทธิอำนาจจากอาดัมเพื่อจะต่อสู้กับพระเจ้าและเอาชนะการต่อสู้ ดังนั้นเขาจึงวางแผนอย่างแยบยลและใช้งูที่ฉลาดและเจ้าเล่ห์

ปฐมกาล 3:1 กล่าวว่า "งูนั้นเป็นสัตว์ที่ฉลาดกว่าบรรดาสัตว์ในท้องทุ่งซึ่งพระเยโฮวาห์พระเจ้าได้ทรงสร้างไว้" งูถูกสร้างขึ้นจากดินเหนียวซึ่งมีลักษณะของความฉลาดแกมโกงอยู่ในนั้น

มีความเป็นไปได้สูงที่ว่างูจะรับเอาความชั่วร้ายของความฉลาดแกมโกงมากกว่าสัตว์ชนิดอื่นเพราะงูมีลักษณะดังกล่าวอยู่ในตัวมัน ลักษณะเหล่านี้ของงูจึงถูกยุยงจากวิญญาณชั่วและงูกลายเป็นเครื่องมือของวิญญาณชั่วในการทดลองมนุษย์

วิญญาณชั่วทดลองมนุษย์อยู่เสมอ

ในเวลานั้นอาดัมมีสิทธิอำนาจมากจนเขาสามารถครอบครองสวนเอเดนและเหนือแผ่นดินโลก ดังนั้นจึงไม่ใช่เรื่องง่ายที่งูจะทดลองอาดัมโดยตรง เพราะเหตุนี้งูจึงเลือกทดลองเอวาเป็นคนแรก งูกล่าวกับหญิงนั้นอย่างมีเล่ห์เหลี่ยมว่า "จริงหรือที่พระเจ้าตรัสว่า `เจ้าอย่ากินผลจากต้นไม้ทุกชนิดในสวนนี้'" (ข้อ 1) พระเจ้าไม่เคยตรัสสั่งสิ่งใดกับเอวา พระเจ้าทรงมอบคำสั่งนั้นให้กับอาดัม แต่งูกลับตั้งคำถามราวกับว่าพระเจ้าทรงมอบคำสั่งนั้นให้กับเอวาโดยตรง พระคัมภีร์บันทึกคำตอบของเอวาไว้ว่า "หญิงนั้นจึงกล่าวแก่งูว่า 'ผลของต้นไม้ชนิดต่างๆในสวนนี้เรากินได้ แต่ผลของต้นไม้ต้นหนึ่งซึ่งอยู่ท่ามกลางสวน พระเจ้าตรัสว่า `เจ้าอย่ากินหรือแตะต้องมันมิฉะนั้นเจ้าจะตาย'" (ปฐมกาล 3:2-3)

พระเจ้าตรัสว่า "...เพราะว่าเจ้ากินในวันใด

เจ้าจะตายแน่ในวันนั้น” (ปฐมกาล 2:17) แต่เอวากล่าวว่า “มิฉะนั้นเจ้าจะตาย” ท่านอาจคิดว่าคำตอบนี้แตกต่างกันน้อยมาก แต่สิ่งนี้พิสูจน์ให้เห็นว่าเอวาไม่ได้รักษาพระคำของพระเจ้าไว้ในจิตใจของเขาอย่างถูกต้อง สิ่งนี้ยังแสดงให้เห็นว่าเอวาไม่ได้เชื่อในพระคำของพระเจ้าอย่างถ่องแท้เช่นกัน เมื่องูเห็นเอวาเปลี่ยนแปลงพระคำของพระเจ้ามันจึงเริ่มทดลองเอวาหนักมากขึ้น

ปฐมกาล 3:4-5 กล่าวว่า “งูจึงกล่าวแก่หญิงนั้นว่า ‘เจ้าจะไม่ตายแน่ เพราะว่าพระเจ้าทรงทราบว่าเจ้ากินผลไม้นั้นวันใด ตาของเจ้าจะสว่างขึ้นวันนั้น และเจ้าจะเป็นเหมือนพระที่รู้ดีรู้ชั่ว’”

เมื่อซาตานยุยงงูให้ใส่ความอยากไว้ในจิตใจของเอวา ต้นไม้แห่งการรู้ดีและรู้ชั่วจึงมองดูแตกต่างออกไปสำหรับเขาเพราะพระคัมภีร์กล่าวว่า “...ต้นไม้นั้นเหมาะสำหรับเป็นอาหารและมันงามน่าดู และต้นไม้ต้นนั้นเป็นที่น่าปรารถนาเพื่อให้เกิดปัญญา” (ข้อ 6)

เอวาไม่เคยมีเจตนาที่จะละเมิดพระคำของพระเจ้า แต่เมื่อความอยากของเขาก่อตัวขึ้นเขาจึงกินผลจากต้นไม้นั้น เอวายื่นผลไม้นั้นกับอาดัมสามีของตนและเขาก็กินด้วย

ข้อแก้ตัวของอาดัมและเอวา

ในปฐมกาล 3:11 พระเจ้าตรัสถามอาดัมว่า “ใครได้บอกเจ้าว่าเจ้าเปลือยกายอยู่ เจ้าได้กินผลจากต้นไม้นั้น ซึ่งเราสั่งเจ้าไว้ว่าเจ้าอย่ากินแล้วหรือ”

พระเจ้าทรงทราบทุกสถานการณ์ แต่พระองค์ทรงต้องการให้อาดัมยอมรับความผิดของตนและกลับใจ แต่อาดัมกลับทูลตอบว่า “หญิงซึ่งพระองค์ทรงประทานให้อยู่กับข้าพระองค์นั้น

นางได้ส่งผลจากต้นไม้ ข้าพระองค์จึงรับประทาน" (ข้อ 12) อาดัมกำลังพูดเป็นนัยว่าถ้าพระเจ้าไม่ได้ประทานผู้หญิงให้กับเขาเขาคงไม่ทำสิ่งนั้น แทนที่จะยอมรับความผิดของตนอาดัมกลับต้องการที่จะหลบเลี่ยงผลลัพธ์ของสถานการณ์ที่เกิดขึ้น แน่นอน เอวาเป็นคนที่ยื่นผลไม้ให้กับอาดัมกิน แต่อาดัมเป็นศีรษะของผู้หญิง ดังนั้นเขาจึงควรแสดงความรับผิดชอบต่อสิ่งที่เกิดขึ้น

ตอนนี้พระเจ้าตรัสถามหญิงนั้นในปฐมกาล 3:13 ว่า "เจ้าทำอะไรลงไป" แม้อาดัมต้องแสดงความรับผิดชอบ เอวาก็ไม่อาจรับการยกเว้นจากความบาปที่เขาได้ทำลงไป แต่เอวาก็โยนความผิดให้กับงูด้วยเช่นกันโดยกล่าวว่า "งูล่อลวงข้าพระองค์ ข้าพระองค์จึงรับประทาน" และเกิดอะไรขึ้นกับอาดัมกับเอวาที่ทำบาปเหล่านี้

วิญญาณของอาดัมตาย

ปฐมกาล 2:17 กล่าวว่า "แต่ต้นไม้แห่งความรู้ดีและรู้ชั่วเจ้าอย่ากินผลจากต้นนั้นเป็นอันขาด เพราะว่าเจ้ากินในวันใดเจ้าจะตายแน่ในวันนั้น"

คำว่า "ตาย" ที่พระเจ้าตรัสถึงในที่นี้ไม่ใช่ความตายฝ่ายร่างกาย แต่เป็นความตายฝ่ายวิญญาณ การตายของวิญญาณของบุคคลไม่ได้หมายความว่าวิญญาณของเขาจะหายไปจนหมดสิ้น แต่หมายความว่าการสื่อสารของเขากับพระเจ้าถูกตัดขาดและวิญญาณไม่สามารถทำหน้าที่ได้อีกต่อไป วิญญาณของมนุษย์ยังเป็นอยู่ แต่วิญญาณนี้ไม่ได้รับการจัดเตรียมสิ่งที่อยู่ฝ่ายวิญญาณจากพระเจ้าอีกต่อไป สถานการณ์เช่นนี้ไม่แตกต่างไปจากการตาย

เนื่องจากวิญญาณของอาดัมและเอวาตาย พระเจ้าจึงไม่สามารถอนุญาตให้เขาอาศัยอยู่ในสวนเอเดน (ซึ่งเป็นมิติฝ่ายวิญญาณ)

อีกต่อไป ปฐมกาล 3:22-23 กล่าวว่า “พระเยโฮวาห์พระเจ้าตรัสว่า 'ดูเถิด มนุษย์กลายมาเป็นเหมือนผู้หนึ่งในพวกเราที่รู้จักความดีและความชั่ว บัดนี้เกรงว่าเขาจะยื่นมือไปหยิบผลจากต้นไม้แห่งชีวิตมากินด้วยกัน และมีชีวิตนิรันดร์ตลอดไป' เหตุฉะนั้นพระเยโฮวาห์พระเจ้าจึงทรงให้เขาออกไปจากสวนเอเดน เพื่อทำไร่ไถนาจากที่ดินที่เขากำเนิดมานั้น”

พระเจ้าตรัสว่า “มนุษย์กลายมาเป็นเหมือนผู้หนึ่งในพวกเรา” และสิ่งนี้ไม่ได้หมายความว่าอาดัมเป็นเหมือนพระเจ้าอย่างแท้จริง คำตรัสนี้หมายความว่าอาดัมเคยรู้จักเฉพาะความจริงเท่านั้น แต่ตอนนี้อาดัมเริ่มรู้จักความเท็จด้วยเช่นกัน เหมือนกับที่พระเจ้าทรงรู้จักทั้งความจริงและความเท็จ ผลลัพธ์ก็คือ บัดนี้อาดัมซึ่งเคยเป็นวิญญาณผู้มีชีวิตได้กลับไปสู่เนื้อหนัง เขาต้องพบกับความตาย เขาต้องกลับมาอาศัยอยู่ในแผ่นดินโลกนี้ซึ่งเป็นจุดที่พระเจ้าทรงสร้างเขาขึ้นมา มนุษย์ฝ่ายเนื้อหนังไม่สามารถอาศัยอยู่ในมิติฝ่ายวิญญาณได้ นอกจากนี้ ถ้าอาดัมกินผลจากต้นไม้แห่งชีวิตเขาจะมีชีวิตอยู่ตลอดไป ด้วยเหตุนี้ พระเจ้าจึงไม่สามารถอนุญาตให้เขาอาศัยอยู่ในสวนเอเดนได้อีกต่อไป

3) การกลับสู่พื้นที่ฝ่ายร่างกาย

หลังจากอาดัมไม่เชื่อฟังพระเจ้าและกินผลจากต้นไม้แห่งการรู้ดีและรู้ชั่ว ทุกสิ่งก็เปลี่ยนแปลงไป เขาถูกขับให้ไปอาศัยอยู่ในแผ่นดินโลกซึ่งเป็นพื้นที่ฝ่ายร่างกายและเขาต้องทำมาหากินบนแผ่นดินนั้นด้วยความทุกข์ยากและเหงื่อไหลไคลย้อย สิ่งสารพัดก็ตกอยู่ใต้คำแช่งสาปเช่นกันและสภาพแวดล้อมที่ดีในช่วงเวลาแห่งการทรงสร้างของพระเจ้าก็ไม่มีอยู่อีกต่อไป

ปฐมกาล 3:17 กล่าวว่า “พระองค์ตรัสแก่อาดัมว่า 'เพร

าะเหตุเจ้าได้ฟังเสียงของภรรยาเจ้า และได้กินผลจากต้นไม้ซึ่งเราได้สั่งเจ้าว่า เจ้าอย่ากินผลจากต้นนั้น แผ่นดินจึงต้องถูกสาปแช่งเพราะตัวเจ้า เจ้าจะต้องหากินบนแผ่นดินนั้นด้วยความทุกข์ยากตลอดวันเวลาในชีวิตของเจ้า’”

จากข้อนี้เราจะเห็นได้ว่าไม่เพียงแต่ตัวเขาเท่านั้นแต่ทุกสิ่งบนโลกนี้ (ซึ่งได้แก่สวรรค์ชั้นที่หนึ่งทั้งหมด) ล้วนได้รับการแช่งสาปเนื่องจากความบาปของอาดัม สิ่งสารพัดบนแผ่นดินโลกเคยอยู่ในความกลมกลืนกันอย่างงดงาม แต่กฎเกณฑ์ทางกายภาพอีกแบบหนึ่งถูกสร้างขึ้น คำแช่งสาปทำให้เกิดเชื้อโรคและเชื้อไวรัสชนิดต่าง ๆ ขึ้นมา พืชและสัตว์เริ่มมีการเปลี่ยนแปลงเช่นกัน

ในปฐมกาล 3:18 พระเจ้าตรัสกับอาดัมต่อไปว่า “แผ่นดินจะงอกต้นไม้ที่มีหนามและผักที่มีหนามแก่เจ้า” ต้นไม้ที่มีหนามเป็นอุปสรรคต่อการเจริญเติบโตของพืชผล ดังนั้นอาดัมจะกินผลจากผืนดินได้ก็ด้วยความลำบากและการทำงานหนักเท่านั้น เมื่อผืนดินถูกแช่งสาป ต้นไม้และพืชพันธุ์ที่ไม่จำเป็นก็งอกขึ้น แมลงที่เป็นอันตรายก็เกิดขึ้นเช่นกัน ตอนนี้อาดัมต้องกำจัดสิ่งที่เป็นอันตรายเหล่านี้ทิ้งไปเพื่อเตรียมผืนดินให้เป็นไร่นาที่มีดินดี

ความจำเป็นสำหรับการเตรียมจิตใจ

เหมือนดังที่อาดัมต้องเตรียมผืนดินเพื่อการเพาะปลูก เวลานี้มนุษย์ที่ต้องผ่านการเตรียมบนโลกนี้ก็อยู่สถานการณ์ที่คล้ายคลึงกัน ก่อนที่เขาทำบาปมนุษย์มีจิตใจที่สะอาดบริสุทธิ์และปราศจากตำหนิด้วยความรู้เรื่องความจริงเพียงอย่างเดียว ปฐมกาล 3:23 กล่าวว่า “เหตุฉะนั้นพระเยโฮวาห์พระเจ้าจึงทรงให้เขาออกไปจากสวนเอเดน เพื่อทำไร่ไถนาจากที่ดินที่เขาก

กำเนิดมานั้น" ข้อนี้เปรียบเทียบอาดัม (ซึ่งถูกสร้างจากผงคลีดิน) กับผืนดินที่เขาถือกำเนิดมานั้น สิ่งนี้หมายความว่าเวลานี้อาดัมต้องเตรียมจิตใจของตน (เหมือนกับการไถไร่ไถนา)

ก่อนการทำบาปอาดัมไม่จำเป็นต้องเตรียมจิตใจของเขาเพราะเขาไม่มีความชั่วร้ายอยู่ในจิตใจของตน

แต่หลังจากการไม่เชื่อฟังของอาดัม ผีมารซาตานเริ่มเข้ามาควบคุมมนุษย์ มารซาตานได้เพาะบ่มสิ่งที่อยู่ฝ่ายเนื้อหนังไว้ในจิตใจของมนุษย์เพิ่มมากขึ้นเรื่อย ๆ มารได้เพาะบ่มความเกลียดชัง ความโกรธ ความหยิ่งผยอง การล่วงประเวณี และสิ่งอื่น ๆ อีกมากมายไว้ในจิตใจของมนุษย์ สิ่งเหล่านี้เริ่มทำให้มีหนามมากมายงอกขึ้นในจิตใจของมนุษย์ มนุษย์เริ่มเปรอะเปื้อนไปด้วยเนื้อหนังเพิ่มมากขึ้น

การ "ทำไร่ไถนาจากที่ดินที่เขากำเนิดมานั้น" หมายความว่าเราต้องต้อนรับเอาพระเยซูคริสต์ เราต้องใช้พระคำของพระเจ้าเพื่อกำจัดเนื้อหนังที่ถูกเพาะบ่มไว้ในจิตใจของเราทิ้งไป และเราต้องรื้อฟื้นฐานะฝ่ายวิญญาณขึ้นมาใหม่ ถ้าไม่เช่นนั้นก็หมายความว่าเรามี "วิญญาณที่ตายแล้ว" เราไม่สามารถและไม่มีโอกาสที่จะชื่นชมกับชีวิตนิรันดร์ด้วยวิญญาณที่ตายแล้ว เหตุผลของการเตรียมมนุษย์บนโลกนี้ก็เพื่อจะเตรียมจิตใจฝ่ายเนื้อหนังของเราเพื่อรื้อฟื้นจิตใจฝ่ายวิญญาณที่สะอาดบริสุทธิ์ขึ้นมาใหม่ จิตใจนี้เป็นจิตใจแบบเดียวกันกับจิตใจที่อาดัมเคยมีก่อนการล้มลงในความบาป

การที่อาดัมถูกขับไล่ออกจากสวนเอเดนและมาอาศัยอยู่ในโลกนี้ถือเป็นการเปลี่ยนแปลงอย่างยิ่งใหญ่ ความเจ็บปวดและความสับสนครั้งนี้รุนแรงยิ่งกว่าความทุกข์ลำบากที่เจ้าชายของประเทศหนึ่งได้รับเมื่อเขากลายสภาพเป็นสามัญชนโดยฉับพลัน เวลานี้เอวาต้องพบกับความเจ็บปวดมากยิ่งขึ้นเช่นกันในการคลอดบุตร

เมื่อครั้งที่ทั้งสองคนอาศัยอยู่ในสวนเอเดนที่นั่นไม่มีความตาย แต่เวลานี้เขาต้องพบกับความตายด้วยการมีชีวิตอยู่ในโลกกายภาพซึ่งจะเสื่อมสูญและเปื่อยเน่า ปฐมกาล 3:19 กล่าวว่า "เจ้าจะต้องหากินด้วยเหงื่อไหลโซมหน้าจนกว่าเจ้ากลับไปเป็นดิน เพราะเจ้ามาจากดิน เจ้าเป็นผงคลีดิน และเจ้าจะกลับไปเป็นผงคลีดิน" ข้อนี้เขียนไว้ว่าบัดนี้เขาต้องตาย

แน่นอน วิญญาณของอาดัมมาจากพระเจ้าและวิญญาณนี้จะไม่มีวันดับสูญไปได้ ปฐมกาล 2:7 กล่าวว่า "พระเยโฮวาห์พระเจ้าทรงปั้นมนุษย์ด้วยผงคลีดิน ทรงระบายลมปราณแห่งชีวิตเข้าทางจมูกของเขา และมนุษย์จึงเกิดเป็นจิตวิญญาณมีชีวิตอยู่" ลมปราณแห่งชีวิตมีพระลักษณะนิรันดร์ของพระเจ้าอยู่ในนั้น

แต่วิญญาณของอาดัมใช้การไม่ได้อีกต่อไป จิตใจเริ่มเข้ามาทำหน้าที่แทนในฐานะเจ้านายของมนุษย์และควบคุมร่างกายของมนุษย์เอาไว้ จากเวลานั้นเป็นต้นมาอาดัมต้องแก่เฒ่าและพบกับความตายในไม่ช้าตามกฎของโลกกายภาพ เขาต้องกลับไปเป็นดินอีกครั้งหนึ่ง

ในเวลานั้น แม้แผ่นดินโลกจะถูกแช่งสาป แต่ความบาปและความชั่วก็ไม่ได้มีอยู่อย่างดาษดื่นเหมือนในปัจจุบัน ดังนั้นอาดัมจึงมีชีวิตอยู่ถึง 930 ปี (ปฐมกาล 5:5)

แต่เมื่อวันเวลาผ่านไปผู้คนเริ่มชั่วร้ายเพิ่มมากขึ้นเรื่อย ๆ ผลลัพธ์ก็คือช่วงชีวิตของผู้คนจึงสั้นเข้าเช่นกัน หลังจากทั้งสองคนออกจากสวนเอเดนเพื่อลงมาอยู่ในโลกนี้ อาดัมและเอวาต้องปรับตัวให้เข้ากับสภาพแวดล้อมใหม่ เหนือสิ่งอื่นใด เขาต้องมีชีวิตอยู่ในฐานะมนุษย์ฝ่ายเนื้อหนัง ไม่ใช่วิญญาณผู้มีชีวิต ทั้งสองคนเหน็ดเหนื่อยหลังจากการทำงาน ดังนั้นเขาต้องหยุดพัก เขาเริ่มมีโรคภัยไข้เจ็บและ

เริ่มป่วยไข้ ระบบการย่อยอาหารของเขาเปลี่ยนไปเมื่ออาหารการกินของเขาเปลี่ยนแปลง มนุษย์ต้องขับถ่ายอุจจาระหลังจากกินอาหาร ทุกสิ่งเปลี่ยนแปลงไปหมด ความไม่เชื่อฟังของอาดัมไม่ใช่สิ่งที่เล็กน้อย สิ่งนี้หมายถึงความบาปที่มาถึงมนุษย์ทุกคน อาดัมและเอวารวมทั้งลูกหลานของเขาทั้งหมดที่อยู่บนโลกนี้เริ่มดำเนินชีวิตฝ่ายร่างกายของตนด้วยวิญญาณที่ตายไปแล้ว

บทที่ 3
มนุษย์อยู่ในพื้นที่ฝ่ายร่างกาย

โดยธรรมชาติเนื้อหนังถูกผสมผสานเข้ากับความบาป ดังนั้นมนุษย์จึงมีความโน้มเอียงที่จะทำบาปในพื้นที่ฝ่ายร่างกาย อย่างไรก็ตาม พระเจ้าทรงมอบเมล็ดพันธุ์แห่งชีวิตไว้ในแก่นแท้ของมนุษย์และการเตรียมมนุษย์จึงดำเนินไปด้วยเมล็ดพันธุ์แห่งชีวิตนี้

1. เมล็ดพันธุ์แห่งชีวิต

2. วิธีการที่มนุษย์มีชีวิต

3. จิตสำนึก

4. การงานของเนื้อหนัง

5. การเตรียมมนุษย์

อาดัมและเอวาได้ให้กำเนิดกับบุตรจำนวนมากบนโลกนี้ แม้วิญญาณของเขาจะตายแต่พระเจ้าก็ไม่ได้ทรงทอดทิ้งเขา พระองค์ทรงสอนเขาเกี่ยวกับสิ่งที่จำเป็นต่าง ๆ ต่อการมีชีวิตอยู่ในโลก อาดัมสอนความจริงนี้กับบุตรของตน ดังนั้นทั้งคาอินและอาเบลจึงรู้ดีว่าเขาควรถวายเครื่องบูชาแด่พระเจ้าด้วยวิธีใด

เมื่อช่วงเวลาหนึ่งผ่านไปคาอินนำผลิตผลจากไร่นาของเขามาถวายแด่พระเจ้า แต่อาเบลนำผลแรกจากฝูงแกะของเขาและไขมันของแกะที่พระเจ้าพอพระทัยมาถวายเป็นเครื่องบูชา เมื่อพระเจ้าทรงยอมรับเครื่องบูชาของอาเบล แทนที่เขาจะสำนึกถึงความผิดของตนและกลับใจคาอินกลับอิจฉาอาเบลและลงมือฆ่าอาเบลน้องชายของตนในที่สุด

เมื่อเวลาผ่านไปความบาปเพิ่มทวีมากยิ่งขึ้นจนกระทั่งแผ่นดินโลกเต็มไปด้วยความทารุณโหดร้ายของมนุษย์จนพระเจ้าทรงลงโทษแผ่นดินโลกทั้งหมดด้วยน้ำในยุคของโนอาห์ในเวลาต่อมา แต่พระเจ้าทรงอนุญาตให้โนอาห์และบุตรชายทั้งสามคนของท่านสร้างเผ่าพันธุ์ใหม่ขึ้นมา ตอนนี้เกิดอะไรขึ้นกับเผ่าพันธุ์ของมนุษย์ที่ดำเนินชีวิตอยู่บนโลกนี้

1. เมล็ดพันธุ์แห่งชีวิต

หลังจากอาดัมทำบาป การสื่อสารของเขากับพระเจ้าถูกตัดขาด พลังฝ่ายวิญญาณของเขารั่วไหลออกไปจากเขาและพลังฝ่ายเนื้อหนังเข้ามาแทนที่และปกคลุมเหนือเมล็ดพันธุ์แห่งชีวิตที่อยู่ภายในเขา

พระเจ้าทรงสร้างอาดัมจากผงคลีดิน ในภาษาฮีบรูคำว่า "อาดามา" แปลว่าดินหรือพื้นดิน พระเจ้าทรงสร้างมนุษย์จากดินเหนียวและทรงระบายลมปราณแห่งชีวิตเข้าไปทางจมูกของเขา หนังสืออิสยาห์บอกเช่นกันว่ามนุษย์ "ถูกสร้างจากดินเหนียว"

อิสยาห์ 64:8 บันทึกไว้ว่า "โอ ข้าแต่พระเยโฮวาห์ แต่บัดนี้ พระองค์ยังทรงเป็นพระบิดาของข้าพระองค์ ข้าพระองค์ทั้งหลายเป็นดินเหนียว และพระองค์ทรงเป็นช่างปั้น ข้าพระองค์ทุกคนเป็นผลพระหัตถกิจของพระองค์"

ไม่นานหลังจากที่ผมเริ่มต้นคริสตจักรแห่งนี้พระเจ้าทรงสำแดงให้ผมเห็นนิมิตของการที่พระองค์ทรงปั้นอาดัมด้วยดินเหนียว วัสดุที่พระเจ้าทรงใช้คือดินผสมน้ำซึ่งเป็นดินเหนียว น้ำในที่นี้เล็งถึงพระคำของพระเจ้า (ยอห์น 4:14) เมื่อดินและน้ำผสมเข้าด้วยกันและเมื่อลมปราณแห่งชีวิตเข้าไปในดินผสมน้ำนั้น เลือดซึ่งเป็นชีวิตก็เริ่มไหลเวียนและสิ่งนั้นก็กลายเป็นผู้มีชีวิต (เลวีนิติ 17:14)

ลมปราณแห่งชีวิตมีฤทธิ์อำนาจของพระเจ้าอยู่ในนั้น เนื่องจากสิ่งนี้มาจากพระเจ้าลมปราณแห่งชีวิตจึงไม่มีวันดับสูญ พระคัมภีร์ไม่ได้กล่าวเพียงว่าอาดัมเป็นมนุษย์คนหนึ่ง แต่พระคัมภีร์กล่าวว่าเป็นผู้มีชีวิต นั่นคือการพูดว่าอาดัมเป็นวิญญาณผู้มีชีวิต อาดัมสามา

รถมีชีวิตอยู่ชั่วนิรันดร์ด้วยลมปราณแห่งชีวิตแม้เขาถูกสร้างขึ้นมาจากผงคลีดินก็ตาม สิ่งนี้ทำให้เราสามารถเข้าใจความหมายของข้อพระคัมภีร์ในยอห์น 10:34-35 ที่กล่าวว่า "พระเยซูตรัสตอบเขาว่า 'ในพระราชบัญญัติของท่านมีคำเขียนไว้มิใช่หรือว่า `เราได้กล่าวว่าท่านทั้งหลายเป็นพระ' ถ้าพระองค์ได้ทรงเรียกผู้ที่รับพระวจนะของพระเจ้าว่าเป็นพระ และจะฝ่าฝืนพระคัมภีร์ไม่ได้"

แรกเริ่มเมื่อมนุษย์ถูกสร้างขึ้นนั้นเขาสามารถมีชีวิตอยู่ชั่วนิรันดร์โดยไม่ต้องพบกับความตายฝ่ายร่างกาย แม้วิญญาณของอาดัมตายไปแล้วเนื่องจากการไม่เชื่อฟังของเขา แต่ส่วนที่เป็นแกนหลักของวิญญาณนั้นคือเมล็ดพันธุ์แห่งชีวิตที่พระเจ้าทรงประทานให้ เมล็ดพันธุ์แห่งชีวิตนี้ยังยืนนิรันดร์และทุกคนสามารถบังเกิดใหม่ในฐานะบุตรของพระเจ้าด้วยเมล็ดพันธุ์แห่งชีวิตนี้

ทุกคนได้รับเมล็ดพันธุ์แห่งชีวิต

เมื่อพระเจ้าทรงสร้างอาดัมพระองค์ทรงเพาะบ่มเมล็ดพันธุ์แห่งชีวิตที่ไม่อาจดับสูญไปได้ไว้ในเขา เมล็ดพันธุ์แห่งชีวิตคือเมล็ดพันธุ์ดั้งเดิมที่พระเจ้าทรงฝังไว้ในวิญญาณของอาดัมซึ่งเป็นส่วนที่เป็นแกนหลักของวิญญาณของเขา เมล็ดพันธุ์แห่งชีวิตคือแหล่งที่มาของวิญญาณซึ่งเป็นบ่อเกิดของพลังอำนาจที่จะใคร่ครวญถึงพระเจ้าและรักษาหน้าที่ของมนุษย์

ในเดือนที่หกของการตั้งครรภ์พระเจ้าทรงมอบเมล็ดพันธุ์แห่งชีวิตพร้อมกับวิญญาณของบุคคลให้กับตัวอ่อนที่อยู่ในครรภ์ สิ่งที่อยู่

ในเมล็ดพันธุ์แห่งชีวิตนี้คือพระทัยและฤทธิ์อำนาจของพระเจ้าเพื่อว่ามนุษย์จะสามารถสื่อสารกับพระเจ้าได้ ผู้คนส่วนใหญ่ที่ไม่ยอมรับการดำรงอยู่ของพระเจ้ายังคงมีความกลัวหรือความหวาดหวั่นเกี่ยวกับชีวิตหลังจากความตายหรือไม่เช่นนั้นคนเหล่านี้ก็ไม่สามารถปฏิเสธพระเจ้าได้อย่างแท้จริงในส่วนลึกแห่งจิตใจของเขาเพราะเขามีเมล็ดพันธุ์แห่งชีวิตอยู่ในส่วนลึกของจิตใจของตน

ปิรามิดและอนุสรณ์อย่างอื่นบรรจุแนวคิดของผู้คนเกี่ยวกับชีวิตนิรันดร์และความหวังของเขาเกี่ยวกับสถานที่หยุดพักนิรันดร์เอาไว้ แม้แต่คนที่กล้าหาญที่สุดก็กลัวความตายเพราะเมล็ดพันธุ์แห่งชีวิตที่อยู่ในเขาตระหนักถึงชีวิตหลังความตาย

ทุกคนได้รับเมล็ดพันธุ์แห่งชีวิตที่พระเจ้าประทานให้และเขาแสวงหาพระเจ้าในธรรมชาติของตน (ปัญญาจารย์ 3:11) เมล็ดพันธุ์แห่งชีวิตทำหน้าที่เหมือนจิตใจของมนุษย์ ดังนั้นสิ่งนี้จึงเชื่อมโยงโดยตรงกับชีวิตฝ่ายวิญญาณ การทำหน้าที่ของหัวใจทำให้เกิดการไหลเวียนของเลือดและการไหลเวียนของเลือดทำให้ร่างกายได้รับออกซิเจนและโภชนาการ ในทำนองเดียวกัน ถ้าเมล็ดพันธุ์แห่งชีวิตถูกกระตุ้นให้ทำหน้าที่ของมันในมนุษย์ วิญญาณของเขาก็จะมีพลังและจากนั้นเขาก็สามารถสื่อสารกับพระเจ้าได้ ในทางตรงกันข้าม ถ้าวิญญาณของเขาตาย เมล็ดพันธุ์แห่งชีวิตก็ใช้การไม่ได้และมนุษย์ก็ไม่สามารถสื่อสารกับพระเจ้าได้โดยตรง

เมล็ดพันธุ์แห่งชีวิตคือแก่นสารของวิญญาณ

อาดัมได้รับการเติมเต็มไปด้วยความรู้เรื่องความจริงที่พระเจ้าทรงสอน เมล็ดพันธุ์แห่งชีวิตภายในเขาจึงทำงานอย่างเต็มที่ เขาเต็มล้นไปด้วยพลังฝ่ายวิญญาณ อาดัมฉลาดหลักแหลมมากจนเขาสามารถตั้งชื่อให้กับสิ่งมีชีวิตทุกชนิดและดำเนินชีวิตในฐานะผู้มีอำนาจครอบครองเหนือสิ่งทรงสร้างทั้งปวง แต่หลังจากเขาทำบาปการสื่อสารของเขากับพระเจ้าก็ถูกตัดขาด พลังฝ่ายวิญญาณของเขาเริ่มรั่วไหลออกไปจากเขา พลังฝ่ายวิญญาณของเขาถูกแทนที่ด้วยพลังฝ่ายเนื้อหนังที่อยู่ในจิตใจของเขาและพลังฝ่ายเนื้อหนังนี้ได้ปกคลุมเมล็ดพันธุ์แห่งชีวิตเอาไว้เช่นกัน จากเวลานั้นเป็นต้นมาเมล็ดพันธุ์แห่งชีวิตจึงค่อย ๆ สูญเสียความสว่างของตนไปและใช้การไม่ได้อย่างสิ้นเชิงในที่สุด

ชีวิตของมนุษย์จบสิ้นเมื่อหัวใจของเขาหยุดเต้นฉันใด วิญญาณของอาดัมก็ตายเมื่อเมล็ดพันธุ์แห่งชีวิตของเขาหยุดทำงานด้วยฉันนั้น การที่วิญญาณของเขาตายหมายความว่าเมล็ดพันธุ์แห่งชีวิตของเขาหยุดทำหน้าที่อย่างสิ้นเชิง ดังนั้นเมล็ดพันธุ์ดังกล่าวจึงไม่แตกต่างจากเมล็ดพันธุ์ที่ตายไปแล้ว ด้วยเหตุนี้ ทุกคนที่อยู่ในพื้นที่ฝ่ายร่างกายจึงเกิดมาพร้อมกับเมล็ดพันธุ์แห่งชีวิตที่ใช้การไม่ได้อย่างสิ้นเชิง

มนุษย์ไม่สามารถหลีกหนีจากความตายได้เลยนับตั้งแต่การล้มลงในความบาปของอาดัม การที่มนุษย์จะมีชีวิตนิรันดร์อีกครั้งหนึ่งเขาต้องแก้ปัญหาเรื่องความบาปด้วยความช่วยเหลือของพระเจ้าผู้ทรงเป็นความสว่าง กล่าวคือ เขาต้องต้อนรับเอาพระเยซูคริสต์และรับการยกโทษความผิดบาป เพื่อฟื้นวิญญาณจิตของเราขึ้นมาใหม่พระเ

ยซูได้ทรงสิ้นพระชนม์บนกางเขนด้วยการแบกรับเอาความบาปทั้งสิ้นของมวลมนุษย์ พระองค์ทรงเป็นทางนั้น เป็นความจริง และเป็นชีวิตซึ่งมนุษย์สามารถมีชีวิตนิรันดร์ได้โดยทางพระองค์ เมื่อเราต้อนรับเอาพระเยซูองค์นี้เป็นพระผู้ช่วยให้รอดส่วนตัวของเราเราก็สามารถรับการยกโทษบาปของเราและกลายเป็นบุตรของพระเจ้าด้วยการได้รับพระวิญญาณบริสุทธิ์

พระวิญญาณบริสุทธิ์ทรงกระตุ้นเมล็ดพันธุ์แห่งชีวิตในเราให้ทำงาน นี่เป็นทำให้วิญญาณที่ตายไปแล้วในเราฟื้นคืนชีพขึ้นมาใหม่ จากวินาทีนี้เป็นไปเมล็ดพันธุ์แห่งชีวิตที่เคยสูญเสียความสว่างของตนไปก็เริ่มส่องสว่างอีกครั้งหนึ่ง แน่นอน ความสว่างนี้ไม่สามารถส่องสว่างได้อย่างเต็มขนาดเหมือนความสว่างที่อยู่ในอาดัม แต่ความเข้มข้นของความสว่างจะมีมากขึ้นเมื่อขนาดความเชื่อของบุคคลเพิ่มขึ้นและเมื่อวิญญาณจิตของเขาเติบโตและเป็นผู้ใหญ่

ยิ่งเมล็ดพันธุ์แห่งชีวิตเต็มล้นด้วยพระวิญญาณบริสุทธิ์มากขึ้นเท่าใด ความสว่างที่สาดส่องออกมาก็จะมีความเข้มข้นมากขึ้นเท่านั้น และความสว่างจากร่างกายฝ่ายวิญญาณก็จะเจิดจ้ามากขึ้นด้วยเช่นกัน ยิ่งบุคคลรับการเติมเต็มด้วยความรู้เรื่องความจริงมากเท่าใด เขาก็สามารถรื้อฟื้นพระฉายาของพระเจ้าที่สูญหายไปกลับมามากขึ้นเท่านั้นและเป็นบุตรที่แท้จริงของพระเจ้า

เมล็ดพันธุ์แห่งชีวิตฝ่ายร่างกาย

นอกเหนือจากเมล็ดพันธุ์แห่งชีวิตฝ่ายวิญญาณซึ่งเป็นแก่นสารของวิญญาณแล้วยังมีเมล็ดพันธุ์แห่งชีวิตฝ่ายร่างกายด้วยเช่นกัน สิ่งนี้

หมายถึงตัวอสุจิและเซลล์ไข่ พระเจ้าทรงวางแผนเรื่องการเตรียมมนุษย์เอาไว้เพื่อพระองค์จะมีบุตรที่แท้จริงซึ่งเป็นผู้ที่พระองค์ทรงสามารถแบ่งปันความรักที่แท้จริงกับเขา เพื่อให้เป็นไปตามแผนการนี้ พระองค์จึงทรงมอบเมล็ดพันธุ์แห่งชีวิตให้กับมนุษย์เพื่อเขาจะทวีจำนวนเพิ่มมากขึ้นจนเต็มแผ่นดินโลก พื้นที่ฝ่ายวิญญาณที่พระเจ้าสถิตอยู่นั้นไม่จำกัดและการไม่มีใครอยู่ในพื้นที่นั้นเลยคงเป็นสิ่งที่เงียบเหงาและวังเวงมาก เพราะเหตุนี้พระเจ้าจึงทรงสร้างอาดัมให้เป็นวิญญาณผู้มีชีวิตและทรงอนุญาตให้เขาทวีจำนวนของลูกหลานเพิ่มมากขึ้นเพื่อพระเจ้าจะทรงมีบุตรที่แท้จริง

บุตรที่พระเจ้าทรงต้องการนั้นคือบุคคลซึ่งวิญญาณจิตที่ตายไปแล้วของเขาฟื้นคืนชีพ คนที่สามารถสื่อสารกับพระเจ้าได้ และคนที่สามารถแบ่งปันความรักกับพระองค์ในแผ่นดินสวรรค์ตลอดชั่วนิรันดร์ เพื่อให้มีบุตรที่แท้จริงเช่นนี้ พระเจ้าจึงทรงมอบเมล็ดพันธุ์แห่งชีวิตนี้ให้กับทุกคนและพระองค์ทรงเตรียมมนุษย์มาตลอดนับจากช่วงเวลาของอาดัม ดาวิดตระหนักถึงความรักและแผนการนี้ของพระเจ้าและท่านกล่าวว่า “ข้าพระองค์จะสรรเสริญพระองค์ เพราะข้าพระองค์ถูกสร้างมาอย่างแปลกประหลาดและน่ากลัว พระราชกิจของพระองค์มหัศจรรย์ จิตใจข้าพระองค์ทราบเรื่องนี้อย่างดี” (สดุดี 139:14)

2. วิธีการที่มนุษย์มีชีวิต

มนุษย์ไม่สามารถคัดลอกลักษณะทางพันธุกรรม (โคลนนิ่ง) ของมนุษย์อีกคนหนึ่งได้ แม้เขาอาจลอกเลียนลักษณะภายน

อกของมนุษย์ แต่สิ่งนั้นก็ไม่ใช่มนุษย์เพราะสิ่งที่เขาคัดลอกนั้นไม่มีวิญญาณ สิ่งมีชีวิตที่เกิดจากการคัดลอก (โคลนนิ่ง) จะไม่แตกต่างไปจากสัตว์ตัวหนึ่ง

ชีวิตถือกำเนิดขึ้นเมื่อตัวอสุจิของผู้ชายและเซลล์ไข่ของผู้หญิงผสมกัน เพื่อให้รูปร่างของมนุษย์พัฒนาอย่างสมบูรณ์ ตัวอ่อนต้องอยู่ในครรภ์เป็นเวลาเก้าเดือน เราสามารถสัมผัสถึงฤทธิ์อำนาจอันลี้ลับของพระเจ้าเมื่อเราพิจารณาดูขั้นตอนของการเจริญเติบโตจากการปฏิสนธิไปจนถึงการตั้งครรภ์

ในเดือนแรกระบบประสาทเริ่มที่จะพัฒนา การพัฒนาขั้นพื้นฐานเกิดขึ้นเพื่อให้สามารถสร้างเลือด กระดูก กล้ามเนื้อ เส้นเลือด และอวัยวะภายในส่วนต่าง ๆ ในเดือนที่สองหัวใจเริ่มเต้นและรูปร่างภายนอกของมนุษย์เริ่มก่อตัวขึ้น เวลานี้เราสามารถมองเห็นศีรษะและแขนขา ในเดือนที่สามใบหน้าถูกสร้างขึ้น ตัวอ่อนสามารถขยับศีรษะ ร่างกาย และแขนขาด้วยตนเองและอวัยวะเพศพัฒนาขึ้นเช่นกัน

จากเดือนที่สี่เป็นต้นไปรกในครรภ์มีความสมบูรณ์แบบ ดังนั้นตัวอ่อนจึงได้รับโภชนาการเพิ่มขึ้นและความยาวและน้ำหนักของตัวอ่อนเพิ่มขึ้นอย่างรวดเร็ว อวัยวะต่าง ๆ ที่ค้ำจุนร่างกายและชีวิตทำหน้าที่เป็นปกติ กล้ามเนื้อพัฒนาจากเดือนที่ห้าเป็นต้นไปและความสามารถในการได้ยินก็พัฒนาเช่นกันและตัวอ่อนสามารถได้ยินเสียง ในเดือนที่หกมีการพัฒนาอวัยวะที่ย่อยอาหาร ดังนั้นการเจริญเติบโตจึงรวดเร็วยิ่งขึ้น ในเดือนที่เจ็ดเส้นผมเริ่มงอกขึ้นบนศีรษะและด้วยการพัฒนาของปอดตัวอ่อนจึงเริ่มหายใจ

อวัยวะเพศและความสามารถในการได้ยินพัฒนาเต็มรูปแบบในเดือนที่แปด ตัวอ่อนในครรภ์อาจมีปฏิกิริยากับเสียงภายนอก ในเดือนที่เก้าเส้นผมดกหนามากขึ้นและขนอ่อนตามร่างกายจะหายไปและแขนขาเริ่มอ้วนกลม หลังจากครบเก้าเดือน ทารกที่มีความยาวเฉลี่ยประมาณ 50 เซนติเมตรและมีน้ำหนักตัวเฉลี่ย 3.2 กิโลกรัมก็ลืมตาดูโลก

ตัวอ่อนคือชีวิตที่เป็นของพระเจ้า

ด้วยพัฒนาการทางด้านวิทยาศาสตร์ของโลกปัจจุบันผู้คนมีความสนใจอย่างมากกับการทำโคลนนิ่งสิ่งมีชีวิต แต่เหมือนที่กล่าวไว้ในเบื้องต้นว่าไม่ว่าวิทยาศาสตร์จะพัฒนารุดหน้าไปมากเพียงใดก็ตามมนุษย์ไม่สามารถคัดลอกลักษณะทางพันธุกรรม (โคลนนิ่ง) ของมนุษย์ได้ แม้เขาอาจคัดลอกรูปร่างภายนอกของมนุษย์ได้ แต่สิ่งนั้นจะไม่มีวิญญาณ ถ้าปราศจากวิญญาณสิ่งที่เกิดจากการทำโคลนนิ่งก็ไม่ต่างไปจากสัตว์ตัวหนึ่ง

ในขั้นตอนการเจริญเติบโตของมนุษย์มีจุดหนึ่งของช่วงเวลาที่มนุษย์จะได้รับวิญญาณ ซึ่งทำให้มนุษย์แตกต่างจากสัตว์ทุกชนิด ในเดือนที่หกของการตั้งครรภ์ตัวอ่อนจะมีอวัยวะต่าง ๆ มีใบหน้าและมีแขนขา ตัวอ่อนกำลังเป็นภาชนะที่พร้อมเพื่อรองรับวิญญาณของตนเอาไว้ ณ จุดนี้พระเจ้าทรงมอบเมล็ดพันธุ์แห่งชีวิตให้กับมนุษย์พร้อมกับวิญญาณของเขา พระคัมภีร์มีบันทึกที่ทำให้เราสามารถอ้างอิงถึงความจริงข้อนี้ นี่เป็นบันทึกเกี่ยวกับการตอบสนองของตัวอ่อนอายุหกเดือนที่อยู่ในครรภ์

ลูกา 1:41-44 กล่าวว่า "ต่อมาเมื่อนางเอลีซาเบธได้ยินคำปราศรัยของมารีย์ ทารกในครรภ์ของเขาก็ดิ้น และนางเอลีซาเบธก็ประกอบไปด้วยพระวิญญาณบริสุทธิ์ จึงร้องเสียงดังว่า 'ท่านได้รับพรท่ามกลางสตรีทั้งปวง และผู้บังเกิดจากครรภ์ของท่านก็ได้รับพระพรด้วย เป็นไฉนข้าพเจ้าจึงได้ความโปรดปรานเช่นนี้ คือมารดาขององค์พระผู้เป็นเจ้าของข้าพเจ้าได้มาหาข้าพเจ้า เพราะดูเถิด พอเสียงปราศรัยของท่านเข้าหูข้าพเจ้า ทารกในครรภ์ของข้าพเจ้าก็ดิ้นด้วยความยินดี'"

เหตุการณ์นี้เกิดขึ้นเมื่อพระเยซูเพิ่งปฏิสนธิในครรภ์ของมารีย์หญิงพรหมจารีและเธอเดินทางไปเยียมนางเอลีซาเบธซึ่งตั้งครรภ์ยอห์นผู้ให้รับบัพติศมาได้หกเดือนก่อนหน้านี้ ยอห์นผู้ให้รับบัพติศมาดิ้นด้วยความยินดีในครรภ์ของมารดาของตนเมื่อนางมารีย์หญิงพรหมจารีเดินทางมาเยียม ยอห์นรู้จักพระเยซูที่อยู่ในครรภ์ของนางมารีย์และเต็มล้นด้วยพระวิญญาณ ตัวอ่อนไม่ได้เป็นเพียงชีวิตหนึ่งแต่ตัวอ่อนเป็นสิ่งมีชีวิตฝ่ายวิญญาณที่สามารถเต็มล้นด้วยพระวิญญาณจากช่วงหกเดือนของการตั้งครรภ์ มนุษย์คือชีวิตที่เป็นของพระเจ้าจากช่วงเวลาแห่งการปฏิสนธิ พระเจ้าเท่านั้นที่มีสิทธิอำนาจครอบครองเหนือชีวิต เพราะเหตุนี้ เราต้องไม่ทำแท้งเด็กทารกตามที่เราเห็นควรหรือตามความจำเป็นแม้ว่าตัวอ่อนนั้นจะยังไม่มีวิญญาณก็ตาม

ช่วงเวลาเก้าเดือนในระหว่างที่ตัวอ่อนเจริญเติบโตขึ้นภายในครรภ์นั้นมีความสำคัญมาก ตัวอ่อนได้รับทุกสิ่งที่ตนต้องการเพื่อการเจริญเติบโตจากมารดา ดังนั้นมารดาต้องได้รับอาหารอย่างครบ

ถ้วนสมดุล ความรู้สึกและความคิดทีมารดามีจะส่งผลกระทบต่อการสร้างคุณลักษณะ บุคลิกภาพ และสติปัญญาของตัวอ่อนในครรภ์ ในเรืองวิญญาณก็เช่นเดียวกัน โดยทัวไปทารกของมารดาทีรับใช้แผ่นดินของพระเจ้าและอธิษฐานอย่างขยันหมันเพียรจะเกิดมาพร้อมกับคุณลักษณะทีสุภาพอ่อนโยนและเจริญเติบโตขึนด้วยสติปัญญาและสุขภาพร่างกายทีแข็งแรง

สิทธิอำนาจครอบครองเหนือชีวิตเป็นของพระเจ้าแต่เพียงผู้เดียว แต่พระองค์ไม่ทรงก้าวก่ายในช่วงเวลาของการปฏิสนธิ การเกิดและการเจริญเติบโตของมนุษย์ อุปนิสัยจะถูกกำหนดโดยพลังชีวิตทีอยู่ในตัวอสุจิและเซลล์ไข่ของพ่อแม่ คุณลักษณะอืน ๆ เกิดจากและพัฒนาไปตามสภาพแวดล้อมและสิงทีมีอำนาจชักจูงอย่างอืน

การแทรกแซงพิเศษของพระเจ้า

ในบางกรณีพระเจ้าทรงแทรกแซงการปฏิสนธิและการเกิดของบุคคล ประการแรก กรณีเช่นนีเกิดขึนเมือพ่อแม่เป็นทีพอพระทัยพระเจ้าด้วยความเชือและอธิษฐานอย่างร้อนรน นางฮันนาห์ (ทีมีชีวิตอยู่ในยุคของผู้วินิจฉัย) อยู่ในความเจ็บปวดและความทุกข์ทรมานเพราะเธอไม่สามารถมีบุตรได้และเธอเข้ามาอยู่ต่อพระพักตร์พระเจ้าพร้อมกับอธิษฐานด้วยใจร้อนรน เธอปฏิญาณว่าถ้าพระเจ้าประทานบุตรให้กับเธอ เธอก็จะถวายบุตรชายคนนันแด่พระเจ้า

พระเจ้าทรงได้ยินคำอธิษฐานของเธอและทรงอวยพรให้เธอตังครรภ์บุตรชาย เธอนำซามูเอลบุตรชายของตนมาหาปุโรหิตทันทีทีเด็กนันหย่านมและถวายเขาให้เป็นผู้รับใช้ของพระเจ้าตามทีเธอได้ป

ฏิญาณไว้ ซามูเอลสือสารกับพระเจ้าตั้งเยาว์วัยและต่อมาท่านกลายเ ป็นผู้พยากรณ์คนสำคัญของอิสราเอล เมื่อฮันนาห์รักษาคำปฏิญาณ ของตนเอาไว้พระเจ้าทรงอวยพรให้เธอมีบุตรชายอีกสามคนและบุ ตรสาวอีกสองคน (1 ซามูเอล 2:21)

ประการทีสอง พระเจ้าทรงช่วยเหลือปกป้องชีวิตของผู้คน ทีพระองค์ทรงแยกตั้งไว้เพือการจัดเตรียมล่วงหน้าของพระอง ค์ เพือให้เข้าใจในเรืองนีเราต้องเข้าใจถึงความแตกต่างระหว่าง “การถูกเลือกสรร” และ “การถูกแยกตั้งไว้” เมือพระเจ้าทรงกำหน ดกรอบบางอย่างเอาไว้และทรงเลือกสรรทุกคนทีเข้ามาอยู่ในขอเ ขตของกรอบนันโดยไม่แยกแยะถือเป็นการทรงเลือกของพระเจ้า ยกตัวอย่าง พระเจ้าทรงกำหนดกรอบของความรอดเอาไว้และทรง ช่วยทุกคนทีเข้ามาอยู่ในขอบเขตของกรอบนันให้รอด ด้วยเหตุนี เร าจึงกล่าวว่าผู้คนทีได้รับความรอดด้วยการต้อนรับเอาพระเยซูคริส ต์และดำเนินชีวิตด้วยพระคำของพระเจ้าเป็นผู้คนที “ถูกเลือกสรร”

บางคนเข้าใจผิดว่าพระเจ้าได้ทรงตัดสินใจพระทัยไปแล้วว่ าผู้ใดจะรอดและผู้ใดจะไม่รอด คนเหล่านีกล่าวว่าถ้าท่านต้อน รับเอาองค์พระผู้เป็นเจ้าแล้วพระเจ้าจะทรงกระทำการบางอย่า งเพือให้ท่านรอดด้วยทางใดทางหนึงถึงแม้ว่าท่านไม่ได้ดำเนิน ชีวิตด้วยพระคำของพระเจ้าก็ตาม แต่นีเป็นความคิดทีผิด

ทุกคนทีมาถึงความเชือด้วยเสรีภาพในการตัดสินใจของตนเอ งและอยู่ภายในกรอบของความรอดจะได้รับความรอด กล่าวคือ คนเหล่านี “ได้รับการเลือก” จากพระเจ้า แต่คนทีไม่ได้เข้ามาสู่กรอ บของความรอด หรือผู้คนทีเคยอยู่ขอบเขตของกรอบนีแต่จากนันไ

ด้ออกไปจากกรอบดังกล่าวด้วยการเป็นมิตรกับโลกและจงใจทำบาปทั้ง ๆ ที่รู้ คนเหล่านี้จะไม่รอดเว้นแต่เขาจะหันกลับจากวิถีทางของตน

ถ้าเช่นนั้น "การถูกแยกตั้งไว้" คืออะไร? การถูกแยกตั้งไว้คือการที่พระเจ้า (ผู้ทรงทราบสิ่งสารพัดและทรงวางแผนการไว้ตั้งแต่ปฐมกาล) ทรงเลือกบุคคลบางคนและทรงควบคุมช่วงเวลาทั้งสิ้นของชีวิตเขาเอาไว้ ยกตัวอย่าง อับราฮัม ยาโคบ (บิดาของคนอิสราเอล) และโมเสส (ผู้นำแห่งการอพยพ) ล้วนเป็นคนที่พระเจ้าทรงแยกตั้งไว้เพื่อทำหน้าที่พิเศษซึ่งพระเจ้าทรงมอบหมายให้สำเร็จในการจัดเตรียมล่วงหน้าของพระองค์

พระเจ้าทรงรู้ทุกสิ่ง ในการจัดเตรียมเรื่องการเตรียมมนุษย์พระองค์ทรงทราบว่าบุคคลประเภทใดจะเกิดมาในช่วงหนึ่งช่วงใดในประวัติศาสตร์ของมนุษย์ เพื่อทำให้แผนการของพระองค์สำเร็จพระเจ้าทรงเลือกบุคคลบางคนเอาไว้และทรงอนุญาตให้เขาทำหน้าที่อย่างยิ่งใหญ่ สำหรับผู้คนที่ถูกแยกตั้งไว้เช่นนี้พระเจ้าทรงช่วยเหลือปกป้องเขาในแต่ละช่วงเวลาแห่งชีวิตเขาโดยเริ่มต้นกับการเกิดของเขา

โรม 1:1 กล่าวว่า "เปาโล ผู้รับใช้ของพระเยซูคริสต์ ผู้ซึ่งพระองค์ทรงเรียกให้เป็นอัครสาวก และได้ถูกแยกตั้งไว้สำหรับข่าวประเสริฐของพระเจ้า" ข้อนี้กล่าวว่าอัครทูตถูกแยกตั้งไว้ให้เป็นอัครทูตสำหรับคนต่างชาติเพื่อเผยแพร่พระกิตติคุณ เพราะท่านมีจิตใจกล้าหาญและไม่แปรเปลี่ยนท่านจึงถูกแยกตั้งไว้เพื่อให้พบกับความทุกข์ยากลำบากอย่างแสนสาหัส ท่านได้รับหน้าที่และความรับผิดชอบของการเขียนหนังสือส่วนใหญ่ของพระคัมภีร์ใหม่ เพื่อท่านจะสามารถ

ทำหน้าที่ดังกล่าวให้สำเร็จ พระเจ้าจึงทรงอนุญาตให้ท่านเรียนรู้พระคำของพระองค์อย่างถี่ถ้วนจากวัยเด็กภายใต้กามาลิเอลนักวิชาการที่ยอดเยี่ยมที่สุดของยุคเช่นกัน

ยอห์นผู้ให้รับบัพติศมาถูกแยกตั้งไว้จากพระเจ้า พระเจ้าทรงเข้ามามีส่วนในการปฏิสนธิของท่านและพระเจ้าทรงอนุญาตให้ท่านดำเนินชีวิตที่แตกต่างมาตั้งแต่เยาว์วัย ท่านอาศัยอยู่ในถิ่นทุรกันดารโดยลำพังโดยไม่ติดต่อกับโลก ท่านแต่งกายด้วยผ้าขนอูฐใช้หนังสัตว์คาดเอว และรับประทานตั๊กแตนและน้ำผึ้งป่าเป็นอาหาร ท่านเตรียมพระมรรคาให้กับพระเยซูด้วยวิธีนี้

กรณีของโมเสสก็เช่นเดียวกัน พระเจ้าทรงปกป้องช่วยเหลือโมเสสตั้งแต่เกิด ท่านถูกนำไปทิ้งที่แม่น้ำ แต่พระธิดาของฟาโรห์ไปพบท่านและรับท่านมาเป็นบุตรบุญธรรมจนโมเสสมีฐานะเป็นเจ้าชายของอียิปต์ แต่ถึงกระนั้นท่านก็ได้รับการเลี้ยงดูด้วยมารดาของตนเพื่อให้ท่านได้เรียนรู้เกี่ยวกับพระเจ้าและประชากรของท่าน ในฐานะเจ้าชายของอียิปต์โมเสสได้รับการปลูกฝังความรู้ทั้งสิ้นของโลก เหมือนที่อธิบายไปแล้วว่าการถูกแยกตั้งไว้คือการที่พระเจ้าทรงควบคุมชีวิตของบุคคลบางคนเอาไว้ด้วยความยิ่งใหญ่สูงสุดของพระองค์โดยพระองค์ทรงทราบว่าบุคคลประเภทใดจะบังเกิดมาในช่วงหนึ่งช่วงใดในประวัติศาสตร์ของมนุษย์

3. จิตสำนึก

การที่มนุษย์คนหนึ่งจะแสวงหาและพบปะกับพระเจ้าพระผู้สร้างรือฟื้นพระฉายาของพระเจ้าขึ้นมาใหม่ และกลายเป็นผู้มีชีวิตที่มีคุ

ณค่าได้นั้นขึ้นอยู่กับประเภทของจิตสำนึกที่เขามีอยู่

ตัวอสุจิและเซลล์ไข่ของพ่อแม่บรรจุพลังชีวิตของเขาเอาไว้ซึ่งเป็นสิ่งลูกได้รับสืบทอด จิตสำนึกก็เช่นเดียวกัน จิตสำนักคือมาตรฐานของการตัดสินระหว่างความดีและความชั่ว ถ้าพ่อแม่มีชีวิตที่ดีโดยมีทุ่งนาแห่งจิตใจที่ดีงาม ลูกของเขาก็มีโอกาสที่จะเกิดมาพร้อมกับจิตสำนึกที่ดี ด้วยเหตุนี้ ปัจจัยในการตัดสินขั้นพื้นของจิตสำนึกของบุคคลจึงได้แก่ประเภทของพลังชีวิตที่เขาได้รับสืบทอดมาจากพ่อแม่ของตน

แม้ผู้คนจะเกิดมาพร้อมกับพลังชีวิตที่ดีของพ่อแม่ แต่ถ้าเขาได้รับการเลี้ยงดูในสภาพแวดล้อมที่ไม่ดีพร้อมกับเห็นและได้ยินถึงสิ่งที่ชั่วร้ายและเพาะบ่มสิ่งชั่วร้ายไว้ในเขา จิตสำนึกของเขาก็มีโอกาสที่จะแปรอะเปื้อนด้วยความชั่วร้าย ในทางตรงกันข้าม ผู้คนที่ได้รับการเลี้ยงดูในสภาพแวดล้อมที่ดีพร้อมเห็นและได้ยินถึงสิ่งที่ดีก็มีแนวโน้มที่จะมีจิตสำนึกที่ดี

การสร้างจิตสำนึก

จิตสำนึกชนิดต่าง ๆ ถูกสร้างจากลักษณะของพ่อแม่ผู้ให้กำเนิดเขา สภาพแวดล้อมที่เขาได้รับการเลี้ยงดู สิ่งที่เขาเห็น ได้ยินและเรียนรู้ รวมทั้งลักษณะของความพยายามที่เขามีเพื่อจะทำสิ่งที่ดี ดังนั้นผู้คนที่เกิดมาจากพ่อแม่ที่ดี ได้รับการเลี้ยงดูในสภาพแวดล้อมที่ดี และสามารถควบคุมตนเองมักจะเป็นคนที่แสวงหาความดีตามจิตสำนึกของตน สำหรับคนเหล่านี้การยอมรับพระกิตติคุณและการเปลียนแปลงด้วยความจริงเป็นสิ่งที่ง่าย

โดยทั่วไปผู้คนอาจคิดว่าจิตสำนึกเป็นส่วนที่ดีของจิตใจของเรา แต่ไม่ใช่ในสายพระเนตรของพระเจ้า บางคนมีจิตสำนึกที่ดีและเขาจึงมีความโน้มเอียงมากกว่าที่จะทำตามความดีในขณะที่บางคนมีจิตสำนึกที่ชั่วร้ายและทำตามผลประโยชน์ของตนแทนที่จะทำตามความจริง

บางคนมีการฟ้องร้องในจิตสำนึกถ้าเขาหยิบฉวยสิ่งของเล็ก ๆ น้อย ๆ ของคนอื่นมาโดยบังเอิญ ในขณะที่บางคนคิดว่าสิ่งนั้นไม่ใช่เป็นการลักขโมยและไม่ใช่สิ่งชั่วร้าย ผู้คนมีมาตรฐานของการตัดสินระหว่างความดีและความชั่วแตกต่างกันตามสภาพแวดล้อมที่เขาได้รับการเลี้ยงดูมาและตามคำสั่งสอนที่เขาได้รับ

ผู้คนตัดสินระหว่างความดีและความชั่วตามจิตสำนึกของแต่ละคน แต่จิตสำนึกของผู้คนล้วนแตกต่างกัน ความแตกต่างมีอยู่มากมายตามวัฒนธรรมและพื้นที่ที่แตกต่างกันและสิ่งเหล่านี้จะไม่มีวันเป็นมาตรฐานสูงสุดในการตัดสินระหว่างความดีและความชั่ว มาตรฐานสูงสุดเพียงอย่างเดียวปรากฏอยู่ในพระคำของพระเจ้าซึ่งเป็นความจริง

ความแตกต่างระหว่างจิตใจและจิตสำนึก

โรม 7:21-24 กล่าวว่า "ดังนั้นข้าพเจ้าจึงเห็นว่าเป็นกฎอย่างหนึ่ง คือเมื่อใดข้าพเจ้าตั้งใจจะกระทำความดี ความชั่วก็ยังติดอยู่ในตัวข้าพเจ้า เพราะว่าส่วนลึกในใจของข้าพเจ้านั้น ข้าพเจ้าชื่นชมในพระราชบัญญัติของพระเจ้า แต่ข้าพเจ้าเห็นมีกฎอีกอย่างหนึ่งอยู่ในอวัยวะของข้าพเจ้า ซึ่งต่อสู้กับกฎแห่งจิตใจของข้าพเจ้า และชักน

ำให้ข้าพเจ้าอยู่ใต้บังคับกฎแห่งบาปซึ่งอยู่ในอวัยวะของข้าพเจ้า โอ ข้าพเจ้าเป็นคนเข็ญใจจริง ใครจะช่วยข้าพเจ้าให้พ้นจากร่างกายแห่งความตายนี้ได้"

จากพระคัมภีร์ตอนนี้เราสามารถเข้าใจว่าจิตใจของมนุษย์ประกอบด้วยอะไรบ้าง "ส่วนลึกในใจ" ในข้อนี้หมายถึงจิตใจแห่งความจริงซึ่งเราสามารถเรียกว่า "จิตใจสีขาว" ที่พยายามทำตามการทรงนำของพระวิญญาณบริสุทธิ์ เมล็ดพันธุ์แห่งชีวิตอยู่ในส่วนลึกในใจนี้ นอกจากนั้น ยังมี "กฎแห่งบาป" ซึ่งเป็น "จิตใจสีดำ" ที่ประกอบด้วยความเท็จ นอกจากนั้นยังมี "กฎแห่งจิตใจของข้าพเจ้า" เช่นกัน สิ่งนี้คือจิตสำนึก จิตสำนึกเป็นมาตรฐานของการตัดสินคุณค่าซึ่งเกิดขึ้นด้วยตนเอง จิตสำนึกนี้เป็นการผสมผสานกันระหว่าง "จิตใจสีขาว" และ "จิตใจสีดำ" เพื่อให้เข้าใจจิตสำนึกเราต้องเข้าใจจิตใจก่อนเป็นอันดับแรก

คำว่า "จิตใจ" มีหลายความหมายในพจนานุกรม จิตใจเป็น "ธรรมชาติทางอารมณ์หรือทางจริยธรรมซึ่งแตกต่างไปจากธรรมชาติทางสติปัญญา" หรือ "คุณลักษณะ ความรู้สึก หรือความโน้มเอียงในส่วนลึกที่สุดของบุคคล" แต่ความหมายฝ่ายวิญญาณของจิตใจจะแตกต่างกัน

เมื่อพระเจ้าทรงสร้างอาดัมมนุษย์คนแรกพระองค์ทรงมอบเมล็ดพันธุ์แห่งชีวิตให้กับเขาพร้อมกับวิญญาณของเขา อาดัมเป็นเหมือนภาชนะที่ว่างเปล่าและพระเจ้าทรงใส่ความรู้ฝ่ายวิญญาณ เช่น ความรัก ความดี และความสัตย์จริงเข้าไปในภาชนะนั้น เพราะอาดัมได้รับการสั่งสอนในเรื่องความจริงเพียงอย่างเดียว ดังนั้

นวิญญาณของเขาจึงประกอบด้วยเมล็ดพันธุ์แห่งชีวิตและความรู้บรรจุอยู่ในนั้น เพราะเขาเต็มล้นด้วยความจริงเพียงอย่างเดียว ดังนั้นจึงไม่มีความจำเป็นที่จะแยกแยะระหว่างวิญญาณและจิตใจ เพราะเขาไม่มีความเท็จ ดังนั้นคำว่าจิตสำนึกจึงไม่ใช่สิ่งที่จำเป็น

แต่หลังจากอาดัมทำบาปวิญญาณและจิตใจของเขาก็ไม่ได้เป็นเหมือนเดิมอีกต่อไป การสื่อสารของเขากับพระเจ้าถูกตัดขาด ความจริง ความรู้ฝ่ายวิญญาณที่เคยเต็มล้นอยู่ในจิตใจของเขาก็เริ่มรั่วไหลออกมา ความเท็จชนิดต่าง ๆ เช่น ความเกลียดชัง ความอิจฉา และความหยิ่งผยองเริ่มเข้ามาแทนที่ในจิตใจของเขาและปกคลุมเมล็ดพันธุ์แห่งชีวิตเอาไว้ ก่อนที่ความเท็จเข้ามาในอาดัม เขาไม่จำเป็นต้องใช้คำว่า "จิตใจ" ในเวลานั้น จิตใจของเขาคือวิญญาณ แต่หลังจากความเท็จเข้ามาเนื่องจากบาป วิญญาณของเขาก็ตายและเราเริ่มใช้คำว่า "จิตใจ" ตั้งแต่นั้นเป็นต้นมา

จิตใจของมนุษย์หลังจากการล้มลงในความบาปของอาดัมอยู่สภาพที่ความเท็จ (แทนที่จะเป็นความจริง) เข้ามาปกคลุมเมล็ดแห่งชีวิตเอาไว้ซึ่งหมายความว่าจิตใจปกคลุมเมล็ดพันธุ์แห่งชีวิตเอาไว้ (แทนที่จะเป็นวิญญาณ) กล่าวง่าย ๆ ก็คือ จิตใจแห่งความจริงเป็นจิตใจสีขาวและจิตใจแห่งความเท็จเป็นจิตใจสีดำ สำหรับลูกหลานทุกคนของอาดัมที่เกิดมาหลังจากการล้มลงในความบาปของเขา จิตใจของคนเหล่านี้จะประกอบไปด้วยจิตใจแห่งความจริง จิตใจแห่งความเท็จ และจิตสำนึกที่เกิดขึ้นจากการผสมผสานความจริงและความเท็จเข้าด้วยกัน

ธรรมชาติคือพื้นฐานสำหรับจิตสำนึก

เราเรียกคุณลักษณะดั้งเดิมของจิตใจของบุคคลว่า "ธรรมชาติ" ธรรมชาติของบุคคลจะไม่ครบถ้วนสมบูรณ์เพียงด้วยการสืบทอด ธรรมชาตินี้เปลี่ยนแปลงไปตามลักษณะของสิ่งต่าง ๆ ที่คนหนึ่งรับเข้าไปในการเจริญเติบโตของเขา คุณลักษณะของดินเปลี่ยนแปลงไปตามสิ่งที่ถูกเพิ่มเข้าไปในดินฉันใด ธรรมชาติของบุคคลก็สามารถเปลี่ยนแปลงไปตามสิ่งที่เขาเห็น ได้ยิน และรู้สึกด้วยฉันนั้น

ลูกหลานทุกคนของอาดัมที่เกิดมาในโลกนี้สืบทอดเอาธรรมชาติที่เป็นการผสมผสานกันของความจริงและความเท็จผ่านทางพลังชีวิตของพ่อแม่ของตน ในด้านหนึ่ง แม้เขาจะเกิดมาด้วยธรรมชาติที่ดี ธรรมชาตินั้นจะชั่วร้ายถ้าเขายอมรับเอาสิ่งชั่วร้ายเข้าไปในสภาพแวดล้อมที่ไม่ดี ในอีกด้านหนึ่ง ถ้าเขาได้รับการสั่งสอนด้วยสิ่งที่ดีในสภาพแวดล้อมที่ดี ความชั่วร้ายที่ถูกปลูกฝังอยู่ในเขาจะเล็กน้อยกว่า ธรรมชาติของแต่ละคนเปลี่ยนแปลงได้ด้วยการเพิ่มความเท็จและความจริงเข้าไปในธรรมชาตินั้น

การทำความเข้าใจเกี่ยวกับจิตสำนึกเป็นเรื่องง่ายถ้าเราเข้าธรรมชาติของมนุษย์ก่อนเป็นอันดับแรกเพราะจิตสำนึกเป็นมาตรฐานของการตัดสินที่ตัดสินโดยใช้ธรรมชาติ ท่านยอมรับเอาความรู้เรื่องความจริงและความเท็จเข้าไปในธรรมชาติภายในของท่านและสร้างมาตรฐานของการตัดสินขึ้นมา นี่คือจิตสำนึก ดังนั้นในจิตสำนึกของบุคคลจึงมีทั้งจิตใจแห่งความจริง ความชั่วจากธรรมชาติของบุคคล และความชอบธรรมของตนเอง

เมื่อวันเวลาผ่านไปโลกเต็มไปด้วยความบาปและความชั่วมากยิ่งขึ้นและจิตสำนึกของผู้คนเริ่มชั่วร้ายมากขึ้น ผู้คนสืบทอดเอาธรรมชาติที่ชั่วร้ายจากพ่อแม่ของตนมากขึ้นและนอกจากนั้น ผู้คนยอมรับเอาความเท็จเข้าไปในชีวิตของตน ขั้นตอนนี้ดำเนินไปเรื่อย ๆ ตลอดหลายชั่วอายุคน เมื่อจิตสำนึกของเขาชั่วร้ายและด้านชามากขึ้นจึงเป็นการยากที่ผู้คนจะยอมรับเอาพระกิตติคุณ ตรงกันข้าม คนเหล่านี้จะยอมรับเอาการงานของซาตานและทำบาปง่ายมากขึ้น

4. การงานของเนื้อหนัง

เมื่อมนุษย์ทำบาป ความบาปนั้นต้องได้รับการลงโทษตามกฎของมิติฝ่ายวิญญาณ พระเจ้าทรงอดทนกับมนุษย์เพื่อเปิดโอกาสให้เขากลับใจและหันเสียจากบาป แต่ถ้าเขาทำบาปต่อไปจนเกินขอบเขตจำกัด การทดลองและความยากลำบากหรือภัยพิบัติต่าง ๆ จะเกิดขึ้น

ทุกคนเกิดมาพร้อมกับธรรมชาติเพราะธรรมชาติของอาดัมมนุษย์คนแรกถูกส่งทอดลงมาสู่ลูกหลานของเขาผ่านทางพลังชีวิตของพ่อแม่ ยกตัวอย่าง บางครั้งเราเห็นเด็กตัวเล็ก ๆ แสดงความโกรธและความคับแค้นใจของตนมาด้วยการร้องไห้ฟูมฟาย บางครั้งถ้าเราไม่ให้อาหารเด็กทารกที่กำลังร้องไห้ เขาก็จะร้องไห้อย่างมากจนดูราวกับว่าเขาจะไม่หายใจ ต่อมาเขาไม่ยอมกินอาหารเพราะเขาโกรธมาก แม้แต่ทารกเกิดใหม่ก็แสดงพฤติกรรมแบบนี้ออกมาเพราะเขาสืบทอดเอาความใจร้อน ความเกลียดชังหรือความอิจฉามาจากพ่อแม่ของตน สาเหตุก็เพราะว่ามนุษย์ทุกคนมีธรรมชาติบาปในจิตใจของตนและสิ่งนี้คือความบาปดั้งเดิม

นอกจากนั้น มนุษย์ยังทำบาปในกระบวนการของการเจริญเติบโตของเขาเช่นกัน แม่เหล็กดึงดูดวัสดุที่เป็นเหล็กฉันใด ผู้คนที่มีชีวิตอยู่ในพื้นที่ฝ่ายร่างกายก็จะดึงดูดเอาสิ่งที่เป็นเท็จและทำบาปอย่างต่อเนื่องด้วยฉันนั้น เราเรียกความบาปที่ทำด้วยตนเองเหล่านี้ว่าบาปในจิตใจและบาปในการกระทำ ความบาปแต่ละอย่างจะมีความรุนแรงแตกต่างกันและความบาปที่เกิดขึ้นในการกระทำจะถูกพิพากษาอย่างแน่นอน (1 โครินธ์ 5:10) เราเรียกบาปที่เกิดขึ้นในการกระทำว่า "การงานของเนื้อหนัง"

เนื้อหนังและการงานของเนื้อหนัง

ปฐมกาล 6:3 กล่าวว่า "พระเยโฮวาห์ตรัสว่า 'วิญญาณของเราจะไม่วิงวอนกับมนุษย์ตลอดไป เพราะเขาเป็นแต่เนื้อหนัง อายุของเขาจะเพียงแค่ร้อยยี่สิบปี'" คำว่า "เนื้อหนัง" ในข้อนี้ไม่ได้หมายถึงร่างกายเท่านั้น คำนี้หมายความว่ามนุษย์ได้กลายเป็นสิ่งมีชีวิตฝ่ายเนื้อหนังที่เปรอะเปื้อนด้วยความบาปและความชั่วเช่นกัน มนุษย์ฝ่ายเนื้อหนังเช่นนี้จึงไม่สามารถอยู่กับพระเจ้าได้ตลอดไป ดังนั้นมนุษย์ฝ่ายเนื้อหนังจึงไม่รอด ไม่กี่ชั่วอายุคนหลังจากอาดัมถูกขับออกจากสวนเอเดนและเริ่มอาศัยอยู่ในโลกนี้ลูกหลานของเขาก็เริ่มทำตามการงานของเนื้อหนังอย่างรวดเร็ว

พระเจ้าทรงสั่งให้โนอาห์ (ซึ่งเป็นผู้ชอบธรรมในสมัยของท่าน) เตรียมนาวาขนาดใหญ่เอาไว้และเตือนประชาชนให้หันกลับจากบาปของตน แต่ไม่มีใครต้องการเข้าไปในเรือนั้นเว้นแต่ครอบครัวของโนอาห์ ทุกคนในสมัยของโนอาห์ถูกทำลายจา

กเหตุการณ์น้ำท่วมโลกตามกฎฝ่ายวิญญาณที่กำหนดเอาไว้ว่า "ค่าจ้างของความบาปคือความตาย" (โรม 6:23)

อะไรคือความหมายฝ่ายวิญญาณของคำว่า "เนื้อหนัง" สิ่งนี้หมายถึง "ธรรมชาติของความเท็จในจิตใจของบุคคลซึ่งเปิดเผยออกมาในการกระทำที่เจาะจง" กล่าวคือ ความอิจฉา ความใจร้อน ความเกลียดชัง ความโลภ ความคิดล่วงประเวณี ความหยิ่งผยอง และความเท็จอย่างอื่นที่อยู่ภายในมนุษย์ถูกเปิดเผยออกมาในรูปของความรุนแรง คำพูดหยาบคาย การล่วงประเวณี หรือการฆ่าคน เราเรียกการกระทำเหล่านี้โดยรวมว่า "เนื้อหนัง" และการกระทำแต่ละอย่างเหล่านี้เป็นการงานของเนื้อหนัง

แต่เราเรียกความบาปที่ไม่ได้ปรากฏออกมาในการกระทำแต่เป็นความบาปที่กระทำในความคิดและจิตใจว่า "สิ่งที่อยู่ฝ่ายเนื้อหนัง" วันหนึ่งสิ่งที่อยู่ฝ่ายเนื้อหนังจะปรากฏออกมาเป็นการงานของเนื้อหนังตราบใดที่สิ่งเหล่านี้ไม่ได้ถูกกำจัดออกไปจากจิตใจ ผมจะอธิบายถึงสิ่งที่อยู่ฝ่ายเนื้อหนังในรายละเอียดมากขึ้นในภาค 2 "การสร้างจิตใจ"

เมื่อสิ่งที่อยู่ฝ่ายเนื้อหนังถูกเปิดเผยออกมาเป็นการงานของเนื้อหนัง สิ่งนี้คือความอธรรมและความชั่วร้าย ถ้าเรามีธรรมชาติบาปอยู่ในจิตใจ สิ่งนั้นไม่ถือว่าเป็นความอธรรม แต่เมื่อสิ่งนั้นปรากฏออกมาเป็นการกระทำ สิ่งนั้นก็เป็นความอธรรม ถ้าเราไม่กำจัดสิ่งที่อยู่ฝ่ายเนื้อหนังและการงานของเนื้อหนังทิ้งไปแต่กลับทำสิ่งเหล่านั้นอย่างต่อเนื่อง สิ่งนี้เป็นการสร้างกำแพงบาประหว่างเรากับพระเจ้า จากนั้นซาตานจะกล่า

วโทษเราเพื่อนำการทดลองและความยากลำบากมาสู่เรา เราอาจพบอุบัติเหตุเพราะพระเจ้าไม่อาจปกป้องเรา เราไม่รู้ว่าพรุ่งนี้จะเกิดอะไรขึ้นถ้าเราไม่อยู่ภายใต้การปกป้องของพระเจ้า เพราะเหตุนี้เราจึงไม่ได้รับคำตอบต่อคำอธิษฐานของเราเช่นกัน

การงานของเนื้อหนังที่เห็นได้ชัด

ถ้าความชั่วร้ายมีอยู่อย่างดาษดื่นในโลก ความบาปที่เห็นได้ชัดที่สุดได้แก่การผิดประเวณีและการประพฤติผิดทางเพศ โสโดมและโกโมราห์เต็มไปด้วยการประพฤติผิดทางเพศและถูกทำลายด้วยไฟและกำมะถัน ถ้าท่านดูซากของเมืองปอมเปอี สิ่งเหล่านั้นบอกให้เรารู้ว่าสังคมนั้นเต็มไปด้วยการล่วงประเวณีและเสื่อมถอยมากเพียงใด กาลาเทีย 5:19-21 อธิบายถึงการงานของเนื้อหนังที่เห็นได้ชัด

แล้วการงานของเนื้อหนังนั้นเห็นได้ชัด คือการเล่นชู้ การล่วงประเวณี การโสโครก
การลามก การนับถือรูปเคารพ การนับถือพ่อมดหมอผี การเป็นศัตรูกัน การวิวาทกัน
การอิจฉาริษยากัน การโกรธกัน การทุ่มเถียงกัน การใฝ่สูง การแตกก๊กกัน การอิจฉา
กัน การฆาตกรรม การเมาเหล้า การเล่นเป็นพาลเกเร และการอื่น ๆ ในทำนองนี้อีก
เหมือนที่ข้าพเจ้าได้เตือนท่านมาก่อน บัดนี้ข้าพเจ้าขอเตือนท่านเหมือนกับที่เคยเตือน
มาแล้วว่า คนที่ประพฤติเช่นนั้นจะไม่ได้รับอาณาจักรของพระเ

จ้าเป็นมรดก

แม้แต่ในปัจจุบันยังคงมีอยู่อย่างแพร่หลายทั่วโลก ผมขอยกตัวอย่างเกี่ยวกับการงานของเนื้อหนังเหล่านี้บางส่วน

ประการแรกคือการประพฤติผิดทางเพศ การประพฤติผิดทางเพศอาจเป็นการประพฤติผิดในฝ่ายร่างกายหรือในฝ่ายวิญญาณ ในฝ่ายร่างกายสิ่งนี้หมายถึงการล่วงประเวณีหรือการผิดประเวณี แม้แต่ผู้คนที่หมั้นกันไว้แล้วก็ไม่เว้น ปัจจุบัน นิยาย ภาพยนตร์ หรือละครล้วนบรรยายถึงการผิดประเวณีว่าเป็นความรักที่สวยงามซึ่งทำให้ผู้คนด้านชาต่อความบาปและการวินิจฉัยของเขาพร่ามัว นอกจากนั้นยังมีภาพลามกอีกมากมายที่ส่งเสริมให้เกิดการผิดประเวณีเช่นกัน

แต่ยังมีการล่วงประเวณีฝ่ายวิญญาณสำหรับผู้เชื่อด้วยเช่นกัน เมื่อผู้เชื่อพึ่งหมอดูดวง มีเครื่องรางของขลัง หรือทำไสยศาสตร์ สิ่งนี้ถือเป็นการล่วงประเวณีฝ่ายวิญญาณ (1 โครินธ์ 10:21) ถ้าคริสเตียนไม่พึ่งพิงพระเจ้าผู้ทรงควบคุมชีวิต ความตาย พระพร และการแช่งสาป แต่กลับไปพึ่งรูปเคารพและปีศาจ สิ่งนี้คือการล่วงประเวณีฝ่ายวิญญาณซึ่งเป็นเหมือนการทรยศต่อพระเจ้า

ประการที่สอง การโสโครกคือการทำตามตัณหาและทำสิ่งอธรรมมากมายและการที่ชีวิตของบุคคลคนหนึ่งเต็มไปด้วยคำพูดและการกระทำที่ล่วงประเวณี สิ่งนี้จะเลวร้ายกว่าการประพฤติผิดทางเพศแบบธรรมดาทั่วไป ยกตัวอย่าง เช่น การโสโครกนี้อาจเป็นการมีเพศสัมพันธ์กับสัตว์ การมีเพศสัมพันธ์กันเป็นกลุ่ม และการรักร่วมเพศ (เลวีนิติ 18:22-30) เป็นต้น ยิ่งความบาปแพร่หลายมากขึ้นเท่าใดผู้คนก็ยิ่งจะมีความรู้สึกด้านชาต่อการล่วงประเวณีเพิ่มมากขึ้นเท่านั้น

สิ่งเหล่านี้คือการไม่เชื่อฟังและการต่อสู้กับพระเจ้า (โรม 1:26-27) สิ่งเหล่านี้คือความบาปที่ทำให้สูญเสียความรอด (1 โครินธ์ 6:9-10) ซึ่งสิ่งที่น่าสะอิดสะเอียนต่อพระพักตร์พระเจ้า (เฉลยธรรมบัญญัติ 13:18) การผ่าตัดแปลงเพศ หรือการที่ผู้ชายแต่งตัวแบบผู้หญิง หรือการที่หญิงแต่งตัวแบบผู้ชายล้วนเป็นสิ่งที่น่าขยะแขยงต่อพระพักตร์พระเจ้าทั้งสิ้น (เฉลยธรรมบัญญัติ 22:5)

ประการที่สาม การนับถือรูปเคารพเป็นสิ่งที่พระเจ้าทรงเกลียดชังเช่นกัน สิ่งนี้มีทั้งการนับถือรูปเคารพฝ่ายร่างกายและการนับถือรูปเคารพฝ่ายวิญญาณ

การนับถือรูปเคารพฝ่ายร่างกายคือการปรนนิบัติและการกราบไหว้รูปเคารพที่สร้างมาจากไม้ หิน หรือเหล็กแทนที่จะแสวงหาพระเจ้าพระผู้สร้าง (อพยพ 20:4-5) การนับถือรูปเคารพขั้นรุนแรงจะนำการแช่งสาปมาสู่ลูกหลานสามถึงสี่ชั่วคน ถ้าท่านมองดูครอบครัวที่นับถือรูปเคารพอย่างหนักท่านจะเห็นว่าผีมารซาตานจะนำการทดลองและความยากลำบากมาสู่เขาอยู่เสมอ ดังนั้นปัญหาจึงไม่เคยหมดสิ้นไปจากครอบครัวเหล่านั้นเลย โดยเฉพาะอย่างยิ่งคนในครอบครัวหลายคนจะถูกผีสิงจนมีความผิดปกติทางสมองหรือไม่ก็เป็นคนติดเหล้า ผู้คนที่เกิดมาในครอบครัวเช่นนี้ แม้เขาจะต้อนรับเอาองค์พระผู้เป็นเจ้า ผีมารซาตานก็จะรบกวนเขาและเขาจะพบว่าการดำเนินชีวิตในความเชื่อเป็นสิ่งที่ยาก

การนับถือรูปเคารพฝ่ายวิญญาณเกิดขึ้นเมื่อผู้เชื่อในพระเจ้ารักบางสิ่งบางอย่างมากกว่ารักพระเจ้า ถ้าเขาละเมิดวันขององค์พระผู้เป็นเจ้าเพื่อหาความสุขกับการไปดูหนัง ดูละคร ดูกีฬา

หรือทำงานอดิเรกอย่างอื่น หรือถ้าเขาละเลยหน้าที่ในความเชื่อเพราะเพื่อนชายหรือเพื่อนหญิง สิ่งนี้คือการนับถือรูปเคารพฝ่ายวิญญาณ นอกเหนือจากสิ่งเหล่านี้ถ้าท่านรักสิ่งหนึ่งสิ่งใด (ครอบครัว ลูก ความเพลิดเพลินฝ่ายโลก สิ่งของฟุ่มเฟือย อำนาจ ชื่อเสียง ความโลภ หรือความรู้) มากกว่ารักพระเจ้า สิ่งเหล่านี้คือรูปเคารพ

ประการที่สี่ การนับถือพ่อมดหมอผีคือการใช้อำนาจที่ได้รับจากการช่วยเหลือหรือการควบคุมของวิญญาณชั่วโดยเฉพาะอย่างเพื่อการทำนายทายทัก

การไปหาหมอดูแล้วพูดว่าท่านเชื่อในพระเจ้าไม่ใช่สิ่งที่ถูกต้อง แม้แต่คนไม่เชื่อก็นำภัยพิบัติอันยิ่งใหญ่มาสู่ตนด้วยการนับถือพ่อมดหมอผีเพราะพ่อมดหมอผีเป็นสื่อของวิญญาณชั่ว

ยกตัวอย่าง ถ้าท่านทำพิธีทางไสยศาสตร์บางอย่างเพื่อขจัดปัญหาให้หมดไป ปัญหาเหล่านั้นมีแต่จะเลวร้ายลงเรื่อย ๆ แทนที่จะหมดไป หลังจากพิธีทางไสยศาสตร์วิญญาณชั่วอาจดูเหมือนจะเงียบสงบอยู่พักหนึ่ง แต่ในไม่ช้าวิญญาณชั่วเหล่านั้นจะก่อให้เกิดปัญหาที่รุนแรงกว่าเพื่อรับการกราบไหว้มากยิ่งขึ้น บางครั้งอาจดูเหมือนว่าวิญญาณชั่วสามารถบอกถึงสิ่งที่กำลังจะเกิดขึ้น แต่วิญญาณไม่รู้จักอนาคต วิญญาณชั่วเป็นเพียงสิ่งมีชีวิตฝ่ายวิญญาณและมันรู้จักจิตใจของมนุษย์ฝ่ายเนื้อหนัง ดังนั้นมันจึงล่อลวงผู้คนให้เชื่อว่ามันสามารถบอกเกี่ยวกับอนาคตเพื่อมันจะได้รับการกราบไหว้จากผู้คนนั่นเอง การนับถือพ่อมดหมอผีอาจอยู่ในรูปของการวางแผนล่อลวงคนอื่นเช่นกัน เพราะเหตุนี้เราจึงควรระมัดระวังเกี่ยวกับสิ่งเหล่านี้ด้วยเช่นกัน ถ้าท่านทำให้คนอื่นตกหลุมพรางโดยด้วยแ

ผนการดังกล่าว สิ่งนี้คือการงานของเนื้อหนังที่เห็นได้ชัดและเป็นช่องทางที่จะนำความพินาศมาสู่ตัวท่าน

ประการที่ห้า การเป็นศัตรูกันคือการเกลียดชังกันอย่างรุนแรงและจริงจังหรือการมีเจตนาร้ายต่อกัน การเป็นศัตรูกันคือความต้องการให้คนอื่นพบกับความหายนะและลงมือทำลายคนอื่นจริง คนที่มีความเป็นศัตรูกันจะเกลียดชังคนอื่นด้วยความรู้สึกที่ชั่วร้ายเพียงเพราะเขาไม่ชอบอีกคนหนึ่ง ถ้าความเกลียดชังนั้นมีมากจนเกินไปคนเหล่านี้อาจระเบิดอารมณ์ออกมาหรือไม่ก็จะใส่ร้ายป้ายสีคนอื่นและวางแผนการอันชั่วร้าย

ประการที่หก การวิวาทกันคือความขัดแย้งอย่างขมขื่นและรุนแรงหรือการไม่ลงรอยกัน การวิวาทกันคือการตั้งกลุ่มต่าง ๆ ขึ้นในคริสตจักรเพียงเพราะคนอื่นมีความเห็นที่แตกต่าง คนเหล่านี้พูดถึงคนอื่นในแง่ร้ายพร้อมกับพิพากษาและกล่าวประณามคนอื่น จากนั้นคริสตจักรจะแตกออกเป็นกลุ่มต่าง ๆ

ประการที่เจ็ด การทุ่มเถียงกันคือการแบ่งออกเป็นกลุ่มต่าง ๆ ตามความคิดของตน แม้แต่ครอบครัวก็แตกแยกและคริสตจักรก็แตกแยกได้เช่นกัน อับซาโลมบุตรชายของดาวิดทรยศต่อบิดาของตนและแยกตนเองออกไปจากบิดาเพื่อทำตามความปรารถนาของเขา อับซาโลมก่อการกบฏโค่นล้มบิดาของตนเพื่อจะขึ้นเป็นกษัตริย์ พระเจ้าทรงทอดทิ้งบุคคลเช่นนี้ ต่อมาอับซาโลมก็พบกับความตายอย่างน่าเวทนา

ประการที่แปดคือการแตกก๊กกัน เมื่อการแตกก๊กแตกเหล่าพัฒนาเพิ่มมากขึ้นสิ่งนี้สามารถแปรเปลี่ยนเป็นลัทธิเทียมเท็จ 2 เปโตร

2:1 กล่าวว่า “แต่ว่าได้มีผู้พยากรณ์เท็จท่ามกลางประชาชนทั้งหลายด้วย เช่นเดียวกับที่จะมีอาจารย์เท็จท่ามกลางท่านทั้งหลาย ผู้ซึ่งจะแอบเอาลัทธิที่ออกนอกลู่นอกทางอันจะนำไปสู่ความหายนะเข้ามาด้วย และจะปฏิเสธองค์พระผู้เป็นเจ้าผู้ได้ทรงไถ่เขาไว้ และจะนำความพินาศอย่างฉับพลันมาถึงตนเอง” การเป็นผู้สอนผิดหรือลัทธิเทียมเท็จคือการปฏิเสธพระเยซูคริสต์ (1 ยอห์น 2:22-23; 4:2-3) คนเหล่านี้พูดว่าเขาเชื่อในพระเจ้าแต่เขากลับปฏิเสธพระเจ้าตรีเอกานุภาพหรือพระเยซูคริสต์ผู้ทรงซื้อเรามาด้วยพระโลหิตของพระองค์อันจะนำเขาไปสู่ความหายนะอย่างรวดเร็ว พระคัมภีร์บอกเราอย่างชัดเจนว่าผู้สอนผิด (ลัทธิเทียมเท็จ) คือผู้ที่ปฏิเสธพระเยซูคริสต์ ดังนั้นเราจึงไม่ควรพิพากษาผู้คนที่ยอมรับพระเจ้าตรีเอกานุภาพและพระเยซูคริสต์อย่างสะเพร่า

ประการที่เก้า การริษยากันเกิดขึ้นเมื่อความอิจฉาก่อตัวขึ้นจนกลายเป็นการกระทำที่รุนแรง การริษยาเป็นความรู้สึกอึดอัดและการแยกตัวออกห่างจากคนอื่นและการเกลียดชังคนอื่นเมื่อคนอื่นดูดีกว่าตนเอง ถ้าความริษยาพัฒนาต่อไปสิ่งนี้อาจแปรสภาพเป็นการกระทำต่าง ๆ ที่เป็นอันตรายต่อคนอื่น ซาอูลอิจฉาดาวิดคนของท่านเพราะดาวิดเป็นที่รักของประชาชนมากกว่าตัวท่าน ซาอูลระดมแม้กระทั่งกองทัพของท่านเพื่อสังหารดาวิดพร้อมกับฆ่าพวกปุโรหิตและประชาชนของเมืองที่ให้ดาวิดหลบซ่อนตัว

ประการที่สิบคือการเมาเหล้า โนอาห์ทำสิ่งที่ผิดพลาดหลังจากดื่มเหล้าองุ่นภายหลังเหตุการณ์น้ำท่วมโลกและความผิดพลาดครั้งนั้นนำมาซึ่งผลลัพธ์ที่น่ากลัว ท่านแช่งสาปฮามบุตรชายคนที่สองของท่านซึ่งเป็นผู้ที่เปิดเผยความผิดของตน

เอเฟซัส 5:18 กล่าวว่า "และอย่าเมาเหล้าองุ่นซึ่งจะทำให้เสียคน แต่จงประกอบด้วยพระวิญญาณ" บางคนพูดว่าดื่มแก้วเดียวคงไม่เป็นไรหรอก แต่แก้วเดียวก็ถือว่าเป็นความบาปเพราะไม่ว่าท่านจะดื่มแก้วเดียวหรือสองแก้วท่านก็ดื่มเหล้าเพื่อให้เมา ยิ่งกว่านั้น คนที่เมาเหล้าจะทำบาปมากมายเพราะเขาไม่สามารถควบคุมตนเองได้

พระคัมภีร์กล่าวถึงการดื่มเหล้าองุ่นเพราะว่าในอิสราเอลน้ำเป็นสิ่งที่หาได้ยาก ดังนั้นพระเจ้าจึงทรงอนุญาตให้เขาดื่มเหล้าองุ่นซึ่งเป็นน้ำองุ่นบริสุทธิ์หรือเครื่องดื่มเข้มข้นที่ทำจากผลไม้ซึ่งมีน้ำตาลมากกว่า แทนที่จะให้เขาดื่มน้ำ (เฉลยธรรมบัญญัติ 14:26) แต่โดยข้อเท็จจริงพระเจ้าไม่ทรงอนุญาตให้มนุษย์ดื่มแอลกอฮอล์ (เลวีนิติ 10:9; กันดารวิถี 6:3; สุภาษิต 23:31; เยเรมีห์ 35:6; ดาเนียล 1:8; ลูกา 1:15; โรม 14:21) พระเจ้าทรงอนุญาตให้ใช้เหล้าองุ่นอย่างจำกัดในกรณีพิเศษเท่านั้น แต่ถึงแม้จะเป็นคั้นจากผลไม้ ผู้คนก็อาจเมาเหล้าได้ถ้าเขาดื่มมากเกินไป เพราะเหตุนี้คนอิสราเอลจึงดื่มเหล้าองุ่นแทนที่จะดื่มน้ำและคนเหล่านั้นไม่ได้ดื่มเพื่อให้เมาและหาความสุขให้กับตนเอง

ประการสุดท้าย การเล่นเป็นพาลเกเรคือการหาความสุขกับแอลกอฮอล์ ผู้หญิง การพนัน และสิ่งที่เป็นความใคร่อย่างอื่นโดยปราศจากการควบคุมตนเอง คนเหล่านี้ไม่สามารถทำหน้าที่ความเป็นมนุษย์ของตนให้สำเร็จ ถ้าท่านไม่รู้จักควบคุมตนเอง สิ่งนี้ถือเป็นการเล่นเป็นพาลเกเรอีกแบบหนึ่ง ถ้าท่านใช้ชีวิตอย่างหยาบโลนหรือสำมะเลเทเมาตามที่ท่านชอบ สิ่งนี้ถือเป็นการเล่นเป็นพาลเกเรเช่นกัน ถ้าท่านใช้ชีวิตเช่นนั้นหลังจากต้อนรับเอาองค์พระผู้เป็นเจ้าท่านก็ไม่มี

หัวใจให้กับพระเจ้าหรือไม่กำจัดความบาปทิ้งไป ดังนั้นท่านจึงไม่ได้รับแผ่นดินสวรรค์เป็นมรดก

ความหมายของการไม่ได้รับอาณาจักรของพระเจ้าเป็นมรดก

ที่ผ่านเราได้พิจารณาเกี่ยวกับการงานของเนื้อหนังที่เห็นได้ชัด อะไรคือสาเหตุที่ทำให้ผู้คนทำตามการงานของเนื้อหนังเหล่านั้น เหตุผลก็เพราะเขาไม่ต้องการวางพระเจ้าพระผู้สร้างไว้ในจิตใจของตน โรม 1:28-32 อธิบายถึงสิ่งนี้ไว้ว่า "และเพราะเขาไม่เห็นชอบที่จะรู้จักพระเจ้า พระเจ้าจึงทรงปล่อยให้เขามีใจเลวทรามและประพฤติสิ่งที่ไม่เหมาะสม พวกเขาเต็มไปด้วยสรรพการอธรรม การล่วงประเวณี ความชั่วร้าย ความโลภ ความมุ่งร้าย เต็มไปด้วยความอิจฉาริษยา การฆาตกรรม การวิวาท การล่อลวง การคิดร้าย พูดนินทา ส่อเสียด เกลียดชังพระเจ้า หยาบคาย จองหอง อวดตัว ริทำชั่วอย่างใหม่ ไม่เชื่อฟังบิดามารดา อปัญญา ไม่รักษาคำสัญญา ไม่มีความรักกัน ไม่ยอมคืนดีกัน ปราศจากความเมตตา แม้เขาจะรู้การพิพากษาของพระเจ้าที่ว่าคนทั้งปวงที่ประพฤติเช่นนั้นสมควรจะตาย เขาก็ไม่เพียงประพฤติเท่านั้น แต่ยังเห็นดีกับคนอื่นที่ประพฤติเช่นนั้นด้วย"

พระคัมภีร์ตอนนี้กล่าวว่าท่านจะไม่ได้รับแผ่นดินของพระเจ้าเป็นมรดกถ้าท่านทำตามการงานของเนื้อหนังที่เห็นได้ชัด แน่นอน สิ่งนี้ไม่ได้หมายความว่าท่านจะไม่รอดเพียงเพราะท่านทำสิ่งเหล่านี้สองสามครั้งเนื่องจากความเชื่อที่อ่อนแอ

การที่ผู้เชื่อใหม่ซึ่งไม่รู้จักความจริงเป็นอย่างดีหรือผู้ที่มีความเชื่ออ่อนแอจะไม่ได้รับความรอดเพียงเพราะคนเหล่านี้ยังไม่ได้กำจัดการงานของเนื้อหนังทิ้งไปนั้นไม่ใช่ความจริง มนุษย์ทุกคนมีความผิดบาปไปจนกว่าความเชื่อของเขาจะเติบโตขึ้นและเขาสามารถรับการยกโทษบาปของตนด้วยการพึ่งพิงพระโลหิตขององค์พระผู้เป็นเจ้า แต่ถ้าคนเหล่านี้ทำตามการงานของเนื้อหนังอย่างต่อเนื่องโดยไม่หันกลับจากสิ่งเหล่านั้น เขาก็จะไม่ได้รับความรอด

ความบาปที่นำไปสู่ความตาย

1 ยอห์น 5:16-17 กล่าวว่า “ถ้าผู้ใดเห็นพี่น้องของตนกระทำบาปอย่างหนึ่งอย่างใดที่ไม่นำไปสู่ความตาย ผู้นั้นจงทูลขอ และพระองค์ก็จะทรงประทานชีวิตแก่ผู้นั้นที่ได้กระทำบาปซึ่งไม่ได้นำไปสู่ความตาย บาปที่นำไปสู่ความตายก็มี ข้าพเจ้ามิได้ว่าให้เขาอธิษฐานสำหรับบาปอย่างนั้น การอธรรมทุกอย่างเป็นบาป แต่บาปที่ไม่ได้นำไปสู่ความตายก็มี” ข้อนี้บันทึกไว้ว่าความบาปที่นำไปสู่ความตายก็มีและความบาปที่ไม่นำไปสู่ความตายก็มี

อะไรคือความบาปที่นำไปสู่ความตายซึ่งทำให้เราเสียสิทธิในการได้รับแผ่นดินของพระเจ้าเป็นมรดก

ฮีบรู 10:26-27 กล่าวว่า “เมื่อเราได้รับความรู้เรื่องความจริงแล้ว แต่เรายังขืนทำผิดอีก เครื่องบูชาไถ่บาปก็จะไม่มีเหลืออยู่เลย แต่จะมีความหวาดกลัวในการรอคอยการพิพากษาโทษและไฟอันร้ายแรง ซึ่งจะกินเอาบรรดาคนที่ขัดขวางนั้นเสีย” ถ้าเราทำบาปอย่างต่อเนื่องทั้งที่รู้ว่าเป็นความบาป สิ่งนี้คือการต่อสู้กับพระเจ้า พระเจ้าไม่

ทรงประทานวิญญาณแห่งการกลับใจให้กับคนเช่นนี้

ฮีบรู 6:4-6 กล่าวเช่นกันว่า “เพราะว่าคนเหล่านั้นที่ได้รับความสว่างมาครั้งหนึ่งแล้ว และได้รู้รสของประทานจากสวรรค์ ได้มีส่วนในพระวิญญาณบริสุทธิ์และได้ชิมความดีงามแห่งพระวจนะของพระเจ้า และฤทธิ์เดชแห่งยุคที่จะมานั้น ถ้าเขาเหล่านั้นจะหลงอยู่อย่างนี้ ก็เหลือวิสัยที่จะให้เขากลับใจเสียใหม่อีกได้ เพราะตัวเขาเองได้ตรึงพระบุตรของพระเจ้าเสียอีกแล้ว และได้ทำให้พระองค์ขายหน้าต่อธารกำนัล” ถ้าท่านต่อสู้กับพระเจ้าหลังจากที่รับฟังความจริงและมีประสบการณ์กับการทำงานของพระวิญญาณบริสุทธิ์ ท่านจะไม่ได้รับวิญญาณแห่งการกลับใจ ดังนั้นท่านจะไม่รอด

ถ้าท่านพูดจาใส่ร้ายการทำงานของพระวิญญาณบริสุทธิ์ว่าเป็นการทำงานของปีศาจหรือลัทธิเทียมเท็จ ท่านก็จะไม่รอดเช่นกันเพราะนี่เป็นการหมิ่นประมาทและการต่อสู้กับพระวิญญาณบริสุทธิ์ (มัทธิว 12:31-32)

เราต้องเข้าใจว่ามีความบาปบางอย่างที่ไม่สามารถยกโทษให้ได้ และเราต้องไม่ทำบาปเหล่านั้น นอกจากนั้น แม้แต่ความบาปเล็ก ๆ น้อย ๆ ก็สามารถพัฒนาเป็นความบาปร้ายแรงได้ถ้าบาปเหล่านั้นถูกสำสมไว้มากขึ้น ด้วยเหตุนี้ เราต้องรักษาตนเองให้อยู่ภายในความจริงทุกเวลา

5. การเตรียมมนุษย์

การเตรียมมนุษย์หมายถึงกระบวนการต่าง ๆ ของการสร้างมนุษย์ไว้บนโลกนี้ของพระเจ้าและการปกครองประวัติศาสตร์ของมนุ

ษย์ไปจนกระทั่งการพิพากษาเพื่อพระองค์จะมีบุตรที่แท้จริง

การเตรียมมนุษย์เปรียบได้กับกระบวนการที่ชาวนาเตรียมดินเพื่อการหว่านเมล็ดพืชของตนและการเก็บเกี่ยวผลโดยผ่านการทุ่มเททำงานหนักในการดูแลพืชผลของตน พระเจ้าก็ทรงหว่านเมล็ดพันธุ์เมล็ดแรกไว้บนแผ่นดินโลกด้วยเช่นกันและเมล็ดพันธุ์นั้นได้แก่อาดัมและเอวาเพื่อพระองค์เก็บเกี่ยวบุตรที่แท้จริงโดยผ่านการดูแลเขาอย่างทุ่มเทบนโลกนี้ พระเจ้าทรงทำการเตรียมมนุษย์บนแผ่นดินโลกมาจนถึงวันนี้ พระเจ้าทรงทราบล่วงหน้าว่ามนุษย์จะเสื่อมลงด้วยการไม่เชื่อฟังและพระองค์จะทรงเสียพระทัย แต่พระองค์ก็ทรงเตรียมมนุษย์ไปจนถึงที่สุดเพราะพระองค์ทรงทราบว่าจะมีบุตรที่แท้จริงซึ่งจะละทิ้งความชั่วเพราะความรักที่เขามีต่อพระเจ้าและบุตรผู้ที่มีพระทัยของพระเจ้า

มนุษย์ถูกสร้างขึ้นจากผงคลีดิน ดังนั้นมนุษย์จึงมีธรรมชาติที่เป็นดินอยู่ในเขา ถ้าท่านหว่านเมล็ดพืชลงบนดินในทุ่งนาเมล็ดนั้นก็จะแตกหน่อ เติบโต และเกิดดอกออกผล เราจะเห็นได้ว่าดินมีพลังอำนาจที่จะสร้างชีวิตใหม่ นอกจากนั้น คุณลักษณะของดินจะเปลี่ยนแปลงไปตามสิ่งที่ท่านเพิ่มเข้าไปในดินนั้นเช่นกัน มนุษย์ก็เช่นเดียวกัน ผู้คนที่โกรธง่ายมักจะมีความโกรธอยู่ในธรรมชาติของเขา คนที่พูดโกหกมักจะมีความเท็จอยู่ในธรรมชาติของเขา หลังจากอาดัมทำบาป เขาและลูกหลานของเขาก็กลายเป็นมนุษย์ฝ่ายเนื้อหนังและเริ่มเปรอะเปื้อนกับความเท็จมากขึ้นอย่างรวดเร็ว

เพราะเหตุนี้ มนุษย์จึงจำเป็นต้องเตรียมจิตใจของตนเอง (เหมือนเตรียมดิน) และรื้อฟื้นจิตใจฝ่ายวิญญาณขึ้นมาใหม่โดยผ

งาน "การเตรียมมนุษย์" ในที่สุดเหตุผลที่มนุษย์ถูกเตรียมบนโลกนี้ก็เพื่อให้เขาเตรียมจิตใจของตนและรื้อฟื้นจิตใจที่บริสุทธิ์ที่อาดัมเคยมีก่อนล้มลงในความบาปขึ้นมาใหม่นั่นเอง พระเจ้าทรงให้คำอุปมาที่เกี่ยวข้องกับการเตรียมดินมากมายแก่เราในพระคัมภีร์เพื่อเราจะเข้าใจถึงการจัดเตรียมล่วงหน้าของพระองค์ในเรื่องการเตรียมมนุษย์ (มัทธิว 13; มาระโก 4; ลูกา 8)

ในมัทธิวบทที่ 13 พระเยซูทรงเปรียบจิตใจของมนุษย์กับดินตามทางเดิน ดินที่มีหิน ดินที่มีหนามปกคลุม และดินดี เราควรตรวจสอบดูว่าเราเป็นดินชนิดใดและไถเตรียมดินนั้นให้เป็นดินดีที่พระเจ้าทรงปรารถนา

ทุ่งนาแห่งจิตใจสี่ชนิด

ประการแรก ดินตามทางเดินเป็นดินแข็งที่ผู้เดินย่ำมาเป็นเวลานาน ที่จริงดินชนิดนี้ไม่ใช่ดินในทุ่งนาด้วยซ้ำไปและไม่มีเมล็ดพืชแตกหน่อออกมาจากที่นี่เลย ไม่มีการสร้างชีวิตเกิดขึ้นในที่แบบนี้เลย

ในฝ่ายวิญญาณ ดินตามทางเดินหมายถึงจิตใจของผู้คนที่ไม่ยอมรับเอาพระกิตติคุณอย่างสิ้นเชิง จิตใจของเขาแข็งกระด้างด้วยอัตตาและความหยิ่งมากจนไม่สามารถหว่านเมล็ดพันธุ์แห่งพระกิตติคุณลงไปได้ ในสมัยพระเยซูพวกผู้นำชาวยิวเป็นคนที่หัวแข็งมากเกี่ยวกับความเห็นและธรรมเนียมของตนจนเขาปฏิเสธพระเยซูและพระกิตติคุณ ปัจจุบัน ผู้คนที่มีจิตใจแบบดินตามทางเดินหัวแข็งมากจนเขาไม่ยอมเปิดใจของตนและปฏิเสธพระกิตติคุณแม้ว่าเขาจะเห็นฤทธิ์อำนาจของพระเจ้าก็ตาม

ดินตามทางเดินแข็งกระด้างมากและเมล็ดพืชไม่สามารถ

แทรกเข้าไปในดินนั้นได้ ดังนั้นนกจึงมาและกินเมล็ดนั้นเสีย นกในที่นี้หมายถึงซาตาน ซาตานแย่งชิงเอาพระคำของพระเจ้าไปเพื่อผู้คนจะไม่สามารถมีความเชื่อ คนเหล่านี้มาที่คริสตจักรเพราะการขอร้องของคนอื่น แต่เขาไม่ต้องการเชื่อในพระคำของพระเจ้าที่ประกาศออกไป ตรงกันข้าม คนเหล่านี้จะตัดสินผู้รับใช้หรือคำเทศนาด้วยความคิดของตนเอง ผู้คนที่มีจิตใจแข็งกระด้างและไม่เปิดใจของตนจะไม่ได้รับความรอดเพราะเมล็ดพันธุ์แห่งพระคำไม่เกิดผลใด ๆ

ประการที่สอง ดินที่มีหินจะดีกว่าดินตามทางเดินบ้างเล็กน้อย คนที่มีจิตใจเหมือนดินตามทางเดินไม่มีเจตนาที่จะยอมรับเอาพระคำของพระเจ้า แต่คนที่มีจิตใจเหมือนดินที่มีหินเข้าใจพระคำของพระเจ้าที่ตนได้ยิน ถ้าท่านหว่านเมล็ดพืชลงในดินที่มีหินเมล็ดก็จะแตกหน่อตามที่ต่าง ๆ แต่เมล็ดเหล่านั้นจะไม่เจริญเติบโตเท่าที่ควร มาระโก 4:5-6 กล่าวว่า “บ้างก็ตกที่ซึ่งมีพื้นหิน มีเนื้อดินแต่น้อยจึงงอกขึ้นโดยเร็วเพราะดินไม่ลึก แต่เมื่อแดดจัด แดดก็แผดเผาและเพราะรากไม่มี จึงเหี่ยวไป”

ผู้คนที่มีจิตใจของดินที่มีหินเข้าใจพระคำของพระเจ้าแต่ไม่สามารถยอมรับเอาพระคำนั้นด้วยความเชื่อ มาระโก 4:17 กล่าวว่า “แต่ไม่มีรากในตัวจึงทนอยู่ได้ชั่วคราว ภายหลังเมื่อเกิดการยากลำบากและการข่มเหงต่าง ๆ เพราะพระวจนะนั้น ก็เลิกเสียในทันทีทันใด” คำว่า “พระวจนะ” ในที่นี้หมายถึงพระคำของพระเจ้าที่บอกกับเราว่า “จงรักษาวันสะบาโต จงถวายสิบลด อย่ากราบไหว้รูปเคารพจากรับใช้คนอื่น และจงถ่อมตัว” เมื่อคนเหล่านี้ฟังพระคำของพระเ

จ้าเขาคิดว่าเขาจะรักษาพระคำของพระองค์ แต่เขาไม่มีความแน่วแน่เมื่อเขาเผชิญกับความยากลำบาก คนเหล่านี้ชื่นชมยินดีเมื่อเขาได้รับพระคุณของพระเจ้า แต่ในความยากลำบากเขาจะเปลี่ยนท่าทีของตนทันที เขาได้ยินและรู้จักพระคำของพระเจ้า แต่เขาไม่มีกำลังที่จะประพฤติตามพระคำเพราะพระคำของพระเจ้าไม่ได้ถูกเพาะบ่มไว้เป็นความเชื่อมั่นในจิตใจของเขา

ประการที่สาม ผู้คนที่มีจิตใจเหมือนดินที่มีหนามปกคลุมเข้าใจพระคำของพระเจ้าและเริ่มประพฤติตามพระคำนั้น แต่เขาไม่สามารถประพฤติตามพระคำของพระเจ้าได้อย่างเต็มสมบูรณ์และไม่เกิดผลที่งดงามนัก มาระโก 4:19 กล่าวว่า “แล้วความกังวลตามธรรมดาโลก และความลุ่มหลงในทรัพย์สมบัติและความโลภในสิ่งอื่น ๆ ได้เข้ามาและปกคลุมพระวจนะนั้นจึงไม่เกิดผล”

ผู้คนที่มีจิตใจเหมือนดินชนิดนี้ดูเป็นผู้เชื่อที่ดีซึ่งกำลังประพฤติตามพระคำของพระเจ้า แต่คนเหล่านี้ยังพบกับการทดลองและความยากลำบากและการเจริญเติบโตฝ่ายวิญญาณของเขาก็เชื่องช้า สาเหตุก็เพราะว่าเขาไม่มีประสบการณ์กับการทำงานอย่างแท้จริงของพระเจ้าเพราะถูกล่อลวงจากความวิตกกังวลของโลกและการหลอกลวงของความมั่งคั่งร่ำรวยพร้อมกับความปรารถนาที่จะมีสิ่งต่าง ๆ ยกตัวอย่าง สมมุติว่าธุรกิจของเขาล้มละลายและเขาอาจต้องถูกจำคุก ในกรณีนี้ ถ้าสถานการณ์เปิดช่องให้เขาจ่ายหนี้คืนด้วยความสะดวกเล็ก ๆ น้อย ๆ และซาตานทดลองเขาโดยเรื่องนี้ คนเหล่านี้มีโอกาสที่จะถูกทดลอง พระเจ้าจะสามารถช่วยเขาได้ก็ต่อ

เมือเขาเดินอยู่ในทางชอบธรรมไม่ว่าทางเส้นนันจะยากลำบากเพียงใดก็ตาม แต่เขาก็ยอมจำนนให้กับการทดลองของซาตาน

แม้คนเหล่านีมีความพร้อมทีจะเชือฟังพระคำของพระเจ้า แต่เขาก็ไม่สามารถเชือฟังได้อย่างแท้จริงด้วยความเชือเพราะจิตใจของเขาเต็มไปด้วยความคิดของมนุษย์ คนเหล่านีอธิษฐานว่าเขามอบทุกสิงไว้ในพระหัตถ์ของพระเจ้า แต่ทีจริงเขาใช้ประสบการณ์และหลักการของตนก่อน คนเหล่านีเอาแผนการของตนมาก่อน ดังนันสิงต่าง ๆ จึงไม่ได้ดำเนินไปอย่างราบรืนสำหรับเขาแม้เขาจะดูราบรืนในช่วงแรก ยากอบ 1:8 กล่าวว่าคนเหล่านีเป็นคนสองใจ

เมือหนามแตกหน่อบางหน่อขึนมามันอาจดูไม่มีอันตรายอะไร แต่ถ้าหน่อเหล่านันเติบโตขึนสถานการณ์จะเปลียนไปอย่างสินเชิง หนามเหล่านันจะรวมตัวกันเป็นพุ่มไม้และปกคลุมเมล็ดพืชไม่ให้เจริญเติบโต ด้วยเหตุนี ถ้ามีสิงใดทีขัดขวางเราไม่ให้เชือฟังพระคำของพระเจ้า เราต้องถอนสิงนันทิงไปทันทีแม้สิงนันอาจดูเล็กน้อยก็ตาม

ประการทีสี ดินดีคือดินทีอุดมสมบูรณ์และชาวนาไถเตรียมดินนีไว้เป็นอย่างดี ดินทีแข็งกระด้างได้รับการไถเตรียม ก้อนหินและเศษหนามถูกเก็บทิงไป สิงนีหมายความว่าท่านละเว้นจากการทำสิงทีพระเจ้าตรัสห้ามและกำจัดสิงทีพระเจ้าสังให้กำจัดทิงไป ก้อนหินหรืออุปสรรคอย่างอืนไม่มีอยู่อีกต่อไปและเมือพระคำของพระเจ้าตกลงไปในดินชนิดนี ดินนีก็จะเกิดผลสามสิบเท่า หกสิบเท่า หรือร้อยเท่าของเมล็ดทีหว่านลงไป คนเช่นนีจะได้รับคำตอบต่อคำอธิษฐานของเขา

เพือตรวจสอบเราเตรียมดินแห่งจิตใจของเราไว้ดีเพียงใด เราก็

อาจดูจากความจริงที่ว่าเราประพฤติตามพระคำของพระเจ้าได้ดีเพียงใด ยิ่งท่านเตรียมดินไว้ดีมากเพียงใดท่านก็จะดำเนินชีวิตด้วยพระคำของพระเจ้าง่ายมากขึ้นเพียงนั้น บางคนรู้จักพระคำของพระเจ้าแต่เขาไม่สามารถประพฤติตามพระคำได้เพราะความเหน็ดเหนื่อย ความเกียจคร้าน ความคิดเทียมเท็จ และความอยากของเขา คนที่มีจิตใจเป็นเหมือนดินดีจะไม่มีอุปสรรคกีดขวางเหล่านี้ ดังนั้นเขาจึงเข้าใจและประพฤติตามพระคำทันทีที่เขาได้ยิน เมื่อเขารู้ว่าสิ่งนั้นคือน้ำพระทัยของพระเจ้าและพอพระทัยพระองค์ เขาจะทำสิ่งนั้นทันที

เมื่อท่านเปลี่ยนจิตใจของท่านให้เป็นเหมือนดินดีท่านก็จะได้รับความเชื่อฝ่ายวิญญาณจากเบื้องบน ท่านสามารถอธิษฐานอย่างร้อนรนเพื่อนำเอาฤทธิ์อำนาจของพระเจ้าลงมาจากเบื้องบน ได้ยินพระสุรเสียงของพระวิญญาณบริสุทธิ์อย่างชัดเจน และทำให้น้ำพระทัยของพระเจ้าสำเร็จ ผู้คนเช่นนี้คือผลที่พระเจ้าทรงปรารถนาที่จะเก็บเกี่ยวผ่านทางการเตรียมมนุษย์

คุณลักษณะของภาชนะ: ทุ่งนาแห่งจิตใจ

ปัจจัยสำคัญอย่างหนึ่งในการเตรียมจิตใจของเราคือคุณลักษณะของภาชนะ คุณลักษณะของภาชนะเชื่อมโยงกับคุณลักษณะของวัสดุของภาชนะ สิ่งนี้แสดงให้เราเห็นว่าคนนั้นฟังพระคำของพระเจ้า รักษาพระคำนั้นไว้ในจิตใจ และประพฤติตามพระคำอย่างไร พระคัมภีร์เปรียบผู้คนกับภาชนะสี่อย่าง นั่นคือ ภาชนะทอง ภาชนะเงิน ภาชนะไม้ หรือภาชนะดิน (2 ทิโมธี 2:20-21)

คนเหล่านี้ฟังพระคำของพระเจ้าเหมือนกัน แต่เขาจะได้ยินพระคำแตกต่างกันออกไป บางคนยอมรับพระคำของพระเจ้าด้วยการพู

ดว่า "อาเมน" ในขณะที่คนอื่นยอมให้พระคำหลุดหายไปเพราะพระคำนั้นไม่ตรงกับความคิดของเขา บางคนฟังพระคำด้วยจิตใจร้อนรนและพยายามประพฤติตามพระคำในขณะที่คนอื่นรู้สึกได้รับพระพรจากคำเทศนาแต่ก็หลงลืมอย่างรวดเร็ว

ข้อแตกต่างเหล่านี้มาจากคุณลักษณะของภาชนะที่แตกต่างกัน ถ้าท่านจดจ่ออยู่กับพระคำของพระเจ้าที่ท่านได้ยิน พระคำนั้นก็จะถูกหว่านลงไปในจิตใจของท่านซึ่งจะแตกต่างจากการที่ท่านฟังพระคำของพระเจ้าในขณะที่ท่านง่วงซึมและไม่จดจ่อ แม้ท่านฟังคำเทศนาเดียวกัน แต่ผลลัพธ์จะแตกต่างกันมากระหว่างการรักษาพระคำไว้ในส่วนลึกแห่งจิตใจกับการฟังแบบผ่าน ๆ เป็นพิธี

กิจการ 17:11 กล่าวว่า "ชาวเมืองนั้นสุภาพกว่าชาวเมืองเธสะโลนิกา ด้วยเขาได้รับพระวจนะด้วยความเต็มใจและค้นดูพระคัมภีร์ทุกวัน หวังจะรู้ว่า ข้อความเหล่านั้นจะจริงดังกล่าวหรือไม่" และฮีบรู 2:1 บอกเราว่า "เหตุฉะนั้นเราควรจะสนใจในข้อความเหล่านั้นที่เราได้ยินได้ฟังให้มากขึ้นอีก เพราะมิฉะนั้นในเวลาหนึ่งเวลาใดเราจะห่างไกลไปจากข้อความเหล่านั้น"

ถ้าท่านฟังพระคำของพระเจ้าอย่างขยันหมั่นเพียร รักษาพระคำนั้นไว้ในใจ และประพฤติตามพระคำตามที่ท่านได้ยิน เราก็สามารถพูดว่าท่านมีคุณลักษณะของภาชนะที่ดี ผู้คนที่มีคุณลักษณะของภาชนะที่ดีจะเชื่อฟังพระคำของพระเจ้า ดังนั้นเขาจึงสามารถเตรียมดินแห่งจิตใจของตนอย่างรวดเร็ว จากนั้นเมื่อจิตใจของเขาเป็นเหมือนดินดีเขาก็จะรักษาพระคำของพระเจ้าไว้ในส่วนลึกแห่

งจิตใจของตนและประพฤติตามโดยธรรมชาติ

คุณลักษณะของภาชนะที่ดีจะช่วยในการเตรียมดินดีและดินดีก็จะช่วยในการเตรียมคุณลักษณะของภาชนะที่ดี เหมือนที่ลูกา 2:19 กล่าวว่า "ฝ่ายนางมารีย์ก็เก็บบรรดาสิ่งเหล่านี้ไว้ในใจ และรำพึงอยู่" มารีย์หญิงพรหมจารีเป็นภาชนะที่ดีซึ่งรักษาพระคำของพระเจ้าไว้ในจิตใจของเธอและเธอก็ได้รับพระพรของการตั้งครรภ์พระเยซูโดยเดชของพระวิญญาณบริสุทธิ์

1 โครินธ์ 3:9 กล่าวว่า "เพราะว่าเราทั้งหลายเป็นผู้ร่วมทำการด้วยกันกับพระเจ้า ท่านทั้งหลายเป็นไร่นาของพระเจ้า และเป็นตึกของพระเจ้า" เราเป็นทุ่งนาที่พระเจ้าทรงกำลังเตรียม เราสามารถมีจิตใจที่สะอาดและดีงามเหมือนดินดี เราสามารถเป็นภาชนะที่ดีเหมือนภาชนะทอง และเราสามารถเป็นภาชนะที่พระเจ้าทรงใช้อย่างมีเกียรติถ้าเราฟังและรักษาพระคำของพระเจ้าไว้ในจิตใจและประพฤติตามพระคำนั้น

คุณลักษณะของจิตใจ: ขนาดของภาชนะ

นี่เป็นอีกแนวคิดหนึ่งที่เชื่อมโยงกับคุณลักษณะของภาชนะ แนวคิดนี้เกี่ยวข้องกับวิธีการที่บุคคลจะขยายและใช้จิตใจของตนอย่างกว้างขวาง คุณลักษณะของภาชนะเป็นเรื่องเกี่ยวกับวัสดุของภาชนะในขณะที่คุณลักษณะของจิตใจเป็นเรื่องเกี่ยวกับขนาดของภาชนะ เราสามารถจำแนกคุณลักษณะของจิตใจออกเป็นสี่ชนิด

ชนิดแรกได้แก่ผู้คนที่ทำมากกว่าในสิ่งที่ตนควรทำ นี่เป็นคุณลักษณะของจิตใจที่ดีที่สุด ยกตัวอย่าง พ่อแม่ขอให้ลูกของตนเก็บขยะขึ้นมาจากพื้นห้อง จากนั้นลูกไม่เพียงแต่เก็บขยะขึ้

นมาจากพื้นห้องเท่านั้น แต่เขายังทำสะอาดห้องด้วยเช่นกัน ลูกทำเกินกว่าที่พ่อแม่คาดเอาไว้และสิ่งนี้ทำให้พ่อแม่มีความสุข สเทเฟนและฟีลิปเป็นเพียงมัคนายก แต่ทั้งสองท่านสัตย์ซื่อและบริสุทธิ์เหมือนกับอัครทูต คนเหล่านี้เป็นความปีติยินดีในสายพระเนตรของพระเจ้าและทำการด้วยฤทธิ์อำนาจ หมายสำคัญ และการอัศจรรย์อย่างยิ่งใหญ่

ชนิดที่สองได้แก่ผู้คนที่ทำเฉพาะในสิ่งที่ตนควรทำเท่านั้น คนเหล่านี้จะรับผิดชอบหน้าที่ของตนแต่เขาจะไม่สนใจเกี่ยวกับคนอื่นหรือสิ่งที่อยู่รอบข้างเขา ถ้าพ่อแม่ขอให้เขาเก็บขยะเขาก็จะเก็บเฉพาะขยะ เขาจะได้รับการยอมรับนับถือในเรื่องการเชื่อฟังของเขาแต่เขาไม่สามารถเป็นความชื่นชมยินดีที่ยิ่งใหญ่กว่านั้นให้กับพระเจ้า ผู้เชื่อบางคนในคริสตจักรจัดอยู่ในคนกลุ่มนี้เช่นกัน เขาเพียงแต่ทำหน้าที่ของตนและไม่สนใจด้านอื่น ๆ คนเหล่านี้ไม่สามารถเป็นความชื่นชมยินดีอย่างแท้จริงได้ในสายพระเนตรของพระเจ้า

ชนิดที่สามได้แก่ผู้คนที่ทำในสิ่งที่เขาต้องทำด้วยสำนึกในหน้าที่ เขาไม่ได้ทำหน้าที่ด้วยความชื่นชมยินดีและการขอบพระคุณ แต่เขาจะทำด้วยเสียงบ่นและการโอดครวญ คนเหล่านี้มองทุกสิ่งในแง่ลบและเป็นคนตระหนี่ในการเสียสละตนเองและการช่วยเหลือคนอื่น ถ้าเขาได้รับมอบหน้าที่เขาก็จะทำหน้าที่เหล่านั้นด้วยสำนึกในหน้าที่ แต่เขามีแนวโน้มที่จะสร้างปัญหาให้กับคนอื่น พระเจ้าทรงทอดพระเนตรดูจิตใจ พระองค์ทรงปีติยินดีเมื่อเราทำหน้าที่ของเราอย่างเต็มใจด้วยความรักที่เรามีต่อพระเจ้าแทนที่จะรู้สึกว่าถูกบังคับหรือรู้สึกว่าเป็นหน้าที่ที่เราต้องทำ

ชนิดที่สี่ได้แก่ผู้คนที่ทำสิ่งชั่วร้าย คนเหล่านี้ไม่มีสำนึกความรับผิดชอบหรือสำนึกในหน้าที่ เขาไม่มีความรู้สึกเห็นอกเห็นใจคนอื่นเช่นกัน เขายืนกรานอยู่กับความคิดและหลักการของตนและสร้างปัญหาให้กับคนอื่น ถ้าคนเหล่านี้เป็นศิษยาภิบาลหรือผู้นำที่ดูแลสมาชิกคริสตจักร เขาไม่สามารถดูแลสมาชิกด้วยความรัก ฉะนั้นเขาจะสูญเสียดวงวิญญาณเหล่านั้นไปหรือไม่ก็ทำให้ดวงวิญญาณเหล่านั้นสะดุดล้มลง คนเหล่านี้จะโทษคนอื่นเสมอเมื่อมีสิ่งที่ไม่พึงปรารถนาเกิดขึ้นและในไม่ช้าก็จะละทิ้งหน้าที่ของตน ด้วยเหตุนี้ น่าจะดีกว่าถ้าคนเหล่านี้ไม่ได้รับมอบหมายหน้าที่ใดเลยตั้งแต่แรก

ตอนนี้ขอให้เราตรวจสอบดูว่าคุณลักษณะของจิตใจที่เรามีนั้นจัดอยู่ในชนิดใด แม้จิตใจของเราไม่กว้างขวางพอเราก็สามารถเปลี่ยนจิตใจนั้นให้มีขนาดใหญ่ขึ้นได้ เพื่อจะเปลี่ยนแปลงจิตใจของเราให้กว้างใหญ่ขึ้น เบื้องต้นเราต้องชำระจิตใจของเราให้บริสุทธิ์และมีลักษณะของภาชนะที่ดี เราไม่อาจมีคุณลักษณะของจิตใจที่ดีได้ในขณะที่เรายังมีคุณลักษณะของภาชนะที่เลวอยู่ในตัวเรา ถ้าเราเสียสละตนเองด้วยการอุทิศตนและความรักอย่างแรงกล้าในทุกสัปดาห์ สิ่งนี้ถือเป็นแนวทางหนึ่งที่จะเตรียมคุณลักษณะของจิตใจที่ดี

ผู้คนที่มีคุณลักษณะแห่งจิตใจที่ดีสามารถทำสิ่งที่ยิ่งใหญ่ต่อพระพักตร์พระเจ้าและถวายเกียรติแด่พระเจ้าอย่างยิ่งใหญ่ นี่เป็นกรณีที่เกิดขึ้นกับโยเซฟ โยเซฟถูกขายไปยังอียิปต์ด้วยมือของพวกพี่ชายของตนและกลายเป็นทาสในบ้านของโปทิฟาร์ผู้บัญชาการทหารรักษาพระองค์ของฟาโรห์ แต่โยเซฟไม่ได้คร่ำครวญเกี่ยวกับชีวิตของตนเพียงเพราะท่านถูกขายไปเป็นทาส ท่านทำหน้าที่ของตนอย่างสัตย์ซื่อจนท่านเป็นที่ไว้วางใจของเจ้าน

ายและท่านถูกตั้งให้ดูแลรับผิดชอบทุกอย่างในบ้านของเจ้านาย ต่อมาท่านถูกใส่ร้ายและถูกจำคุก แต่ท่านก็ยังคงสัตย์ซื่อต่อไปเหมือนที่เคยเป็นและในไม่ช้าโยเซฟก็กลายเป็นนายกรัฐมนตรีของประเทศอียิปต์ ท่านช่วยประเทศชาติและช่วยครอบครัวของท่านให้รอดจากการกันดารอาหารอย่างรุนแรงและวางรากฐานสำหรับการก่อตั้งประเทศอิสราเอลเอาไว้

ถ้าท่านไม่มีคุณลักษณะแห่งจิตใจที่ดี ท่านคงทำเฉพาะในสิ่งที่ตนได้รับมอบหมายจากเจ้านาย ท่านคงจบชีวิตลงในฐานะทาสคนหนึ่งในอียิปต์หรือไม่ก็คงใช้ชีวิตทั้งหมดอยู่ในคุก แต่พระเจ้าทรงใช้โยเซฟอย่างยิ่งใหญ่เพราะท่านทำสิ่งที่ดีที่สุดในสายพระเนตรของพระเจ้าในทุกสถานการณ์และแสดงออกด้วยจิตใจที่กว้างขวาง

ข้าวสาลีหรือข้าวละมาน

พระเจ้าทรงเตรียมมนุษย์ในพื้นที่ฝ่ายร่างกายนี้มาเป็นเวลานานนับจากการล้มลงในความบาปของอาดัม เมื่อเวลามาถึงพระองค์จะทรงแยกข้าวสาลีออกจากข้าวละมานและนำข้าวสาลีเข้าไปสู่แผ่นดินสวรรค์และทิ้งข้าวละมาน (แกลบ) ลงไปในนรก มัทธิว 3:12 กล่าวว่า "พระหัตถ์ของพระองค์ถือพลั่วพร้อมแล้ว และจะทรงชำระลานข้าวของพระองค์ให้ทั่ว พระองค์จะทรงเก็บข้าวของพระองค์ไว้ในยุ้งฉาง แต่พระองค์จะทรงเผาแกลบด้วยไฟที่ไม่รู้ดับ"

คำว่า "ข้าวสาลี" ในที่นี้หมายถึงผู้คนที่รักพระเจ้าและประพฤติตามพระคำของพระองค์ในความจริง ในทางตรงกันข้าม ผู้คนที่ไม่ได้ดำเนินชีวิตในพระคำของพระเจ้าแต่มีชีวิตอยู่ในความชั่วร้ายและไม่ดำเนินตามความจริงและผู้คนที่ไม่ได้ต้อนรับเอาพระเยซูคริสต์

และทำตามการงานของเนื้อหนัง คนเหล่านี้เป็นเหมือนข้าวละมาน (แกลบ)

พระเจ้าทรงต้องการให้ทุกคนเป็นข้าวสาลีและได้รับความรอด (1 ทิโมธี 2:4) สิ่งนี้เป็นเหมือนชาวนาที่ต้องการเก็บเกี่ยวผลจากเมล็ดพืชทุกเมล็ดที่เขาหว่านลงไปในทุ่งนา แต่เวลาแห่งการเก็บเกี่ยวก็จะมีข้าวละมานแทรกอยู่เสมอ ในทำนองเดียวกัน ไม่ใช่ทุกคนที่อยู่ในขั้นตอนของการเตรียมมนุษย์จะกลายเป็นเหมือนข้าวสาลีที่ได้รับความรอด

ถ้าท่านไม่ตระหนักถึงประเด็นนี้ในการเตรียมมนุษย์ บางคนอาจตั้งคำถามว่า “พระเจ้าเป็นความรักมิใช่หรือ แล้วทำไมพระองค์จึงช่วยบางคนให้รอดและยอมให้คนอื่นลงไปสู่หนทางแห่งความพินาศเล่า?” แต่ความรอดส่วนบุคคลไม่ใช่สิ่งที่พระเจ้าจะตัดสินตามความชอบของพระองค์ สิ่งนี้ขึ้นอยู่กับเสรีภาพในการตัดสินใจของแต่ละคน ทุกคนที่มีชีวิตอยู่ในพื้นที่ฝ่ายร่างกายนี้ต้องเลือกหนทางว่าจะไปสวรรค์หรือไปนรก

พระเยซูตรัสไว้ในมัทธิว 7:21 ว่า “มิใช่ทุกคนที่ร้องแก่เราว่า `พระองค์เจ้าข้า พระองค์เจ้าข้า‘ จะได้เข้าในอาณาจักรแห่งสวรรค์ แต่ผู้ที่ปฏิบัติตามพระทัยพระบิดาของเราผู้ทรงสถิตในสวรรค์จึงจะเข้าได้” มัทธิว 13:49-50 กล่าวว่า “ในการสิ้นสุดของโลกก็จะเป็นอย่างนั้นแหละ พวกทูตสวรรค์จะออกมาแยกคนชั่วออกจากคนชอบธรรมแล้วจะทิ้งลงในเตาไฟอันลุกโพลง ที่นั่นจะมีการร้องไห้ขบเขี้ยวเคี้ยวฟัน”

“คนชอบธรรม” ในที่นี้หมายถึงผู้เชื่อ สิ่งนี้หมายความว่าพ

ระเจ้าจะทรงแยกข้าวละมาน (แกลบ) ออกจากข้าวสาลีในท่ามกลางผู้เชื่อ แม้คนเหล่านี้ต้อนรับเอาพระเยซูคริสต์และเข้าร่วมในคริสตจักร แต่เขาก็ยังเป็นคนชั่วร้ายถ้าเขาไม่ทำตามน้ำพระทัยของพระเจ้า คนเหล่านี้เป็นเพียงข้าวละมาน (แกลบ) ที่ต้องถูกโยนทิ้งไปในบึงไฟนรก

พระเจ้าทรงสอนเราเกี่ยวกับพระทัยของพระเจ้าพระผู้สร้าง การจัดเตรียมล่วงหน้าในเรื่องการเตรียมมนุษย์ และจุดประสงค์ที่แท้จริงของชีวิตผ่านทางพระคัมภีร์ พระองค์ทรงต้องการให้เราเตรียมคุณลักษณะของภาชนะที่ดีและคุณลักษณะของจิตใจที่ดีและกลายเป็นบุตรที่แท้จริงของพระเจ้า—ซึ่งเป็นข้าวสาลีในแผ่นดินสวรรค์ แต่มีผู้คนมากน้อยเพียงใดที่กำลังแสวงหาสิ่งที่ไร้ความหมายในโลกที่เต็มไปด้วยความบาปและความชั่วร้ายใบนี้? สาเหตุก็เพราะว่าคนเหล่านี้ถูกควบคุมด้วยจิตใจของตน

วิญญาณ จิตใจ และร่างกาย (เล่ม 1)

ภาค
2

การสร้างจิตใจ
(การทำงานของจิตใจในพื้นที่ฝ่ายร่างกาย)

ความคิดของมนุษย์มาจากไหน?
วิญญาณจิตของผมจำเริญขึ้นหรือไม่?

“คือทำลายความคิด และทิฐิมานะทุกประการที่ตั้งตัวขึ้นขัดขวางความรู้ของพระเจ้า
และน้อมนำความคิดทุกประการให้เข้าอยู่ใต้บังคับจนถึงเชื่อฟังพระคริสต์และพร้อมที่จะแก้แค้นการไม่เชื่อฟังทุกอย่าง ในเมื่อความเชื่อฟังของท่านทั้งหลายจะสำเร็จ” (2 โครินธ์ 10:5-6)

บทที่ 1
การสร้างจิตใจ

จากช่วงเวลาที่วิญญาณของมนุษย์ตายลง จิตใจของเขาก็ขึ้นมาเป็นเจ้านายของมนุษย์แทนในขณะที่เขาดำเนินชีวิตอยู่ในพื้นที่ฝ่ายร่างกาย จิตใจตกอยู่ภายใต้อิทธิพลของซาตานและจิตใจของมนุษย์เริ่มมีการทำงานที่หลากหลาย

1. คำนิยามของจิตใจ

2. การทำงานที่หลากหลายของจิตใจในพื้นที่ฝ่ายร่างกาย

3. ความมืด

เราเห็นความอัศจรรย์แห่งการทรงสร้างของพระเจ้าเมื่อเรามองดูสิ่งทรงสร้างชนิดต่าง ๆ เช่น ค้างคาวซึ่งมีวิธีการล่าเหยื่อของมันด้วยระบบการรับฟังเสียงสะท้อน (หรือระบบโซนาร์) เมื่อเราเห็นปลาแซลมอนและนกชนิดต่าง ๆ เดินทางหลายพันไมล์เพื่อกลับไปยังที่เกิดและถิ่นผสมพันธุ์ของตน และเมื่อเราเห็นนกหัวขวานจิกไม้หลายพันครั้งในเวลาเพียงหนึ่งนาที

มนุษย์ถูกสร้างขึ้นมาเพื่อให้ครอบครองเหนือสิ่งทั้งปวงเหล่านี้ รูปร่างภายนอกของมนุษย์ไม่แข็งแกร่งเท่ากับสิงโตหรือเสือ สัมผัสการได้ยินหรือสัมผัสการดมกลิ่นของมนุษย์ไม่ไวเหมือนสุนัข แต่กระนั้นมนุษย์ก็ถูกเรียกว่าเป็นผู้มีอำนาจครอบครองเหนือสิ่งทรงสร้างทั้งปวง

สาเหตุก็เพราะว่ามนุษย์มีวิญญาณและพลังอำนาจในการให้เหตุผลด้วยการทำหน้าที่ของสมองในระดับที่สูงกว่า มนุษย์มีเชาว์ปัญญาและเขาสามารถพัฒนาวิทยาศาสตร์และอารยธรรมเพื่อปกครองเหนือสิ่งสารพัด นี่คือส่วนที่เป็นความคิดของมนุษย์ซึ่งเชื่อมโยงกับ "จิตใจ"

1. คำนิยามของจิตใจ

เราเรียกอุปกรณ์ความจำในสมอง ความรู้ที่บรรจุอยู่ในความจำ

และความคิดที่เกิดจากการเรียกคืนความรู้โดยรวมว่า "จิตใจ"

สาเหตุที่เราต้องเข้าใจความสัมพันธ์ของวิญญาณ จิตใจ และร่างกายอย่างชัดเจนก็เพื่อว่าเราจะสามารถเข้าใจถึงการทำงานของจิตใจอย่างถูกต้องนั่นเอง จากนั้นเราจะสามารถรื้อฟื้นลักษณะการทำงานของจิตใจที่พระเจ้าทรงปรารถนาขึ้นมาใหม่ เพื่อป้องกันไม่ให้จิตใจถูกควบคุมด้วยผีมารซาตาน วิญญาณของเราต้องเป็นเจ้านายและครอบครองเหนือจิตใจของเรา

พจนานุกรมฉบับมีเรียม-เว็บสเตอร์ให้คำจำกัดความของ "จิตใจ" ไว้ว่า "เป็นส่วนประกอบที่ไม่ใช่วัตถุ เป็นแหล่งของความมีชีวิตชีวา หรือเป็นเหตุที่กระตุ้นให้เกิดการทำงานของชีวิตของบุคคล จิตใจเป็นแหล่งฝ่ายวิญญาณที่รวมกันอยู่ในมนุษย์" แต่ความหมายของจิตใจตามหลักของพระคัมภีร์แตกต่างจากคำจำกัดความเหล่านี้

พระเจ้าทรงใส่อุปกรณ์ความจำไว้ในสมองของมนุษย์ สมองมีหน้าที่ในการจดจำสิ่งต่าง ๆ ด้วยวิธีนี้มนุษย์จึงสามารถใส่ความรู้เข้าไปเก็บไว้ในอุปกรณ์เก็บบันทึกข้อมูลและเรียกข้อมูลนั้นคืนมา เราเรียกสิ่งนี้ว่า "ความคิด" กล่าวคือ ความคิดเป็นการเรียกและการจดจำสิ่งต่าง ๆ ที่ถูกเก็บไว้ในความจำคืนมา เราเรียกอุปกรณ์ความจำ ความรู้ที่อยู่ในอุปกรณ์นั้น และการเรียกความรู้นั้นกลับคืนมาโดยรวมว่า "จิตใจ"

จิตใจของมนุษย์อาจเปรียบได้กับการเก็บข้อมูล การค้นหาข้อมูล และการใช้ข้อมูลนั้นในคอมพิวเตอร์ มนุษย์มีจิตใจ ดังนั้นเขาจึงสามารถจดจำและคิด เพราะเหตุนี้จิตใจจึงมีความสำคัญสำหรับมนุษย์พอ ๆ กับหัวใจของเขา

พลังความทรงจำและเชาว์ปัญญาของมนุษย์เกิดจากข้อเท็จจริงที่ว่าเขาเห็นข้อมูล ได้ยินข้อมูล และใส่ข้อมูลเข้าไ

ปมากเพียงใดและเขาจดจำและใช้ข้อมูลเหล่านั้นได้ดีแค่ไหน นี่คือสิ่งที่ทำให้พลังความทรงจำและเชาว์ปัญญาของมนุษย์แตกต่างกัน ความสามารถทางเชาว์ปัญญา (หรือไอ.คิว.) ส่วนใหญ่ถูกกำหนดโดยการสืบทอด แต่สิ่งนี้อาจเปลี่ยนแปลงได้ด้วยปัจจัยต่าง ๆ ที่ได้มา เช่น การศึกษาและประสบการณ์ แม้ว่าคนสองคนเกิดมาด้วยไอ.คิว.ระดับเดียวกัน แต่ไอ.คิว.ของทั้งสองคนอาจแตกต่างกันตามขนาดความพยายามของแต่ละคน

ความสำคัญของการทำงานของจิตใจ

การทำงานของจิตใจจะแตกต่างกันไปตามชนิดของเนื้อหาที่เราใส่เข้าไปในอุปกรณ์ความจำ ผู้คนเห็น ได้ยิน และรู้สึกถึงสิ่งต่าง ๆ และจดจำหลายสิ่งเหล่านั้นทุกวัน ภายหลังผู้คนจดจำสิ่งเหล่านั้นเพื่อวางแผนอนาคตหรือเพื่อให้เหตุผลและวินิจฉัยระหว่างสิ่งที่ผิดและสิ่งที่ถูก

ร่างกายเป็นเหมือนภาชนะที่บรรจุวิญญาณและจิตใจเอาไว้ จิตใจมีส่วนสำคัญในการสร้างคุณลักษณะ บุคลิกภาพ และมาตรฐานของการตัดสินผ่านหน้าที่ของ “การคิด” ส่วนใหญ่ความสำเร็จหรือความล้มเหลวของบุคคลจะขึ้นอยู่กับการทำงานของจิตใจ

นี่คือเหตุการณ์ที่เกิดขึ้นในหมู่บ้านเล็ก ๆ แห่งหนึ่งที่มีชื่อว่า “โคดามูริ” ซึ่งตั้งอยู่ทางตะวันตกเฉียงใต้ของเมืองโกลคาตาของอินเดียไปประมาณ 110 กิโลเมตรในปี 1920 ศิษยาภิบาลซิงห์และภรรยาของท่านเป็นมิชชันนารีอยู่ที่นั่น ทั้งสองคนได้ยินเกี่ยวกับอสูรกายจากผู้คนในพื้นที่ซึ่งมีลักษณะเหมือนมนุษย์โดยใช้ชีวิตอยู่กับสุนัขจิ้งจอกภายในถ้ำ เมื่อศิษยาภิบาลซิงห์จับอสูรกายเหล่านั้นปรากฏว่าอสูรกายเหล่านั้นเป็นเด็กผู้หญิงสองคน

จากบันทึกที่ศิษยาภิบาลซิงห์จดเอาไว้เด็กผู้หญิงสองคนเป็นมนุษย์เพียงรูปร่างภายนอกเท่านั้น พฤติกรรมอย่างอื่นของเขาเป็นพฤติกรรมของสุนัขจิ้งจอก ในไม่ช้าเด็กผู้หญิงคนหนึ่งเสียชีวิตและอีกคนหนึ่งซึ่งมีชื่อว่ากามาราอาศัยอยู่กับครอบครัวของศิษยาภิบาลสิงห์เป็นเวลาเก้าปีและเสียชีวิตด้วยโรคโลหิตเป็นพิษรูปแบบหนึ่งเรียกว่า "ยูเรเมีย"

ในตอนกลางวันกามาราจะนั่งหันหน้าเข้าหาผนังภายในห้องมืดและเธอจะงีบหลับโดยไม่ขยับเขยื้อนตัว แต่ในตอนกลางคืนเธอจะคลานไปรอบบ้านพร้อมส่งเสียงหอนเหมือนเสียงสุนัขจิ้งจอกตัวจริงจนเป็นที่ได้ยินในพื้นที่ห่างไกลออกไป เธอจะเลียอาหารโดยไม่ใช้มือ เธอจะวิ่งด้วยอุ้งมือและอุ้งเท้าโดยใช้มือของเธอเหมือนเท้าหน้าของสุนัขจิ้งจอก ถ้ามีเด็กเข้ามาหาเธอ เด็กผู้หญิงคนนี้จะแยกเขี้ยวพร้อมเสียงขู่คำรามและวิ่งหนีไป

ครอบครัวซิงห์พยายามทำให้เด็กหญิงสุนัขจิ้งจอกคนนี้เป็นมนุษย์อย่างแท้จริง แต่ไม่ใช่เรื่องง่าย สามปีผ่านไปเธอจึงเริ่มกินอาหารด้วยมือและหลังจากห้าปีเธอถึงเริ่มแสดงความรู้สึกโศกเศร้าหรือความยินดีออกมาทางใบหน้า อารมณ์ที่กามาราแสดงออกก่อนที่เธอจะเสียชีวิตเป็นอารมณ์ขั้นพื้นฐานมากซึ่งคล้ายคลึงกับอารมณ์ของสุนัขที่มักกระดิกหางของมันเพื่อแสดงถึงความดีใจเมื่อมันพบกับเจ้าของ

เรื่องนี้บอกให้เรารู้ว่าจิตใจของมนุษย์มีอิทธิพลโดยตรงต่อการทำให้มนุษย์เป็นมนุษย์ กามาราเห็นพฤติกรรมของสุนัขจิ้งจอกในขณะที่เธอเติบโตขึ้นมา เพราะเธอไม่สามารถใส่ความรู้ที่จำเป็นสำหรับการเป็นมนุษย์เข้าไป จิตใจของเธอจึงไม่พัฒนา เมื่อเธอถูกอบรมเลี้ยงดูโดยสุนัขจิ้งจอกเธอจึงไม่มีทางเลือกอื่นนอกจากต้องแสดงออกเหมือนสุนัขจิ้งจอก

ความแตกต่างระหว่างมนุษย์กับสัตว์

มนุษย์ประกอบด้วยวิญญาณ จิตใจ และร่างกาย ส่วนทีสำคัญทีสุดในสิงเหล่านีคือวิญญาณ พระเจ้าผู้ทรงเป็นพระวิญญาณทรงมอบวิญญาณให้กับมนุษย์และวิญญาณไม่มีวันดับสูญ ร่างกายตายและกลับไปสู่ผงคลีดิน แต่วิญญาณและจิตใจยังคงอยู่และจะไปสู่สวรรค์หรือไม่ก็ไปสู่นรก

เมือพระเจ้าทรงสร้างสัตว์พระองค์มิได้ทรงระบายลมปราณแห่งชีวิตเข้าไปในสัตว์เหมือนกับมนุษย์ ดังนันสัตว์จึงประกอบด้วยร่างกายและจิตใจเท่านัน สัตว์มีหน่วยความจำอยู่ในสมองของตนเช่นกัน สัตว์สามารถจดจำสิงทีตนเห็นและได้ยินในช่วงชีวิตของมัน แต่เพราะสัตว์ไม่มีวิญญาณสัตว์จึงไม่มีจิตใจฝ่ายวิญญาณ สิงทีสัตว์เห็นและได้ยินจะถูกเก็บไว้ในหน่วยสะสมความจำของเซลล์สมองเพียงอย่างเดียว

ปัญญาจารย์ 3:21 กล่าวว่า “ใครรู้ว่าจิตวิญญาณของมนุษย์ไปสู่เบืองบนหรือเปล่า และวิญญาณของสัตว์เดียรัจฉานลงไปสู่พิภพโลกหรือเปล่า” ข้อนีกล่าวว่า “วิญญาณของมนุษย์” คำว่า “วิญญาณ” (ภาษาเดิมใช้คำว่า “ลมหายใจ”) (ซึงแสดงถึงจิตใจของมนุษย์) ถูกใช้ในข้อนีเพราะในสมัยพระคัมภีร์เดิมก่อนทีพระเยซูเสด็จมายังโลกนีวิญญาณในตัวมนุษย์ “ตายแล้ว” ด้วยเหตุนี ไม่ว่าคนเหล่านันรอดหรือไม่ก็ตาม เมือเขาเสียชีวิต “ลมหายใจ” หรือ “จิตใจ” ได้ออกไปจากเขา จิตใจของมนุษย์ขึน “ไปสู่เบืองบน” หมายความว่าจิตใจของเขาไม่ได้หายไปแต่จิตใจของเขาไปสู่สวรรค์หรือไม่ก็นรก ในอีกด้านหนึง จิตใจของสัตว์ลงไปสู่พิภพโลกซึงหมายความว่าจิตใจของสัตว์ดับสูญ เซลล์สมองของสัตว์ตายเมือสัตว์ตายและเนือหาในสมองก็สูญสินไปเช่นกัน สัตว์ไม่มีการทำงานของจิตใจอีกต่อไป

ในนิยายหรือเรื่องราวลึกลับบางเรื่องแมวดำหรืองูจะแก้แค้นมนุษย์ แต่เราไม่ควรเชื่อว่าเรื่องราวเหล่านั้นเป็นความจริง

สัตว์มีการทำงานของจิตใจ แต่เป็นการทำงานที่จำกัดซึ่งจำเป็นสำหรับการอยู่รอดของมันเท่านั้น นี่เป็นผลลัพธ์ของสัญชาตญาณ โดยสัญชาตญาณสัตว์มีความกลัวในเรื่องความตาย สัตว์อาจขัดขืนหรือแสดงออกความกลัวถ้ามันถูกคุกคาม แต่สัตว์จะไม่มีวันแก้แค้น สัตว์ไม่มีวิญญาณ ดังนั้นสัตว์จึงไม่มีวันแสวงหาพระเจ้า เมื่อปลาว่ายน้ำไปมันคิดถึงวิธีการที่จะพบกับพระเจ้าหรือเปล่า แต่มนุษย์มีมิติของการทำงานของจิตใจที่แตกต่างออกไปอย่างสิ้นเชิงซึ่งสลับซับซ้อนมากกว่าของสัตว์ มนุษย์มีความสามารถที่จะคิดเกี่ยวกับสิ่งต่าง ๆ ซึ่งไม่ใช่เป็นเพียงความคิดตามสัญชาตญาณเพื่อการอยู่รอดเท่านั้น มนุษย์สามารถพัฒนาอารยธรรม คิดถึงความหมายของชีวิต หรือพัฒนาความคิดทางปรัชญาหรือทางศาสนา

มนุษย์มีการทำงานของจิตใจในมิติที่สูงกว่าเพราะนอกเหนือจากร่างกายและจิตใจของเขาแล้วมนุษย์ยังได้รับมอบวิญญาณด้วยเช่นกัน แม้แต่ผู้คนที่ไม่เชื่อในพระเจ้าก็มีวิญญาณ สิ่งนี้จึงเป็นคำอธิบายว่าเพราะเหตุใดคนที่ไม่เชื่อเหล่านี้จึงมีสำนึกในเรื่องมิติฝ่ายวิญญาณและมีความรู้สึกกลัวในเรื่องชีวิตหลังความตาย ด้วยวิญญาณที่ตายไปแล้ว มนุษย์จึงถูกควบคุมด้วยจิตใจของตนอย่างสิ้นเชิง เพราะเขาถูกควบคุมด้วยจิตใจ มนุษย์จึงทำบาปและมุ่งหน้าไปสู่นรกในที่สุด

มนุษย์ฝ่ายจิตใจ

เมื่ออาดัมถูกสร้างขึ้นมาเขาเป็นผู้มีชีวิตฝ่ายวิญญาณที่สามารถสื่อสารกับพระเจ้า กล่าวคือ วิญญาณของเขาเป็นเจ้านายของเขาและ

จิตใจเป็นเหมือนผู้รับใช้ที่เชื่อฟังวิญญาณของเขา แน่นอน จิตใจทำหน้าที่ในการจดจำและคิดแม้แต่ในเวลานั้น แต่เพราะเวลานั้นไม่มีความเท็จหรือความคิดชั่วร้าย จิตใจจึงทำตามคำสั่งของวิญญาณที่เชื่อฟังพระคำของพระเจ้าเพียงอย่างเดียว

แต่หลังจากอาดัมกินผลจากต้นไม้แห่งการรู้ดีและรู้ชั่วและวิญญาณของเขาตายลง อาดัมก็กลายเป็นมนุษย์ฝ่ายจิตใจที่ถูกควบคุมโดยผีมารซาตาน อาดัมเริ่มใส่ความคิดและการกระทำที่เป็นเท็จเข้าไปในชีวิตของเขา ตอนนี้มนุษย์เริ่มเหินห่างจากความจริงมากขึ้นเพราะซาตานควบคุมจิตใจของเขาและนำเขาไปสู่หนทางแห่งความเท็จ ด้วยเหตุนี้ เนื่องจากวิญญาณของมนุษย์ฝ่ายจิตใจตายไปแล้วเขาจึงไม่สามารถรับเอาความรู้ฝ่ายวิญญาณจากพระเจ้าได้

มนุษย์ฝ่ายจิตใจซึ่งเป็นผู้ที่ตายฝ่ายวิญญาณแล้วจึงไม่ได้รับความรอด นี่เป็นกรณีที่เกิดขึ้นกับอานาเนียสและสัปฟีราในคริสตจักรในยุคแรก ทั้งสองคนถูกซาตานยุยงให้พูดมุสาต่อพระวิญญาณบริสุทธิ์และต่อพระเจ้า เกิดอะไรขึ้นกับทั้งสองคน

กิจการ 5:4-5 กล่าวว่า "'เมื่อที่ดินยังอยู่ก็เป็นของเจ้ามิใช่หรือ เมื่อขายแล้วเงินก็ยังอยู่ในอำนาจของเจ้ามิใช่หรือ มีเหตุอะไรเกิดขึ้นให้เจ้าคิดในใจเช่นนั้นเล่า เจ้ามิได้มุสาต่อมนุษย์แต่ได้มุสาต่อพระเจ้า' เมื่ออานาเนียได้ยินคำเหล่านั้นก็ล้มลงตาย และเมื่อคนทั้งปวงได้ยินเรื่องก็พากันสะดุ้งตกใจกลัวอย่างยิ่ง"

เพราะพระคัมภีร์กล่าวเพียงว่า "ล้มลงตาย" (ภาษาเดิมใช้คำว่า "หายใจเฮือกสุดท้าย") เราจึงพอจะอนุมานได้ว่าเขาไม่ได้รับความรอด ในทางตรงกันข้าม สเทเฟนเป็นมนุษย์ฝ่ายวิญญาณที่เชื่อฟังน้ำพระทัยของพระเจ้า ท่านมีความรักยิ่งใหญ่พอที่จะอธิษฐานเผื่อผู้คนที่เอาหินขว้างท่าน ท่านมอบ "วิญญาณจิต" ของตนไว้ในพระหัตถ์ข

ององค์พระผู้เป็นเจ้าเมื่อท่านถูกฆ่าเพราะความเชื่อ

กิจการ 7:59 กล่าวว่า "เขาจึงเอาหินขว้างสเทเฟนเมื่อกำลังอ้อนวอนพระเจ้าอยู่ว่า 'ข้าแต่พระเยซูเจ้า ขอทรงโปรดรับจิตวิญญาณของข้าพระองค์ด้วย'" ท่านได้รับพระวิญญาณบริสุทธิ์ด้วยการต้อนรับเอาพระเยซูคริสต์และวิญญาณของท่านฟื้นคืนชีพขึ้นมาใหม่ ดังนั้นท่านจึงอธิษฐานว่า "ขอทรงโปรดรับจิตวิญญาณของข้าพระองค์ด้วย" คำนี้จึงหมายความว่าท่านได้รับความรอด

มีพระคัมภีร์บางข้อที่กล่าวคำว่า "ชีวิต" แทนที่จะกล่าวว่า "จิตใจ" หรือ "วิญญาณ" เมื่อเอลียาห์ทำให้บุตรชายของหญิงม่ายชาวศาเรฟัทฟื้นจากความตาย พระคัมภีร์กล่าวว่าชีวิตของเด็กคนนั้นมาเข้าในตัวเขาอีก "และพระเยโฮวาห์ทรงฟังเสียงของเอลียาห์ และชีวิตของเด็กนั้นมาเข้าในตัวเขาอีก และเขาก็ฟื้นขึ้น" (1 พงศ์กษัตริย์ 17:22)

ตามที่กล่าวไว้ว่าผู้คนในสมัยพระคัมภีร์เดิมไม่ได้รับพระวิญญาณบริสุทธิ์และวิญญาณของเขาไม่สามารถฟื้นคืนชีพขึ้นมาใหม่ ดังนั้นพระคัมภีร์จึงไม่กล่าวว่า "วิญญาณ" แม้เด็กชายคนนั้นได้รับความรอดก็ตาม

ทำไมพระเจ้าจึงทรงสั่งให้ทำลายคนอามาเลขให้สิ้นซาก

เมื่อคนอิสราเอลออกจากอียิปต์และกำลังหน้าไปสู่แผ่นดินคานาอัน กองทัพของคนอามาเลขขัดขวางการเดินทางของคนเหล่านั้น คนอามาเลขไม่ยำเกรงพระเจ้าผู้สถิตอยู่กับคนอิสราเอลแม้หลังจากที่เขาได้ยินถึงการทำงานอันยิ่งใหญ่ของพระเจ้าซึ่งเกิดขึ้นในอียิปต์ คนเหล่านั้นโจมตีคนอิสราเอลที่อ่อนกำลังซึ่งอยู่รั้งท้ายเมื่อยามที่เขาอ่อนเพลียและเมื่อยหล้า (เฉลยธรรมบัญญัติ 25:17-18)

พระเจ้าทรงสั่งให้กษัตริย์ซาอูลทำลายคนอามาเลขให้สิ้นซากเพราะเหตุนั้น (1 ซามูเอลบทที่ 15) พระเจ้าทรงสั่งให้ซาอูลสังหารผู้ช

าย ผู้หญิง รวมทั้งเด็กเล็กและเด็กโตและแม้กระทั่งสัตว์เลี้ยงทั้งสิ้นของเขา

ถ้าเราไม่มีความเข้าใจเกี่ยวกับวิญญาณเราก็ไม่สามารถเข้าใจคำสั่งเช่นนั้น บางคนอาจสงสัยว่า "พระเจ้าทรงแสนดีและพระองค์ทรงเป็นความรัก เพราะเหตุใดพระองค์จึงตรัสสั่งให้ฆ่าผู้คนอย่างโหดเหี้ยมเช่นนั้นราวกับว่าเขาเป็นสัตว์"

แต่ถ้าท่านเข้าใจความหมายฝ่ายวิญญาณของเหตุการณ์นี้ท่านก็สามารถเข้าใจว่าทำไมพระเจ้าจึงทรงสั่งเช่นนั้น สัตว์มีพลังความจำเช่นกัน ดังนั้นเมื่อสัตว์ถูกฝึกฝนมันจึงจดจำได้และเชื่อฟังเจ้านายของตน แต่เพราะสัตว์ไม่มีวิญญาณมันจึงกลับเป็นไปเป็นเพียงผงคลีดิน สัตว์ไม่มีคุณค่าใดในสายพระเนตรของพระเจ้า ในทำนองเดียวกัน ผู้คนที่วิญญาณของเขาตายแล้วและไม่ได้รับความรอดก็จะตกนรกและเช่นเดียวกับสัตว์ที่ไม่มีวิญญาณคนเหล่านี้ไม่มีคุณค่าใดต่อพระเจ้า

โดยเฉพาะอย่างยิ่งชาวอามาเลขเป็นคนที่เต็มไปด้วยเล่ห์เหลี่ยมและโหดเหี้ยม ไม่ว่าคนเหล่านั้นจะมีเวลามากเพียงใดก็ตามแต่เขาก็ไม่มีวันที่จะหันกลับหรือกลับใจ ถ้ามีคนชอบธรรมสักคนหนึ่งหรือมีความเป็นไปได้ว่าจะมีสักคนหนึ่งกลับใจหรือหันกลับจากทางของตน พระเจ้าคงพยายามที่จะช่วยเขาให้รอดด้วยทุกวิถีทาง จงจำพระสัญญาของพระเจ้าที่พระองค์จะไม่ทำลายเมืองโสโดมและโกโมราห์ที่เต็มไปด้วยความบาปถ้าในเมืองนั้นมีคนชอบธรรมสักสิบคน

พระเจ้าทรงเต็มไปด้วยความเมตตาและพระองค์ทรงช้าในการสำแดงพระพิโรธ แต่สำหรับคนอามาเลขเหล่านั้นเขาไม่มีโอกาสที่จะได้รับความรอดเลยไม่ว่าเขาจะมีเวลามากเพียงใดก็ตาม คนเหล่านั้นไม่ใช่ข้าวสาลีแต่เขาเป็นเพียงแกลบที่จะลงไปสู่ความพินาศ เพราะเหตุนี้พระเจ้าทรงจึงสั่งให้ทำลายคนอามาเลขที่ต่อสู้กับพระเจ้าอย่า

งสิ้นซาก

ปัญญาจารย์ 3:18 กล่าวว่า "ข้าพเจ้ารำพึงในใจของข้าพเจ้าเกี่ยวกับสภาพของบุตรทั้งหลายของมนุษย์ว่า 'พระเจ้าทรงทดสอบเขาเพื่อจะสำแดงว่าเขาเป็นเพียงสัตว์'" เมื่อพระเจ้าทรงทดสอบมนุษย์นั้นมนุษย์ไม่ต่างอะไรจากสัตว์ ผู้คนที่วิญญาณของเขาตายแล้วทำหน้าที่ด้วยจิตใจและร่างกายเพียงอย่างเดียว ดังนั้นเขาจึงเป็นเหมือนสัตว์แน่นอน ในโลกที่เต็มไปด้วยความบาปในปัจจุบันมีผู้คนที่เลวทรามยิ่งกว่าสัตว์ด้วยซ้ำไป คนเหล่านี้ไม่ได้รับความรอดอย่างแน่นอน ในด้านหนึ่ง สัตว์ตายและเสื่อมสูญไป แต่ในอีกด้านหนึ่ง ถ้ามนุษย์ไม่ได้รับความรอดเขาต้องลงไปสู่นรก ในที่สุดมนุษย์จะอยู่สภาพที่เลวร้ายยิ่งกว่าสัตว์

2. การทำงานที่หลากหลายของจิตใจในพื้นที่ฝ่ายร่างกาย

ในมนุษย์ดั้งเดิมวิญญาณเป็นเจ้านายของเขา แต่เนื่องจากความบาปของอาดัม วิญญาณของมนุษย์จึงตาย พลังฝ่ายวิญญาณเริ่มรั่วไหลออกมาและพลังฝ่ายเนื้อหนังเข้ามาแทนที่ การทำงานของจิตใจซึ่งเป็นของความเท็จเริ่มเกิดขึ้นจากนั้นเป็นต้นมา

การทำงานของจิตใจมีอยู่สองชนิด ชนิดแรกเป็นของเนื้อหนังและอีกชนิดหนึ่งเป็นของวิญญาณ เมื่ออาดัมเป็นวิญญาณผู้มีชีวิต เขาได้รับการจัดสรรความจริงจากพระเจ้าโดยตรง ด้วยวิธีนี้การทำงานของจิตใจที่เขามีจึงเป็นของวิญญาณเท่านั้น กล่าวคือ การทำงานของจิตใจเหล่านี้เป็นของความจริง แต่เมื่อวิญญาณของเขาตาย การทำงานของจิตใจที่เป็นของความเท็จก็เริ่มขึ้น

ลูกา 4:6 กล่าวว่า "แล้วพญามารได้ทูลพระองค์ว่า 'อำนาจทั้งสิ้นนี้และสง่าราศีของราชอาณาจักรนั้นเราจะยกให้แก่ท่าน เพราะว่าม

อบเป็นสิทธิไว้แก่เราแล้ว และเราปรารถนาจะให้แก่ผู้ใดก็จะให้แก่ผู้นั้น'" นี่เป็นภาพเหตุการณ์ที่มารทดลองพระเยซู มารกล่าวว่ามันได้รับมอบอำนาจทั้งสิ้นไว้แล้วและนั่นไม่ใช่อำนาจที่มันได้รับมาตั้งแต่ปฐมกาล พระเจ้าทรงสร้างอาดัมให้เป็นผู้มีอำนาจครอบครองเหนือสิ่งทรงสร้างทั้งปวง แต่เขาตกเป็นทาสของมารเพราะเขาเชื่อฟังความบาป เพราะเหตุนี้สิทธิอำนาจของอาดัมจึงถูกส่งมอบให้กับมารซาตาน จากนั้นเป็นต้นมาจิตใจจึงเป็นเจ้านายของมนุษย์แทนและมนุษย์ทุกคนตกอยู่ภายใต้การปกครองของมารซาตาน

ซาตานไม่สามารถปกครองเหนือวิญญาณหรือจิตใจที่เต็มไปด้วยความจริง ซาตานควบคุมจิตใจของมนุษย์เพื่อช่วงชิงเอาจิตใจของเขา ซาตานใส่ความเท็จชนิดต่าง ๆ เข้าไปในความคิดของมนุษย์ ยิ่งซาตานครอบงำการทำงานของจิตใจของมนุษย์ได้มากขึ้นเท่าใด มันก็สามารถควบคุมจิตใจของมนุษย์ได้ดีมากขึ้นเท่านั้น

เมื่ออาดัมเป็นวิญญาณผู้มีชีวิต เขามีเพียงความรู้เรื่องความจริงและจิตใจของเขาก็เป็นวิญญาณของเขา แต่หลังจากที่การสื่อสารของเขากับพระเจ้าถูกตัดขาดเขาก็ไม่ได้การจัดสรรความรู้เรื่องความจริงหรือพลังฝ่ายวิญญาณอีกต่อไป ตรงกันข้าม เขาเริ่มรับเอาความรู้เรื่องความเท็จที่ซาตานจัดสรรให้ผ่านทางจิตใจ ความรู้เรื่องความเท็จนี้สร้างจิตใจแห่งความเท็จไว้ในหัวใจของมนุษย์

จงทำลายการทำงานของจิตใจที่เป็นของเนื้อหนัง

ท่านเคยใช้คำพูดบางคำหรือทำบางสิ่งบางอย่างแบบเถรตรงเกินไปซึ่งท่านเองไม่เคยคิดว่าท่านจะพูดหรือทำสิ่งนั้นบ้างหรือไม่ สาเหตุก็เพราะว่ามนุษย์ถูกควบคุมด้วยจิตใจเพราะจิตใจปกคลุมวิญญาณ ดังนั้นวิญญาณของเราจะทำหน้าที่ขอ

งตนได้ก็ต่อเมือเราทำลายการทำงานของจิตใจทีเป็นของเนือหนัง ถ้าเช่นนัน เราจะทำลายการทำงานของจิตใจทีเป็นของเนือหนังได้อย่างไร สิงสำคัญทีสุดก็คือเราต้องยอมรับความจริงทีว่าความรู้และแนวคิดของเราไม่ถูกต้อง เมือเรายอมรับความจริงข้อนีแล้วเท่านันทีจะทำให้เราพร้อมยอมรับเอาพระคำแห่งความจริงซึงแตกต่างจากแนวคิดของเราได้

พระเยซูเคยใช้คำอุปมาเพือทำลายแนวคิดของมนุษย์ (มัทธิว 13:34) คนเหล่านันไม่สามารถเข้าใจสิงทีอยู่ฝ่ายวิญญาณเพราะเมล็ดพันธุ์แห่งชีวิตของเขาถูกทำให้อุดตันโดยจิตใจ ดังนันพระเยซูจึงทรงพยายามทีจะช่วยให้เขาเข้าใจผ่านทางคำอุปมาโดยใช้สิงของในโลกนี แต่ทังพวกฟาริสีและพวกสาวกของพระองค์ก็ไม่เข้าใจพระองค์ คนเหล่านันตีความทุกสิงด้วยมาตรฐานของแนวคิดทียึดติดและความคิดเรืองความเท็จในฝ่ายเนือหนังของเขา ดังนันเขาจึงไม่สามารถเข้าใจสิงทีอยู่ฝ่ายวิญญาณ

ผู้คนทีเคร่งครัดในธรรมบัญญัติในเวลานันตำหนิพระเยซูทีพระองค์ทรงรักษาผู้ป่วยในวันสะบาโต ถ้าท่านคิดด้วยสามัญสำนึกท่านก็สามารถเห็นว่าพระเยซูทรงเป็นบุคคลทีพระเจ้าทรงรับรองและทรงรักเพราะพระองค์ทรงกระทำการด้วยฤทธิ์อำนาจทีพระเจ้าเท่านันสามารถทำได้ แต่ผู้คนทีเคร่งครัดในธรรมบัญญัติเหล่านันไม่สามารถเข้าใจพระทัยของพระเจ้าเนืองจากธรรมเนียมของพวกผู้ใหญ่และกรอบความคิดของเขา พระเยซูทรงพยายามทีจะช่วยเขาให้เข้าใจแนวคิดและการสร้างกรอบความคิดส่วนตัวของเขา

ลูกา 13:15-16 กล่าวว่า “แต่องค์พระผู้เป็นเจ้าตรัสตอบเขาว่า ‘คนหน้าซือใจคด เจ้าทังหลายทุกคนได้แก้วัวแก้ลาจากคอกมันพาไปให้กินน้ำในวันสะบาโตมิใช่หรือ ดูเถิด ฝ่ายหญิงผู้นีเป็นบุตรีของอับราฮัม ซึงซาตานได้ผูกมัดไว้สิบแปดปีแล้ว ไม่ควรหรือทีจะให้เขา

หลุดพ้นจากเครื่องจองจำอันนี้ในวันสะบาโต'"

คำตรัสดังกล่าวของพระองค์ทำให้ปฏิปักษ์ของพระองค์ทุกคนได้รับความอับอายขายหน้าและฝูงชนต่างชื่นชมยินดีกับความดีต่าง ๆ ที่พระองค์ได้ทรงกระทำ ที่จริงคนเหล่านั้นมีโอกาสที่จะรู้ถึงกรอบความคิดที่ผิด ๆ ของตน พระเยซูทรงพยายามที่จะทำลายความคิดของมนุษย์เพราะเขาจะเปิดใจออกได้ก็ต่อเมื่อความคิดของเขาถูกทำลายแล้วเท่านั้น

ขอให้เราดูในวิวรณ์ 3:20 ซึ่งกล่าวว่า

ดูเถิด เรายืนเคาะอยู่ที่ประตู ถ้าผู้ใดได้ยินเสียงของเราและเปิดประตู เราจะเข้าไปหา

ผู้นั้น และจะรับประทานอาหารร่วมกับเขา และเขาจะรับประทานอาหารร่วมกับเรา

ในข้อนี้ "ประตู" เป็นสัญลักษณ์ของประตูแห่งความคิด ซึ่งได้แก่ "จิตใจ" องค์พระผู้เป็นเจ้าทรงเคาะที่ประตูแห่งความคิดของเราด้วยพระคำแห่งความจริง ในเวลานี้ถ้าเราเปิดประตูแห่งความคิดของเราออก นั่นคือ ถ้าเราทำลายการทำงานของจิตใจของเราและรับเอาพระคำของพระเจ้าเข้าไป ประตูหัวใจของเราก็จะเปิดออก ด้วยวิธีนี้ เมื่อพระคำของพระเจ้าเข้ามาในใจของเราเราก็เริ่มประพฤติตามพระคำนั้น นี่คือการ "รับประทานอาหาร" ร่วมกับองค์พระผู้เป็นเจ้า ถ้าเรารับเอาพระคำของพระองค์ด้วยคำว่า "อาเมน" แม้พระคำนั้นจะไม่ตรงกับความคิดหรือหลักการของเรา สิ่งนี้จะช่วยให้เราสามารถทำลายการทำงานของจิตใจที่เป็นเท็จลงไปได้

เหมือนที่อธิบายไปแล้วว่าเราต้องเปิดประตูแห่งความคิดของเราก่อนและจากประตูใจของเราก็จะเปิดออกเพื่อพระกิตติคุณจะสามารถเข้าถึงเมล็ดพันธุ์แห่งชีวิตซึ่งถูกห้อมล้อมไว้ด้วยจิตใจของมนุษย์ สิ่งนี้เป็นเหมือนแขกที่เดินทางไปเยือนบ้านอีกหลังหนึ่ง การที่แขกซึ

งอยู่นอกบ้านจะสามารถพบปะกับเจ้าของบ้านได้นั้นเจ้าของบ้านต้องเปิดประตูใหญ่ของบ้านก่อน จากนั้นก็เดินเข้าไปในบ้าน และเปิดประตูระเบียงบ้านเพื่อเข้าไปในห้องรับแขก

เราสามารถทำลายการทำงานของจิตใจที่เป็นของเนื้อหนังได้ด้วยหลากหลายแนวทาง การที่จะทำให้ผู้คนเปิดประตูแห่งความคิดและจิตใจของตนเพื่อรับเอาพระกิตติคุณนั้น การอธิบายด้วยเหตุและผลอาจเป็นวิธีการที่ดีกว่าสำหรับบางคน แต่สำหรับบางคนการสำแดงให้เขาเห็นฤทธิ์อำนาจของพระเจ้าหรือการยกตัวอย่างเปรียบเทียบหรือคำอุปมาให้กับเขาอาจเป็นแนวทางที่ดีกว่า นอกจากนั้น เราจำเป็นต้องทำลายการทำงานของจิตใจที่เป็นเท็จในการเจริญเติบโตของความเชื่อสำหรับผู้คนที่ยอมรับเอาพระกิตติคุณแล้วลงอย่างต่อเนื่องเช่นกัน ผู้เชื่อหลายคนไม่เจริญเติบโตในความเชื่อและในฝ่ายวิญญาณอย่างต่อเนื่อง สาเหตุก็เพราะว่าคนเหล่านี้ไม่มีสำนึกฝ่ายวิญญาณเนื่องจากการทำงานของจิตใจที่อยู่ฝ่ายเนื้อหนังของเขานั่นเอง

การสร้างความจำ

เพื่อให้การทำงานของจิตใจเป็นสิ่งที่พึงปรารถนาสำหรับเรา เราต้องรู้ว่าความรู้ที่ใส่เข้าไปจะอยู่ในสถานะของความจำได้อย่างไร บางครั้งเราเห็นหรือได้ยินบางสิ่งบางอย่าง แต่ภายหลังเราแทบจดจำสิ่งเหล่านั้นไม่ได้เลย ในทางตรงกันข้าม มีบางสิ่งบางอย่างที่เราจดจำได้อย่างแม่นยำจนเราไม่ลืมแม้หลังจากช่วงเวลาอันยาวนาน ความแตกต่างนี้เกิดจากวิธีการที่ใช้ในการใส่สิ่งต่าง ๆ เข้าไปในระบบความจำของเรา

วิธีการแรกของการใส่ข้อมูลเข้าไปในความจำคือการสังเกตดูสิ่งนั้นแบบผ่าน ๆ โดยไม่ให้ความสนใจ เราได้ยินหรือเห็นบางสิ่งบาง

อย่าง แต่เราไม่ให้ความสนใจกับสิ่งนั้นเลย สมมุติว่าท่านกำลังนั่งรถไฟกลับไปยังบ้านเกิดของท่าน ท่านมองเห็นทุ่งนาที่เต็มไปด้วยข้าวและพืชพันธุ์อย่างอื่นอีกมากมาย แต่ถ้าท่านกำลังสาละวนอยู่กับความคิดในเรื่องอื่น หลังจากที่ท่านเดินทางไปถึงบ้านเกิดของท่าน ท่านก็ไม่สามารถจดจำสิ่งที่ท่านเห็นในระหว่างการนั่งอยู่ในรถไฟนั้นได้อย่างแท้จริง นอกจากนั้น ถ้านักเรียนกำลังนั่งฝันกลางวันอยู่ในห้องเรียน เขาก็ไม่สามารถจดจำสิ่งที่เขากำลังเรียนอยู่ในชั้นนั้นได้

วิธีการที่สองคือความจำแบบบังเอิญ เมื่อมองดูทุ่งนานอกหน้าต่างรถไฟท่านสามารถเชื่อมโยงกับพ่อแม่ของท่าน ท่านคิดถึงพ่อที่กำลังทำนาเมื่อท่านมองดูทุ่งนาและภายหลังท่านสามารถจดจำสิ่งที่ท่านเห็นได้อย่างคลุมเครือ นอกจากนั้น ในชั้นเรียน นักเรียนสามารถจดจำสิ่งที่ครูกำลังสอนได้อย่างคลุมเครือเช่นกัน เขาสามารถจดจำสิ่งที่เขาได้ยินหลังจากชั้นเรียน แต่สองสามวันต่อมาเขาจะลืมสิ่งนั้น

วิธีการที่สามคือการปลูกฝังความจำ ถ้าท่านเป็นชาวนาเช่นกัน เมื่อท่านเห็นทุ่งนาที่เต็มไปด้วยข้าวและพืชพันธุ์ชนิดอื่น ท่านจะให้ความสนใจกับสิ่งที่เห็นอยู่ ท่านจะดูว่าทุ่งนาได้รับการเอาใจใส่ดูแลดีเพียงใด หรือเรือนเพาะชำถูกสร้างขึ้นด้วยวิธีการไหน และท่านต้องการนำวิธีการนั้นไปประยุกต์ใช้กับทุ่งนาของท่าน ท่านให้ความสนใจกับสิ่งนั้นและปลูกฝังสิ่งนั้นไว้ในสมองของท่านเป็นอย่างดีเพื่อท่านจะสามารถจดจำรายละเอียดต่าง ๆ แม้หลังจากที่ท่านเดินทางไปถึงบ้านเกิดของท่าน นอกจากนั้น ในห้องเรียน ถ้าสมมุติว่าครูพูดว่า "เราจะมีการทดสอบหลังจากชั้นเรียนนี้ นักเรียนจะถูกหักห้าคะแนนสำหรับทุกคำตอบที่นักเรียนตอบผิด" นักเรียนคงพยายามตั้งใจฟังและจดจำคำสอนในชั้นเรียน ความจำชนิดนี้จะอยู่ได้นานกว่าความจำชนิดอื่น ๆ

วิธีการที่สี่คือการปลูกฝังความจำไว้ในสมองและในใจ สมมุ

ติว่าท่านกำลังดูภาพยนตร์เศร้าเคล้าน้ำตาเรื่องหนึ่ง ท่านเห็นอกเห็นใจผู้แสดงและมีส่วนร่วมในภาพยนตร์เรื่องนั้นอย่างมากจนท่านร้องไห้ตลอดเวลา ในกรณีนี้ ภาพยนตร์เรื่องนั้นจะถูกปลูกฝังไว้ในความจำและในใจของท่าน กล่าวคือ ภาพยนตร์เรื่องนี้จะถูกปลูกฝังไว้ในใจด้วยความรู้สึกและในความจำภายในเซลล์สมองของท่าน สิ่งที่ถูกใส่เข้าไปในความจำและในใจอย่างตอกย้ำเช่นนี้จะคงอยู่ต่อไปเว้นแต่สมองได้รับความเสียหาย นอกจากนั้นแม้สมองจะได้รับความเสียหาย สิ่งที่อยู่ในใจก็ยังคงอยู่ต่อไป

ถ้าเด็กเล็กคนหนึ่งเห็นแม่ของเขาเสียชีวิตในอุบัติเหตุจราจร ลองคิดดูซิว่าเด็กน้อยคนนั้นจะรู้สึกช็อกมากเพียงใด ในกรณีนี้ ภาพเหตุการณ์และความรู้สึกโศกเศร้าจะถูกปลูกฝังไว้ในใจของเขา สิ่งเหล่านี้จะถูกปลูกฝังไว้ในความจำและในใจของเขาอย่างมากจนทำให้เขาลืมสิ่งเหล่านี้ได้ยาก เราได้พูดถึงวิธีการต่าง ๆ ของการจดจำสี่วิธี ถ้าเราเข้าใจเรื่องนี้เป็นอย่างถ่องแท้ สิ่งนี้จะช่วยเราในการควบคุมการทำงานของจิตใจ

สิ่งที่ท่านอยากลืมแต่ท่านกลับระลึกถึงสิ่งนั้นอยู่เสมอ

บางครั้งเราระลึกถึงสิ่งต่าง ๆ ที่เราไม่อยากระลึกถึงอยู่ตลอดเวลาเป็นเพราะเหตุใด สาเหตุก็เพราะว่าสิ่งเหล่านั้นถูกปลูกฝังไว้ในสมองและในใจพร้อมกับอารมณ์ความรู้สึก

สมมุติว่าท่านเกลียดใครบางคน เมื่อใดก็ตามที่ท่านคิดถึงคนนั้นท่านจะเป็นทุกข์เพราะความเกลียดชังที่ท่านมีอยู่ ในกรณีนี้ อันดับแรกท่านต้องคิดถึงพระคำของพระเจ้าก่อน พระเจ้าทรงบอกให้เรารักแม้กระทั่งศัตรูของเราและพระเยซูทรงอธิษฐานขอการยกโทษให้กับผู้คนที่กำลังตรึงพระองค์ หัวใจที่พระเจ้าทรงปรารถนาคือหัวใจแห่

งความดีและความรัก ดังนั้นเราต้องถอนหัวใจอันเป็นเท็จที่มารซาตานใส่ไว้ในเราออกไปให้หมด

ในกรณีส่วนใหญ่ ถ้าเราพิจารณาถึงสาเหตุมูลฐานเราก็จะรู้ว่าเราเกลียดชังคนอื่นเพราะเรื่องเล็ก ๆ น้อย ๆ ทั้งสิ้น เราจะรู้ว่ามีอะไรบ้างที่เราไม่เชื่อฟังพระคำของพระเจ้าถ้าเราวิเคราะห์ตนเองด้วย 1 โครินธ์บทที่ 13 ซึ่งบอกว่าเราต้องเห็นแก่ประโยชน์ของคนอื่น สุภาพอ่อนน้อม และเข้าใจคนอื่น เมื่อเราตระหนักว่าเราไม่ได้ประพฤติตนอย่างชอบธรรม ความเกลียดชังที่อยู่ในใจของเราก็จะค่อย ๆ จางหายไป ถ้าเรารู้สึกและใส่ความดีไว้ในใจของเราก่อนเป็นอันดับแรก เราก็ไม่ต้องเป็นทุกข์จากความคิดชั่วร้าย แม้คนอื่นจะทำในสิ่งที่ท่านไม่ชอบ แต่ท่านก็จะไม่เกลียดชังเขาตราบใดที่ท่านใส่ความรู้สึกในเรื่องความดีเข้าไปโดยคิดว่า "เขาคงต้องมีเหตุผลบางอย่าง"

เราต้องรู้ในสิ่งที่ถูกใส่เข้าไปพร้อมกับความเท็จ

ตอนนี้เราต้องทำอะไรกับความเท็จที่เราใส่เข้าไปพร้อมกับความรู้สึกที่เป็นเท็จ

ถ้าบางสิ่งบางอย่างถูกปลูกฝังไว้ในส่วนลึกแห่งจิตใจของท่าน ท่านจะระลึกถึงสิ่งนั้นแม้ท่านไม่ตั้งใจที่จะคิดถึงสิ่งนั้นก็ตาม ในกรณีนี้ เราควรเปลี่ยนความรู้สึกที่เชื่อมโยงกับเรื่องนั้นแทนที่จะพยายามไม่คิดถึงสิ่งนั้น เราควรเปลี่ยนความคิดเสีย ยกตัวอย่าง ท่านสามารถเปลี่ยนความคิดของท่านเกี่ยวกับคนบางคนที่ท่านเกลียดชัง ท่านสามารถเริ่มคิดจากมุมมองของเขาและเข้าใจว่าเขาทำในสิ่งที่เขาทำลงไปคงเป็นเพราะตำแหน่งหน้าที่ของเขา

นอกจากนั้น ท่านสามารถคิดถึงจุดดีของเขาและอธิษฐานเผื่อเขาได้เช่นกัน เมื่อท่านพยายามที่จะพูดกับเขาด้วยถ้อยคำที่หนุนใจและอบอุ่น ให้ของขวัญเล็ก ๆ น้อย ๆ กับเขา และสำแดงความรักที่เป็น

กระทำให้เขาเห็น ความรู้สึกเกลียดชังก็จะกลายเป็นความรู้สึกแห่งความรัก จากนั้นท่านจะไม่เป็นทุกข์อีกเมื่อท่านคิดถึงเขา

ก่อนที่ผมต้อนรับเอาองค์พระผู้เป็นเจ้า ในขณะที่ผมยังนอนอยู่บนเตียงคนไข้เป็นเวลาเจ็ดปี ผมเกลียดผู้คนมากมาย โรคร้ายของผมไม่มีทางรักษาและผมไม่มีความหวังใดเหลืออยู่ในชีวิต หนี้สินของผมพอกพูนมากขึ้นและครอบครัวของผมเกือบจะแตกสลาย ภรรยาของผมต้องทำงานหารายได้และญาติพี่น้องของผมไม่ต้อนรับครอบครัวของผมเพราะเราเป็นภาระให้กับเขา

ความสัมพันธ์อันดีในระหว่างพี่น้องก็ล่มสลายไปจนหมดสิ้นเช่นกัน ในเวลานั้นผมคิดถึงสถานการณ์ที่ยากลำบากของผมเพียงอย่างเดียวและผมแค้นเคืองใจที่คนเหล่านั้นทอดทิ้งผม ผมมีความขุ่นเคืองใจภรรยาของผมที่มักเก็บข้าวของและหนีผมไปรวมทั้งคนในครอบครัวของเธอที่ทำร้ายความรู้สึกของผมด้วยถ้อยคำรุนแรง เมื่อใดก็ตามที่ผมเห็นคนเหล่านี้มองดูผมด้วยสายแห่งการดูถูกเหยียดหยามความเกลียดชังและความแค้นเคืองของผมก็เพิ่มมากยิ่งขึ้น แต่วันหนึ่งความขุ่นเคืองและความเกลียดชังเหล่านี้ก็หมดสิ้นไป

เมื่อผมต้อนรับเอาองค์พระผู้เป็นเจ้าและฟังพระคำของพระเจ้า ผมตระหนักถึงความผิดของตน พระเจ้าทรงบอกให้เรารักแม้กระทั่งศัตรูของเราและพระองค์ทรงยอมให้พระบุตรองค์เดียวของพระองค์มาเป็นเครื่องบูชาเพื่อไถ่ให้กับเรา ผมเป็นใครที่จะสามารถโกรธแค้นและขุ่นเคืองใจคนอื่น ผมเริ่มคิดจากจุดยืนของคนเหล่านั้น สมมุติว่าผมมีน้องสาวคนหนึ่งและเธอมีสามีที่ไร้สมรรถภาพ น้องสาวผมต้องทำงานหนักเพื่อหารายได้สำหรับการครองชีพ ถ้าเช่นนั้น ผมจะคิดเกี่ยวกับสถานการณ์นี้อย่างไร เมื่อผมเริ่มคิดจากมุมมองของคนเหล่านั้นผมก็สามารถเข้าใจเขาและคนเดียวที่ผมต้องโทษก็คือตัวผม

เมื่อผมเปลี่ยนความคิดของตนเอง ผมเริ่มรู้สึกขอบคุณต่อคนในครอบครัวของภรรยาผม บางครั้งคนเหล่านั้นจัดหาข้าวหรือสิ่งของจำเป็นให้กับเราและรู้สึกขอบคุณสำหรับสิ่งนั้น นอกจากนั้น ความยากลำบากเหล่านั้นเป็นช่องทางที่ทำให้ผมได้ต้อนรับเอาองค์พระผู้เป็นเจ้าและรู้เกี่ยวกับสวรรค์ ดังนั้นผมจึงรู้สึกขอบคุณสำหรับความยากลำบากเช่นกัน เมื่อผมเปลี่ยนความคิดของตนเองผมเริ่มรู้สึกขอบคุณที่ผมล้มป่วยและที่ผมได้พบกับภรรยาของผม ความเกลียดชังทั้งสิ้นถูกเปลี่ยนเป็นความรัก

การทำงานของจิตใจที่เป็นของความเท็จ

ถ้าการทำงานของจิตใจของท่านเป็นของความเท็จ ท่านไม่เพียงแต่จะสร้างความเสียหายให้กับตนเองเท่านั้น แต่ท่านสามารถสร้างความเสียหายให้กับผู้คนที่อยู่รอบข้างท่านเช่นกัน ดังนั้นตอนนี้ขอให้เราพิจารณาดูกรณีต่าง ๆ ของการทำงานของจิตใจซึ่งเป็นของความเท็จที่เราสามารถพบเห็นในชีวิตประจำวันของเรา

กรณีแรกคือการเข้าใจคนอื่นผิดและการไม่สามารถเข้าใจหรือยอมรับคนอื่น

ผู้คนพัฒนารสนิยม คุณค่า และกรอบความคิดเกี่ยวกับสิ่งที่ถูกต้อง บางคนชอบสวมใส่เสื้อผ้าที่มีรูปทรงหรูหราและเป็นเอกลักษณ์ในขณะที่คนอื่นชอบสวมใส่เสื้อผ้าที่เรียบง่ายและดูดี แม้จะดูภาพยนตร์เรื่องเดียวกันแต่บางคนอาจพบว่าภาพยนตร์เรื่องนั้นน่าสนใจในขณะที่อีกคนหนึ่งเห็นว่าน่าเบื่อ

เนื่องจากความแตกต่างเหล่านี้จึงทำให้เรามีความรู้สึกอึดอัดใจกับคนอื่นที่แตกต่างจากเราอย่างมากโดยที่เราไม่ได้สังเกต คนหนึ่งมีบุคลิกภาพที่เข้าสังคมเก่งและเปิดเผยและเขาพูดถึงสิ่งที่เขาไม่ชอบ

แบบตรง ๆ อีกคนหนึ่งไม่ค่อยแสดงความรู้สึกของตนออกมานักและเขามักใช้เวลานานในการตัดสินใจเกี่ยวกับบางสิ่งเพราะเขาคิดถึงความเป็นไปได้ต่าง ๆ โดยละเอียดถี่ถ้วน ในด้านหนึ่ง ในสายตาของคนที่มีบุคลิกภาพอย่างแรกอาจมองว่าคนที่มีบุคลิกภาพอย่างที่สองเป็นคนที่ดูเชื่องช้าหรือไม่ปราดเปรียวเท่าที่ควร แต่ในอีกด้านหนึ่งคนที่มีบุคลิกภาพอย่างที่สองอาจเห็นว่าคนที่มีบุคลิกภาพอย่างแรกเป็นคนใจร้อนและก้าวร้าวและเขาต้องการที่จะหลีกหนีคนเช่นนี้

ตามตัวอย่างเปรียบเทียบนี้ ถ้าไม่สามารถเข้าใจหรือยอมรับคนอื่นสิ่งนี้คือการทำงานของจิตใจที่เป็นของความเท็จ ถ้าเราชอบเฉพาะสิ่งที่เราชอบและถ้าเราคิดเฉพาะสิ่งที่ถูกต้องในมุมมองของเรา เราก็ไม่สามารถเข้าใจหรือยอมรับคนอื่นได้

กรณีที่สองคือการตัดสินคนอื่น

การตัดสินคือการมีข้อสรุปเกี่ยวกับคนหนึ่งหรือสิ่งหนึ่งบนพื้นฐานของกรอบความคิดหรือความรู้สึกของเราเอง ในบางประเทศการสั่งน้ำมูกในขณะที่นั่งอยู่ที่โต๊ะอาหารถือเป็นสิ่งที่หยาบคาย แต่ในประเทศอื่นถือว่าการกระทำเช่นนั้นเป็นสิ่งที่ถูกต้อง ในบางประเทศถือว่าการกินอาหารไม่หมดถือเป็นสิ่งที่หยาบคายในขณะที่ในประเทศอื่นกลับเห็นว่าเป็นสิ่งที่ยอมรับได้และเห็นว่าการเหลืออาหารไว้บ้างเล็กน้อยถือเป็นความสุภาพ

เมื่อคนหนึ่งเห็นอีกคนหนึ่งกินข้าวด้วยมือของตนเขาจึงถามคนนั้นว่าการกินข้าวด้วยมือเป็นสิ่งที่ไม่ถูกสุขอนามัยมิใช่หรือ คนที่กินข้าวด้วยมือตอบว่า "ผมล้างมือแล้วฉะนั้นผมจึงรู้ว่ามือของผมสะอาด แต่ผมไม่รู้หรอกว่าส้อมหรือมีดนี้สะอาดแค่ไหน ดังนั้นมือของผมจึงถูกสุขอนามัยมากกว่า" ความรู้สึ

กและความคิดจะแตกต่างกันออกไปแม้จะอยู่ในสถานการณ์เดียวกันทั้งนี้จะขึ้นลักษณะของสภาพแวดล้อมที่เราได้รับการเลี้ยงดูขึ้นมาด้วยเหตุนี้ เราต้องไม่ตัดสินระหว่างความถูกกับความผิดด้วยมาตรฐานของมนุษย์ซึ่งไม่ใช่ความจริง

บางคนตัดสินคนอื่นโดยคิดว่าคนอื่นจะทำเหมือนอย่างที่เขาทำ คนที่พูดโกหกคิดว่าคนอื่นจะพูดโกหกเช่นกัน คนที่ชอบพูดนินทาก็คิดว่าคนอื่นจะพูดนินทาเช่นกัน

สมมุติว่าท่านมองเห็นผู้ชายและผู้หญิงที่ท่านรู้จักเป็นอย่างดีคู่หนึ่งยืนอยู่ด้วยที่โรงแรม ท่านอาจตัดสินคนทั้งสองโดยคิดในทำนองว่า "สองคนนี้คงต้องอยู่ในโรงแรมด้วยกัน เขามองดูกันด้วยวิธีการพิเศษอย่างไงไม่รู้"

แต่ท่านไม่มีทางรู้หรอกว่าชายและหญิงคู่นั้นพูดคุยกันในร้านกาแฟของโรงแรมหรือไม่ หรือทั้งสองคนแค่บังเอิญเดินมาพบกันที่ถนน ถ้าท่านตัดสินและกล่าวประณามทั้งสองคนและเผยแพร่สิ่งนั้นออกไปให้คนอื่นรู้ เขาอาจไม่ได้รับความเป็นธรรมหรืออาจเสียเปรียบหรือได้รับความเสียหายเพราะข่าวลืออันเป็นเท็จดังกล่าว

คำตอบที่ไม่ตรงกับคำถามมาจากการตัดสินเช่นกัน ถ้าท่านถามคนหนึ่งที่มักมาทำงานสายว่า "วันนี้คุณมาถึงกี่โมง" เขาอาจตอบว่า "วันนี้ผมไม่ได้มาสายนะ" ท่านถามเขาเพียงว่าเขามาถึงกี่โมง แต่เขาคิดว่าท่านกำลังตัดสินเขาและตอบด้วยคำตอบที่ไม่ตรงคำถาม

1 โครินธ์ 4:5 กล่าวว่า "เหตุฉะนั้นท่านอย่าตัดสินสิ่งใดก่อนที่จะถึงเวลาจนกว่าองค์พระผู้เป็นเจ้าจะเสด็จมา พระองค์จะทรงเปิดเผยความลับที่ซ่อนอยู่ในความมืดให้แจ่มกระจ่าง และจะทรงเผยความในใจของคนทั้งปวงด้วย เมื่อนั้นทุกคนจะได้รับคำชมเชยจากพระเจ้า"

ในโลกนี้มีการตัดสินและการกล่าวประณามกันอย่างมาก

มาย ไม่เฉพาะในระดับบุคคลเท่านั้น แต่ในระดับครอบครัว ระดับสังคม ระดับการเมือง และในระดับประเทศด้วยเช่นกัน ความชั่วนี้เป็นเหตุของการทะเลาะเบาะแว้งและนำมาซึ่งความทุกข์เพียงอย่างเดียว ผู้คนใช้ชีวิตอยู่กับการชี้นิ้วตัดสินคนอื่นไปทั่ว แต่เขากลับไม่ตระหนักถึงความจริงข้อนี้ แน่นอน บางครั้งการตัดสินของเขาอาจถูกต้อง แต่ส่วนใหญ่การตัดสินของเขามักไม่ถูกต้อง แม้การตัดสินของเขาจะถูกต้อง แต่การตัดสินคือสิ่งที่ชั่วร้ายในตัวของมันเองและพระเจ้าตรัสห้ามในเรื่องนี้ ดังนั้นเราต้องไม่ตัดสินคนอื่น

กรณีที่สามคือการประณามคนอื่น

ผู้คนไม่เพียงแต่ตัดสินคนอื่นด้วยความคิดของตนเองเท่านั้นแต่เขายังประณามคนอื่นด้วยเช่นกัน บางคนพบกับความรู้สึกสะเทือนใจอย่างรุนแรงอันเป็นผลมาจากการแสดงความเห็นของคนอื่นเกี่ยวกับตัวเขาบนเว็บไซต์ การตัดสินและการประณามคนอื่นมักเกิดขึ้นในชีวิตประจำวันของเรา ถ้าคนหนึ่งเดินผ่านท่านไปโดยไม่ทักทายท่าน ท่านอาจตำหนิเขาว่าเขาทำผิดที่เพิกเฉยกับท่าน บางทีอาจเป็นเพราะว่าเขาจำท่านไม่ได้หรือเขากำลังสาละวันอยู่กับความคิดเรื่องอื่นอยู่ แต่ท่านกลับตัดสินและประณามเขาด้วยความรู้สึกของท่านเอง

เพราะเหตุนี้ยากอบ 4:11-12 เตือนเราว่า

พี่น้องทั้งหลาย อย่าใส่ร้ายซึ่งกันและกัน ผู้ใดที่พูดใส่ร้ายพี่น้องและตัดสินพี่น้อง

ของตน ผู้นั้นก็กล่าวร้ายต่อพระราชบัญญัติและตัดสินพระราชบัญญัติ แต่ถ้า

ท่านตัดสินพระราชบัญญัติ ท่านก็ไม่ใช่ผู้ที่ประพฤติตามพระราช

บัญญัติ แต่
เป็นผู้ตัดสิน มีผู้ทรงตั้งพระราชบัญญัติแต่เพียงองค์เดียวคือพระองค์ผู้ทรง
สามารถช่วยให้รอดได้ และทรงสามารถทำลายเสียได้ แต่ท่านเป็นผู้ใดเล่า

ท่านจึงตัดสินผู้อื่น

การตัดสินหรือการประณามคนอื่นคือความเย่อหยิ่งจองหองของการทำตัวเหมือนพระเจ้า คนประเภทนี้ประณามตนเองไปแล้ว การตัดสินหรือการประณามสิ่งที่อยู่ฝ่ายวิญญาณเป็นปัญหาที่ร้ายแรงยิ่งกว่านั้นอีก บางคนตัดสินและประณามการทำงานด้วยฤทธิ์อำนาจของพระเจ้าหรือการจัดเตรียมล่วงหน้าของพระเจ้าภายในกรอบความคิดและความรู้ของตนเอง

ถ้าบางคนพูดว่า "ผมได้รับการรักษาให้หายจากโรคที่ไม่มีทางรักษาด้วยการอธิษฐาน" คนที่มีจิตใจดีงามจะเชื่อถือในเรื่องนี้ แต่บางคนจะตัดสินสิ่งที่คนนั้นพูดโดยคิดว่า "โรคจะได้รับการรักษาให้หายด้วยการอธิษฐานเพียงอย่างเดียวได้อย่างไร คงมีการวินิจฉัยโรคผิด หรือไม่เขาคงคิดไปเองว่าเขาดีขึ้น" คนอื่นอาจประณามว่าเขาพูดโกหก คนเหล่านี้ตัดสินและประณามแม้กระทั่งสิ่งที่บันทึกไว้ในพระคัมภีร์เกี่ยวกับการแยกทะเลแดง การที่ดวงอาทิตย์และดวงจันทร์หยุดอยู่กับที่ และการที่น้ำขมเปลี่ยนเป็นน้ำจืดโดยพูดว่าสิ่งเหล่านี้เป็นเพียงนิยายลึกลับ

บางคนพูดว่าเขาเชื่อในพระเจ้า แต่เขาก็ยังตัดสินและประณามการทำงานของพระวิญญาณบริสุทธิ์ ถ้ามีคนหนึ่งพูดว่าตาฝ่ายวิญญาณของเขาเปิดออกดังนั้นเขาจึงสามารถมองเห็นมิติฝ่ายวิญญาณหรื

อเขาสามารถสื่อสารกับพระเจ้า คนเหล่านี้จะพูดอย่างไม่ยั้งคิดว่าคนนั้นผิดและสิ่งที่เขาพูดนั้นเป็นเรื่องลึกลับ ภารกิจเหล่านี้มีบันทึกไว้ในพระคัมภีร์อย่างแน่นอน แต่เขากลับประณามสิ่งเหล่านี้ภายในกรอบความเชื่อส่วนตัวของเขาเอง

ในสมัยพระเยซูมีคนแบบนี้อยู่เป็นจำนวนมาก เมื่อพระเยซูทรงรักษาคนป่วยในวันสะบาโต คนเหล่านั้นควรมองไปยังข้อเท็จจริงที่ว่าฤทธิ์อำนาจของพระเจ้าถูกสำแดงให้ปรากฏผ่านทางพระเยซู ถ้าสิ่งนั้นไม่เป็นไปตามน้ำพระทัยของพระเจ้า การเช่นนั้นคงไม่เกิดขึ้นผ่านทางพระเยซูตั้งแต่แรก แต่พวกฟาริสีกลับตัดสินและประณามพระเยซูพระบุตรของพระเจ้าภายในกรอบความคิดและมโนคติของเขาเอง ถ้าท่านตัดสินและประณามการทำงานของพระเจ้า แม้จะเป็นเพราะว่าท่านไม่รู้จักความจริงเป็นอย่างดี สิ่งนี้ก็ยังคงเป็นความบาปร้ายแรง ท่านต้องระมัดระวังอย่างมากเพราะท่านจะไม่มีโอกาสกลับใจถ้าท่านต่อสู้ กล่าวร้าย หรือหมิ่นประมาทพระวิญญาณบริสุทธิ์

การทำงานของจิตใจในความเท็จกรณีที่สี่คือการถ่ายทอดข่าวสารที่ผิดพลาด

เมื่อเราถ่ายทอดข่าวสารออกไปเรามักใส่ความคิดและความรู้สึกของเราเข้าไปด้วย ดังนั้นข่าวสารจึงถูกบิดเบือน แม้เราจะถ่ายทอดข่าวสารแบบเดียวกัน ความหมายดั้งเดิมของข่าวสารนั้นอาจแปรเปลี่ยนไปตามสีหน้าและน้ำเสียง ยกตัวอย่างแม้เราจะเรียกใครบางคนด้วยคำว่า "เฮ้" เหมือนกัน แต่การเรียกด้วยน้ำเสียงที่เป็นมิตรและสุภาพอ่อนน้อมกับน้ำเสียงที่ดุดันและเกรี้ยวกราดจะให้ความหมายที่แตกต่างกันอย่างสิ้นเชิง ยิ่งกว่านั้น ถ้าเราไม่ได้ถ่ายทอดข่าวสารออกไปด้วยคำพูดแบบเดียวกันแต่กลับเปลี่ยนเป็นคำพูดของเราเอง ความหมายดั้งเดิมของข่าวสารมักจะถูกบิดเบ

อน

เราพบตัวอย่างเหล่านี้ในชีวิตประจำวันของเราเช่นกันไม่ว่าจะเปินการพูดเกินจริงหรือการย่อความหรือการตัดทอนคำพูดก็ตาม บางครั้งบริบทก็ถูกเปลี่ยนไปอย่างสิ้นเชิง เช่น "จริงเหรอ" กลายเป็น "จริง ใช่ไหม" และ "เรากำลังวางแผนที่จะ..." หรือ "เราอาจ..." กลายเป็น "ดูเหมือนว่าเรากำลังจะ..." เป็นต้น

แต่ถ้าเรามีจิตใจที่เต็มเปี่ยมไปด้วยความจริงเราก็จะไม่บิดเบือนข้อเท็จจริงด้วยวิธีคิดของเรา ยิ่งเรากำจัดจิตใจที่ชั่วร้ายและลักษณะที่ชั่วร้ายอย่างอื่น (เช่น การหาประโยชน์ส่วนตัว การบิดเบือนความจริง การด่วนตัดสินและการพูดถึงคนอื่นในทางที่ไม่ดี เป็นต้น) ทิ้งไปมากเท่าใดเราก็จะถ่ายทอดข่าวสารออกไปอย่างถูกต้องแม่นยำมากเท่านั้น ยอห์น 21:18 เป็นพระดำรัสของพระเยซูองค์พระผู้เป็นเจ้าเกี่ยวกับการสละชีพเพื่อความเชื่อของเปโตร ข้อนี้กล่าวว่า "เราบอกความจริงแก่ท่านว่า เมื่อท่านยังหนุ่มท่านคาดเอวเองและเดินไปไหน ๆ ตามที่ท่านปรารถนา แต่เมื่อท่านแก่แล้วท่านจะเหยียดมือของท่านออก และคนอื่นจะคาดเอวท่าน และพาท่านไปที่ที่ท่านไม่ปรารถนาจะไป"

จากนั้นเปโตรอยากรู้เกี่ยวกับสิ่งที่จะเกิดขึ้นกับยอห์นและทูลถามว่า "พระองค์เจ้าข้า คนนี้จะเป็นอย่างไร" (ข้อ 21) พระเยซูตรัสตอบเขาว่า "ถ้าเราอยากจะให้เขาอยู่จนเรามานั้นจะเป็นเรื่องอะไรของท่านเล่า ท่านจงตามเรามาเถิด" (ข้อ 22) ท่านคิดว่าพวกสาวกถ่ายทอดข้อความนี้ไปยังถึงสาวกคนอื่นอย่างไร พระคัมภีร์กล่าวว่าคนเหล่านั้นพูดว่าสาวกจะไม่ตาย พระเยซูหมายความว่าไม่ใช่ธุระของเปโตรที่จะมาห่วงใยเรื่องของยอห์นแม้ว่ายอห์นจะมีชีวิตอยู่จนกว่าองค์พระผู้เป็นเจ้าเสด็จกลับมา แต่พวกสาวกกลับถ่

ายทอดข่าวสารนี้ออกไปอย่างไม่ถูกต้องโดยเพิ่มความคิดของตนเองเข้าไป

กรณีที่สี่คืออารมณ์ในแง่ลบหรือความรู้สึกขุ่นเคือง

เนื่องจากเรามีความรู้สึกไม่ดีฝ่ายเนื้อหนัง (เช่น ความรู้สึกผิดหวัง ความรู้สึกถูกหมิ่นศักดิ์ศรี ความรู้สึกอิจฉา ความรู้สึกโกรธ และความเป็นปฏิปักษ์ เป็นต้น) เราจึงได้รับผลของการทำงานของจิตใจที่เป็นเท็จจากความรู้สึกเหล่านี้ แม้เราได้ยินถ้อยคำเดียวกัน แต่ปฏิกิริยาโต้ตอบของเราจะแตกต่างกันออกไปตามความรู้สึกของเรา

สมมุติว่าเจ้านายในบริษัทแห่งหนึ่งพูดกับพนักงานของเขาว่า "คุณทำงานให้ดีกว่านี้ไม่ได้เหรอ" โดยชี้ให้เขาเห็นถึงข้อผิดพลาด ในสถานการณ์นี้บางคนจะรับเอาคำตำหนิด้วยความสุภาพอ่อนน้อมและรอยยิ้มและพูดว่า "ครับผม คราวหน้าผมจะพยายามทำให้ดีขึ้นครับ" แต่คนที่ชอบบ่นต่อว่าเจ้านายของตนอาจมีความรู้สึกขุ่นเคืองหรือเคียดแค้นกับคำตำหนิดังกล่าว เขาอาจคิดว่า "เขาต้องพูดแบบนั้นด้วยเหรอ" หรือ "ตัวเขาเองเป็นอย่างไงบ้างหละ เขาทำงานของตนไม่เป็นด้วยซ้ำไป"

หรือสมมุติว่าเจ้านายให้คำแนะนำกับท่านว่า "ผมคิดว่าน่าจะดีกว่าถ้าคุณแก้ไขส่วนนี้ด้วยวิธีการนี้" พวกท่านบางคนจะยอมรับคำแนะนำนั้นและพูดว่า "เป็นความคิดที่ดีครับ ขอบคุณมากสำหรับคำแนะนำ" และนำคำแนะนำนั้นไปพิจารณา แต่บางคนที่อยู่ในสถานการณ์นี้จะรู้สึกอึดอัดใจและรู้สึกถูกหมิ่นศักดิ์ศรี เนื่องจากความรู้สึกไม่ดีเหล่านี้บางครั้งเขาจึงบ่นโดยคิดว่า "ผมทำงานนี้ดีที่สุดแล้ว เขาพูดสิ่งนั้นออกมาได้อย่างไร

ถ้าเขาเก่งจริง ทำไมเขาไม่ทำเองหละ"

เราอ่านพบการที่พระเยซูทรงตำหนิเปโตรในพระคัมภีร์ (มัทธิว 16:23) เมื่อเวลาที่พระเยซูทรงแบกรับเอากางเขนมาถึง พระองค์ทรงบอกให้พวกสาวกทราบสิ่งที่จะเกิดขึ้น เปโตรไม่ต้องการให้พระอาจารย์ของตนทนทุกข์ทรมานแบบนั้น เขาจึงทูลพระองค์ว่า "พระองค์เจ้าข้า ให้เหตุการณ์นั้นอยู่ห่างไกลจากพระองค์เถิด อย่าให้เป็นอย่างนั้นแก่พระองค์เลย" (ข้อ 22)

ในเวลานี้พระเยซูไม่ได้พยายามที่จะปลอบใจเปโตรด้วยการพูดว่า "เรารู้ว่าเจ้ารู้สึกอย่างไร เราขอขอบใจในความหวังดีของเจ้า แต่เราต้องไป" แต่ตรงกันข้าม พระองค์ทรงตำหนิเขาว่า "อ้ายซาตาน จงถอยไปข้างหลังเรา เจ้าเป็นเครื่องกีดขวางเรา เพราะเจ้ามิได้คิดตามพระดำริของพระเจ้า แต่ตามความคิดของมนุษย์" (ข้อ 23)

เพราะหนทางแห่งความรอดจะเปิดให้กับคนบาปได้ก็ต่อเมื่อพระเยซูทรงทนทุกข์ทรมานบนกางเขนเท่านั้น ดังนั้นการหยุดยั้งแนวทางนี้จึงเท่ากับเป็นการหยุดยั้งการจัดเตรียมล่วงหน้าของพระเจ้า แต่เปโตรไม่ได้มีความรู้สึกขุ่นเคืองหรือบ่นต่อว่าพระเยซูเพราะเขาเชื่อว่าสิ่งใดก็ตามที่พระเยซูตรัสมีความหมายบางอย่างเสมอ ด้วยจิตใจที่ดีงามเช่นนั้นเปโตรจึงกลายเป็นอัครทูตที่ทำการอัศจรรย์ด้วยฤทธิ์อำนาจของพระเจ้าในเวลาต่อมา

ในอีกด้านหนึ่ง เกิดอะไรขึ้นกับยูดาสอิสคาริโอท ในมัทธิวบทที่ 26 มารีย์ชาวบ้านเบธานีนำผอบน้ำหอมราคาแพงมาเทลงบนพระเศียรของพระเยซู ยูดาสคิดว่าสิ่งนั้นเป็นการสูญเปล่า เขาพูดว่า "ด้วยน้ำมันนี้ถ้าขายก็ได้เงินมาก แล้วจะแจกให้คนจนก็ได้" (ข้อ 9) แต่ที่จริงเขาต้องการที่ยักยอกเงิน

ในที่นี้พระเยซูทรงยกย่องสิ่งที่มารีย์ได้กระทำในการจัดเตรียมล่วงหน้าของพระเจ้าซึ่งเป็นการเตรียมพระองค์ไว้สำหรับพิธีการฝังพระศพของพระองค์ ถึงกระนั้น ยูดาสก็ยังมีความรู้สึกขุ่นเคืองและบ่นต่อว่าพระเยซูเพราะพระเยซูไม่ยอมรับคำพูดของเขา ในที่สุด เขาก็ทำบาปที่ร้ายแรงด้วยการวางแผนที่จะทรยศพระเยซูและขายพระองค์

ในปัจจุบันผู้คนจำนวนมากตกอยู่ภายใต้การทำงานของจิตใจที่อยู่นอกความจริง แต่ถึงแม้ในยามที่เรามองเห็นบางสิ่งบางอย่างเราก็จะไม่ตกอยู่ภายใต้การทำงานของจิตใจตราบใดที่เราไม่มีความรู้สึกใดเกี่ยวกับสิ่งนั้น เมื่อเรามองเห็นบางสิ่งบางอย่างเราต้องหยุดอยู่ที่ระดับของการมองเห็นเท่านั้น เราต้องไม่ใช้ความคิดของเราเพื่อตัดสินและประณามคนอื่นซึ่งถือเป็นความบาปเพื่อรักษาเราให้อยู่กับความจริง การที่เราไม่ดูหรือฟังสิ่งใดที่เป็นเท็จนั้นคือวิธีการที่ดีที่สุด แต่ถึงแม้ว่าเราต้องติดต่อสัมพันธ์กับสิ่งใดก็ตามที่เป็นเท็จ เราก็ยังคงสามารถรักษาตัวเราให้อยู่ในความดีได้ถ้าเราคิดและรู้สึกต่อสิ่งนั้นด้วยความดี

3. ความมืด

ซาตานมีพลังอำนาจของความมืดแบบเดียวกันกับที่ลูซีเฟอร์มีและซาตานยุยงผู้คนให้มีความคิดและจิตใจที่ชั่วร้ายและยุยงให้ผู้คนประพฤติสิ่งชั่วร้าย

แท้ที่จริงต้นเหตุของการทำงานของจิตใจที่เป็นเท็จนั้นคือวิญญาณชั่ว พระเจ้าทรงอนุญาตให้มีโลกของวิญญาณชั่วเพื่อทำให้การจัดเตรียมล่วงหน้าของพระองค์ในเรื่องการเตรียมมนุษย์สำเร็จ วิญญาณชั่วมีอำนาจเหนือย่านอากาศในขณะที่การเตรียมมนุษย์กำลังดำเ

นินไป เอเฟซัส 2:2 กล่าวว่า “ครั้งเมื่อก่อนท่านเคยดำเนินตามวิถีของโลกนี้ตามเจ้าแห่งอำนาจในย่านอากาศ คือวิญญาณที่ครอบครองอยู่ในบุตรแห่งการไม่เชื่อฟัง”

พระเจ้าทรงอนุญาตให้วิญญาณชั่วควบคุมกระแสของความมืดไปจนกระทั่งพระองค์ทรงเสร็จสิ้นการเตรียมมนุษย์

เหล่าวิญญาณชั่วที่เป็นของความมืดจะหลอกลวงผู้คนให้ทำบาปและต่อสู้กับพระเจ้า วิญญาณชั่วเหล่านี้ยังมีการจัดลำดับชั้นอย่างเข้มงวดด้วยเช่นกัน ลูซีเฟอร์ซึ่งเป็นหัวหน้าจะควบคุมความมืดเอาไว้พร้อมกับออกคำสั่งและควบคุมวิญญาณชั่วที่อยู่ภายใต้บังคับบัญชาของตน ลูซีเฟอร์ยังได้รับความช่วยเหลือจากสิ่งมีชีวิตอื่น ๆ ด้วยเช่นกัน สิ่งมีชีวิตเหล่านี้ได้แก่พญานาคซึ่งมีอำนาจในทางปฏิบัติและทูตของมัน (วิวรณ์ 12:7) นอกจากนั้นยังมีซาตาน มาร และปีศาจ

ลูซีเฟอร์: หัวหน้าของโลกแห่งความมืด

ลูซีเฟอร์เคยเป็นเทพบดีที่ร้องเพลงสรรเสริญพระเจ้าด้วยเครื่องดนตรีและมีเสียงอันไพเราะ เมื่อเขามีตำแหน่งสูง มีสิทธิอำนาจมากและเป็นที่รักของพระเจ้ามาเป็นเวลานานในไม่ช้าลูซีเฟอร์ก็เริ่มหยิ่งผยองและทรยศต่อพระเจ้า จากเวลานั้นเป็นต้นมารูปร่างอันงดงามของเขาก็เริ่มน่าเกลียดน่ากลัว อิสยาห์ 14:12 กล่าวว่า “โอ ลูซีเฟอร์เอ๋ย โอรสแห่งรุ่งอรุณ เจ้าร่วงลงมาจากฟ้าสวรรค์แล้วซิ เจ้าถูกตัดลงมายังพื้นดินอย่างไรหนอ เจ้าผู้กระทำให้บรรดาประชาชาติตกต่ำนะ”

ในปัจจุบัน ผู้คนไม่รู้ว่าตนมีรูปร่างหน้าตาเหมือนกับลูซีเฟอร์ในทรงผมและการแต่งหน้าของตน ลูซีเฟอร์ควบคุมความคิดแ

ละจิตใจของผู้คนตามที่มันต้องการโดยผ่านแฟชันและสมัยนิยม โดยเฉพาะอย่างยิ่ง ลูซีเฟอร์มีอิทธิพลอย่างมากต่อดนตรีของโลก

ลูซีเฟอร์ยังกระตุ้นผู้คนให้ทำบาปและทำชั่วผ่านทางความสะดวกสบายสมัยใหม่ซึ่งรวมถึงคอมพิวเตอร์ ลูซีเฟอร์ล่อลวงผู้ปกครองที่ชั่วร้ายให้ต่อสู้กับพระเจ้า บางประเทศข่มเหงคริสเตียนอย่างเป็นทางการ สิ่งเหล่านี้เกิดจากการโน้มน้าวและการยุยงของลูซีเฟอร์

ยิ่งกว่านั้น ลูซีเฟอร์ยังทดลองผู้คนด้วยไสยศาสตร์และมายากลรูปแบบต่าง ๆ และล่อให้นักมายากลหรือคนทรงเจ้ากราบไหว้นมัสการมันด้วยเช่นกัน ลูซีเฟอร์พยายามทุกวิถีทางที่จะชักนำดวงวิญญาณอีกดวงหนึ่งให้ลงไปสู่นรกและสนับสนุนให้ผู้คนต่อสู้กับพระเจ้า

พญานาคและทูตของมัน

พญานาคทำหน้าที่เป็นผู้นำของเหล่าวิญญาณชั่วโดยอยู่ภายใต้ลูซีเฟอร์ ผู้คนคิดว่าพญานาคเป็นสัตว์ในจินตนาการ แต่พญานาคมีอยู่จริงในโลกของวิญญาณชั่ว เพียงเพราะมนุษย์มองไม่เห็นพญานาคเพราะมันเป็นสิ่งมีชีวิตฝ่ายวิญญาณ เหมือนที่มีการบรรยายถึงลักษณะทั่วไปของพญานาคไว้ว่าพญานาคมีเขาของกวาง มีดวงตาของปีศาจ และมีใบหูที่คล้ายกับใบหูของวัวหรือควาย พญานาคมีเกล็ดบนผิวหนังและมีขาสี่ขา พญานาคมีลักษณะคล้ายกับสัตว์เลื้อยคลานขนาดใหญ่

พญานาคในยุคแห่งการทรงสร้างมีขนยาว งดงามและน่าชมเชยอย่างยิ่ง พญานาคล้อมพระที่นั่งของพระเจ้าเอาไว้ พระเจ้าทรงเอ็นดูพญานาคเหมือนสัตว์เลี้ยงและมันมีความใกล้ชิดกับพระเจ้า พญานาคมีสิทธิและอำนาจและมีพวกเครูบจำนวนมากอยู่ภายใต้การบังคับบัญชาของมัน แต่เมื่อพญานาคทรยศต่อพระเจ้าพร้อ

มกับลูซีเฟอร์ ทูตของมันก็เสื่อมลงและต่อสู้กับพระเจ้า เวลานี้ทูตขอ
งพญานาคเหล่านี้มีรูปร่างหน้าตาของสัตว์ที่น่าเกลียดน่ากลัว ทูตเหล่
านี้มีอำนาจในย่านอากาศร่วมกับพญานาคและนำผู้คนเข้าไปในคว
ามบาปและความชั่ว

แน่นอน ลูซีเฟอร์คือผู้นำสูงสุดในโลกของวิญญาณชั่ว แต่ในทา
งปฏิบัติลูซีเฟอร์มอบอำนาจให้กับพญานาคและทูตของมันเพื่อต่อสู้
กับสิ่งมีชีวิตฝ่ายวิญญาณที่เป็นของพระเจ้าและเพื่อปกครองเหนือย่
านอากาศ เมื่อนานมาแล้วพญานาคได้ล่อลวงผู้คนให้ทำหรือแกะสลั
กภาพเหมือนและแบบของพญานาคเพื่อให้คนเหล่านั้นกราบไหว้น
มัสการ ปัจจุบันบางศาสนาใช้พญานาคเป็นรูปเคารพและกราบไหว้
พญานาคอย่างเปิดเผยและคนเหล่านี้ถูกควบคุมจากพญานาค

วิวรณ์ 12:7-9 กล่าวถึงพญานาคและทูตของมันไว้ดังนี้

และมีสงครามเกิดขึ้นในสวรรค์ มีคาเอลและพวกทูตสวรรค์ของท่านได้ต่อสู้กับ

พญานาค และพญานาคกับพวกทูตของมันก็ต่อสู้ แต่ฝ่ายพญานาคแพ้ และพวก

พญานาคไม่มีที่อยู่ในสวรรค์อีกเลย พญานาคใหญ่ซึ่งเป็นงูดึกดำบรรพ์ ที่เขาเรียก

กันว่า พญามารและซาตาน ผู้ล่อลวงมนุษย์ทั้งโลก พญานาคและพวกทูตของมัน

ก็ถูกผลักทิ้งลงมาในแผ่นดินโลก

พญานาคล่อลวงคนชั่วผ่านทางทูตของมัน คนชั่วเหล่านี้ไม่ลัง
เลที่จะก่ออาชญากรรมที่น่ากลัว เช่น การฆ่าคนและการค้ามนุษย์
เป็นต้น พวกทูตของพญานาคมีรูปลักษณ์ของสัตว์ที่ถูกกล่าวถึงใน

หนังสือเลวีนิติว่าเป็นสิ่งที่พระเจ้าทรงขยะแขยง ความชั่วจะถูกเปิดเผยออกมาในรูปแบบต่าง ๆ ตามชนิดของสัตว์เพราะสัตว์แต่ละชนิดมีลักษณะที่แตกต่างกัน เช่น ความโหดร้าย ความฉลาดแกมโกง ความโสโครก หรือความสำส่อน เป็นต้น

ลูซีเฟอร์ทำงานผ่านทางพญานาคและทูตของพญานาคทำงานตามคำสั่งที่มันได้รับจากพญานาค ถ้าเปรียบเทียบกับโครงสร้างของประเทศลูซีเฟอร์ก็เป็นเหมือนประมุขของประเทศและพญานาคเปรียบเหมือนนายกรัฐมนตรีหรือผู้บัญชากองทัพซึ่งบริหารควบคุมรัฐมนตรีและพวกทหาร เมื่อพญานาคปฏิบัติงานของมันแต่ละครั้งมันไม่ได้รับคำสั่งโดยตรงจากลูซีเฟอร์ทุกครั้ง ลูซีเฟอร์ได้ปลูกฝังความคิดและจิตใจของมันไว้ในพญานาคแล้ว ดังนั้นถ้าพญานาคทำสิ่งใดก็ตามสิ่งที่มันทำก็จะสอดคล้องกับความต้องการของลูซีเฟอร์โดยอัตโนมัติ

ซาตานมีหัวใจและพลังอำนาจของลูซีเฟอร์

ยิ่งจิตใจของผู้คนเปรอะเปื้อนด้วยความมืดมากเท่าใด วิญญาณชั่วก็สามารถแผ่อิทธิพลเหนือผู้คนได้มากเท่านั้น แต่มารหรือปีศาจไม่ได้เป็นวิญญาณชั่วกลุ่มแรกที่ยุ่งผู้คน อันดับแรกซาตานทำงานในผู้คนก่อน จากนั้นมารจะทำหน้าที่ต่อไปและสุดท้ายคือปีศาจ พูดง่าย ๆ ก็คือซาตานเป็นหัวใจของลูซีเฟอร์ ซาตานยังไม่มีรูปร่างที่ชัดเจน มันเพียงแต่ทำงานผ่านความคิดของมนุษย์ ซาตานมีอำนาจของความมืดที่ลูซีเฟอร์มีและทำให้ผู้คนมีความคิดชั่วร้ายและจิตใจที่พร้อมจะทำความชั่วร้าย

เนื่องจากซาตานเป็นสิ่งมีชีวิตฝ่ายวิญญาณ (โยบ 1:6-7) มันจึงทำงานด้วยวิธีการต่าง ๆ ตามลักษณะของความมืดที่แต่

ละคนมีอยู่ ซาตานจะทำงานด้วยวิญญาณของการล่อลวงกับผู้คนที่พูดโกหก (1 พงศ์กษัตริย์ 22:21-23) สำหรับผู้คนที่ชอบก่อความร้าวฉานด้วยการยุแหย่ให้ฝ่ายหนึ่งต่อสู้กับอีกฝ่ายหนึ่ง ซาตานจะทำงานด้วยวิญญาณแห่งการสร้างความแตกร้าว (1 ยอห์น 4:6) สำหรับผู้คนที่ชอบการงานของเนื้อหนังอันโสโครก ซาตานจะทำงานด้วยวิญญาณโสโครก (วิวรณ์ 18:2)

ตามที่ผมอธิบายไปแล้วว่าลูซีเฟอร์ พญานาค และซาตานมีหน้าที่และรูปลักษณ์แตกต่างกัน แต่สิ่งมีชีวิตฝ่ายวิญญาณเหล่านี้มีความคิด จิตใจ และพลังอำนาจอันเดียวกันเพื่อจะทำความชั่ว ตอนนี้ขอให้เราพิจารณาดูว่าซาตานทำงานในชีวิตของผู้คนอย่างไร

ซาตานเป็นเหมือนคลื่นวิทยุที่แพร่กระจายอยู่ในอากาศ ซาตานแพร่กระจายความคิดและพลังอำนาจของมันในอากาศอย่างต่อเนื่อง วิทยุที่ปรับเสาอากาศสามารถรับคลื่นวิทยุได้ฉันใด ผู้คนที่มีใจพร้อมยอมรับความคิด จิตใจ และพลังอำนาจของความมืดของซาตานก็สามารถรับเอาสิ่งเหล่านี้ได้ด้วยฉันนั้น เสาอากาศในที่นี้ได้แก่ความเท็จและความมืดที่อยู่ในจิตใจของมนุษย์

ยกตัวอย่าง ธรรมชาติของความเกลียดชังที่อยู่ในใจสามารถทำหน้าที่เป็นเสาอากาศที่จะรับเอาคลื่นวิทยุของความเกลียดชังที่ซาตานแพร่กระจายไว้ในอากาศ ซาตานใส่อำนาจของความมืดเข้าไปในมนุษย์ผ่านทางความคิดของเขาทันทีที่คลื่นวิทยุแห่งความมืดถูกสร้างขึ้นโดยซาตานและความเท็จที่อยู่ในจิตใจของมนุษย์มีความถี่แบบเดียวกันและทั้งสองอย่างก็มาบรรจบกัน จิตใจแห่งความเท็จจะมีความแข็งแกร่งผ่านกระบวนการนี้และความเท็จจะเริ่มทำงาน สิ่งนี้เกิดขึ้นเมื่อเราพูดว่าคนหนึ่ง “กำลังรับเอาการทำงานของซาตาน” หรือเขากำลังฟังเสียงของซาตาน

เมื่อเขาฟังเสียงของซาตานด้วยวิธีนี้เขาจะทำบาปด้วยความคิด และนอกจากนี้เขาจะทำบาปด้วยการกระทำ เมื่อธรรมชาติที่ชั่วร้ายอย่างความเกลียดชังหรือความอิจฉารับเอาการงานของซาตานเข้าไป ผู้คนก็มีความต้องการที่จะทำร้ายคนอื่น เมื่อสิ่งนี้พัฒนาต่อไปผู้คนสามารถทำบาปแห่งการฆ่าคน

ซาตานทำงานโดยผ่านทางผ่านของความคิด

มนุษย์มีทั้งจิตใจแห่งความจริงและความเท็จ เมื่อเราต้อนรับเอาพระเยซูคริสต์และเป็นบุตรของพระเจ้า พระวิญญาณบริสุทธิ์ก็เสด็จเข้ามาในจิตใจของเราและขับเคลื่อนจิตใจแห่งความจริงของเรา สิ่งนี้หมายความว่าเราฟังพระสุรเสียงของพระวิญญาณบริสุทธิ์จากภายในจิตใจของเรา ในทางตรงกันข้าม ซาตานทำงานจากภายนอก ดังนั้นซาตานจึงต้องการทางผ่านเพื่อจะแทรกซึมเข้าไปในจิตใจของมนุษย์ ทางผ่านนี้ได้แก่ความคิดของมนุษย์

มนุษย์รับเอาสิ่งที่เขาเห็น ได้ยิน และเรียนรู้พร้อมกับความรู้สึกและสะสมสิ่งเหล่านั้นไว้ในความคิดและจิตใจของตน ในสภาพการณ์หรือสถานการณ์ที่เหมาะสมความจำเหล่านี้จะถูกเรียกกลับมาใช้ สิ่งนี้คือ "ความคิด" ความคิดจะแตกต่างกันออกไปตามลักษณะของความรู้สึกที่ท่านมีเมื่อท่านสะสมบางสิ่งบางอย่างไว้ในความจำของท่าน แม้ในสถานการณ์แบบเดียวกัน บางคนสะสมเฉพาะสิ่งที่สอดคล้องกับความจริงเท่านั้นเอาไว้และคนเหล่านี้มีความคิดเรื่องความจริง ในขณะที่ผู้คนซึ่งสะสมความเท็จก็จะมีความคิดเรื่องความเท็จ

ผู้คนส่วนใหญ่ไม่ได้รับการสั่งสอนเรื่องความจริงที่เป็นพระคำของพระเจ้า เพราะเหตุนี้เขาจึงมีความเท็จมากกว่าความจริงอยู่ในจิตใจของตน ซาตานโน้มน้าวและยุยงคนประเภทนี้ให้มีความคิดเรื่อง

ความเท็จ เราเรียกสิ่งเหล่านี้ว่า "ความคิดฝ่ายเนื้อหนัง" เมื่อผู้คนรับเอาการทำงานของซาตานเขาก็ไม่สามารถเชื่อฟังพระบัญญัติของพระเจ้า เขาตกเป็นทาสของความบาปและในไม่ช้าเขาก็ไปถึงความตาย (โรม 6:16; 8:6-7)

ซาตานควบคุมจิตใจของมนุษย์ด้วยวิธีใด

โดยทั่วไปซาตานจะทำงานจากภายนอกโดยใช้ทางผ่านแห่งความคิดของมนุษย์ แต่มีข้อยกเว้นอยู่บ้างเช่นกัน ยกตัวอย่าง พระคัมภีร์กล่าวว่าซาตานเข้าไปในยูดาสอิสคาริโอทซึ่งเป็นหนึ่งในสาวกสิบสองคนของพระเยซูองค์พระผู้เป็นเจ้า การที่ "ซาตานเข้าไปในเขา" ในที่นี้หมายความว่ายูดาสอิสคาริโอทรับเอาการทำงานของซาตานอย่างต่อเนื่องและในที่สุดเขาได้มอบจิตใจทั้งหมดของตนให้กับซาตาน ดังนั้นเขาจึงถูกครอบงำจากซาตานอย่างสิ้นเชิง

ยูดาสอิสคาริโอทมีประสบการณ์กับฤทธิ์อำนาจอันอัศจรรย์ของพระเจ้าและในขณะที่เขาติดตามพระเยซูไปนั้นเขาได้รับการสั่งสอนในเรื่องความดี แต่เนื่องจากเขาไม่ได้กำจัดความโลภของตนทิ้งไปเขาจึงยักยอกเอาเงินของพระเจ้าจากกล่องเก็บเงิน (ยอห์น 12:6)
เขายังมีความโลภในการแสวงหาเกียรติและอำนาจอันสูงส่งเช่นกันเมื่อพระเยซูผู้ทรงเป็นพระเมสสิยาห์เสด็จมาประทับบนบัลลังก์ในโลกนี้ แต่ความเป็นจริงกลับแตกต่างไปจากที่เขาคาดเอาไว้ ดังนั้นเขาจึงค่อย ๆ ยอมให้ความคิดของตนถูกครอบงำจากซาตานทีละเล็กทีละน้อย ในไม่ช้าจิตใจทั้งหมดของเขาก็ถูกครอบงำจากซาตานและเขาได้ขายพระอาจารย์ของตนด้วยเงินสามสิบเหรียญ เราพูดว่าซาตานเข้าไปในคนบางคนเมื่อซาตานควบคุมจิตใจของบุคคลนั้นเอาไว้ทั้งหมด

ในกิจการ 5:3 เปโตรกล่าวว่าจิตใจของอานาเนียและสัปฟีราเต็มไปด้วยซาตานและทั้งสองได้ซ่อนเงินส่วนหนึ่งที่เขาได้รับจากการขายที่ดินเอาไว้และได้พูดมุสาต่อพระวิญญาณบริสุทธิ์

เปโตรพูดเช่นนี้ก็เพราะว่าก่อนหน้านี้มีเหตุการณ์ต่าง ๆ ที่คล้ายคลึงกันเกิดขึ้น ด้วยเหตุนี้ การพูดว่า "ซาตานเข้าไปในเขา" หรือ "เต็มไปด้วยซาตาน" จึงหมายความว่าผู้คนมีซาตานอยู่ในจิตใจของตนและเขากลายเป็นเหมือนซาตาน ถ้ามองด้วยสายตาฝ่ายวิญญาณซาตานจะมีลักษณะคล้ายกับหมอกสีดำ พลังของความมืด (ซึ่งเป็นเหมือนควันสีดำ) จะห้อมล้อมผู้คนที่ยอมรับเอาการทำงานของซาตานเอาไว้ในระดับหนึ่ง เพื่อจะไม่รับเอาการทำงานของซาตาน อันดับแรกเราต้องตัดความคิดเรื่องความเท็จทิ้งไปให้หมด นอกจากนี้ เราต้องถอนจิตใจแห่งความเท็จออกไปจากเรา สิ่งนี้หมายความว่าเราต้องทำลายเสาอากาศที่ทำให้เรารับเอา "คลื่นวิทยุ" ของซาตานทิ้งไป

มารและปีศาจ

มารคือส่วนหนึ่งของทูตสวรรค์ที่เสื่อมลงพร้อมกับลูซีเฟอร์ มารไม่เหมือนกับซาตานเพราะมารมีรูปลักษณ์บางอย่าง ภายในร่างที่ดำทะมึน มารมีใบหน้า ดวงตา จมูก ใบหูและปากเหมือนทูตสวรรค์ มารมีมือและเท้าด้วยเช่นกัน มารผลักดันผู้คนให้ทำบาปและนำการทดลองและความยากลำบากมากมายมาสู่เขา

แต่ไม่ได้หมายความว่ามารเข้าไปในผู้คนเพื่อผลักดันให้เขาทำสิ่งนั้น ด้วยคำสั่งของซาตาน มารควบคุมผู้คนที่มอบหัวใจของตนให้กับความมืดเอาไว้และชักนำให้คนเหล่านั้นทำสิ่งชั่วร้ายซึ่งไม่เป็นที่

ยอมรับ แต่บางมารจะควบคุมคนบางคนเอาไว้โดยตรงเพื่อทำให้คนเหล่านั้นเป็นเครื่องมือของมัน ผู้คนที่ขายวิญญาณจิตของตนให้กับมาร (เช่น หมอผีหรือนักมายากล) จะถูกควบคุมจากมารเพื่อทำหน้าที่เป็นเครื่องมือของมัน คนเหล่านี้จะชักนำให้คนอื่นทำสิ่งที่เป็นกิจการของมารด้วยเช่นกัน ด้วยเหตุนี้ พระคัมภีร์จึงกล่าวว่าคนที่ทำบาปก็เป็นของมาร (ยอห์น 8:44; 1 ยอห์น 3:8)

ยอห์น 6:70 กล่าวว่า "พระเยซูตรัสตอบเขาว่า 'เราเลือกพวกท่านสิบสองคนมิใช่หรือ และคนหนึ่งในพวกท่านเป็นมารร้าย'" พระเยซูตรัสถึงยูดาสอิสคาริโอทผู้ซึ่งจะขายพระเยซู บุคคลที่เป็นทาสของบาปและไม่มีส่วนเกี่ยวข้องใด ๆ กับความรอดถือเป็นลูกของมาร เมื่อซาตานเข้าไปในยูดาสและควบคุมจิตใจของเขาเอาไว้แล้วยูดาสก็ทำในสิ่งที่ชั่วร้ายซึ่งได้แก่การขายพระเยซู มารเป็นเหมือนผู้จัดการระดับกลางที่รับคำสั่งมาจากซาตาน ในขณะที่มันควบคุมปีศาจจำนวนมากเอาไว้มารจะเป็นต้นเหตุให้ผู้คนเจ็บไข้ได้ป่วยและมีความทุกข์ลำบากมากมายและทำให้คนเหล่านั้นล้มลงในความชั่วมากยิ่งขึ้น

ซาตาน มาร และปีศาจมีลำดับขั้นการปกครองของมัน ซาตาน มาร และปีศาจประสานกันอย่างใกล้ชิดมาก อันดับแรก ซาตานทำงานในความคิดที่เป็นเท็จของมนุษย์เพื่อเปิดหนทางให้กับมารได้ทำงาน ต่อไปมารจะเริ่มทำงานในผู้คนเพื่อชักนำให้เขาทำตามการงานของเนื้อหนังและการงานอย่างอื่นของมาร ซาตานทำงานผ่านทางความคิดและงานของมารคือการทำให้ผู้คนประพฤติตามความคิดเหล่านั้น นอกจากนี้ เมื่อการกระทำชั่วก้าวเลยขีดจำกัด ปีศาจก็จะเริ่มเข้าไปในผู้คนในไม่ช้า เมื่อปีศาจเข้าไปในผู้คนแล้วเขาจะสูญเสียเสรีภาพในการตัดสินใจไปและเขาจะเป็นหุ่นเชิดของปีศาจ

พระคัมภีร์กล่าวเป็นนัยว่าปีศาจเป็นวิญญาณชั่วแต่จะแตกต่าง

จากทูตสวรรค์ที่กบฏหรือลูซีเฟอร์ (สดุดี 106:28; อิสยาห์ 8:19; กิจการ 16:16-19; 1 โครินธ์ 10:20) ปีศาจเคยเป็นมนุษย์ที่เคยมีวิญญาณ จิตใจ และร่างกาย คนบางคนที่มีชีวิตอยู่ในโลกนี้และเสียชีวิตโดยไม่ได้รับความรอดจะกลับมายังโลกนี้อีกครั้งหนึ่งภายใต้เงื่อนไขพิเศษบางอย่างและคนเหล่านี้คือปีศาจ ผู้คนส่วนใหญ่ไม่ค่อยมีแนวคิดที่ชัดเจนเกี่ยวกับโลกของวิญญาณชั่ว แต่วิญญาณชั่วพยายามที่จะชักนำแม้กระทั่งคนอีกหนึ่งคนให้เข้าไปสู่หนทางแห่งความพินาศจนกระทั่งวันสุดท้ายที่พระเจ้าทรงกำหนดเอาไว้

เพราะเหตุนี้ 1 เปโตร 5:8 จึงกล่าวว่า "ท่านทั้งหลายจงเป็นคนใจหนักแน่น จงระวังระไวให้ดี ด้วยว่าศัตรูของท่าน คือพญามาร วนเวียนอยู่รอบๆดุจสิงโตคำรามเที่ยวไปเสาะหาคนที่มันจะกัดกินได้" และเอเฟซัส 6:12 กล่าวว่า "เพราะว่าเราไม่ได้ต่อสู้กับเนื้อหนังและเลือดแต่ต่อสู้กับเทพผู้ครอบครอง ศักดิเทพ เทพผู้ครองพิภพในโมหะความมืดแห่งโลกนี้ ต่อสู้กับเหล่าวิญญาณที่ชั่วในสถานฟ้าอากาศ"

เราต้องตื่นตัวและรอบคอบฝ่ายวิญญาณอยู่ตลอดเวลาเพราะเราสามารถล้มลงไปสู่หนทางแห่งความตายได้ถ้าเราดำเนินชีวิตตามการชักนำของวิญญาณแห่งความมืด

บทที่ 2
ตัวตน

ความชอบธรรมส่วนตัวถูกสร้างขึ้นเมื่อเราได้รับการสั่งสอนว่าความเท็จของโลกคือความจริง เมื่อความชอบธรรมส่วนตัวเริ่มหนักแน่น กรอบความคิดก็ถูกสร้างขึ้น ดังนั้นกรอบความคิดที่ถูกสร้างขึ้นจึงทำให้ความชอบธรรมส่วนตัวของบุคคลแข็งแกร่งอย่างเป็นระบบ

จนกว่า "ตัวตน" ของบุคคลจะถูกสร้างขึ้น

ความชอบธรรมส่วนตัวและกรอบความคิด

การทำงานของจิตใจที่เป็นของความจริง

ข้าพเจ้าตายทุกวัน

การสร้างจิตใจ

ขณะนั้นเป็นช่วงเวลาก่อนที่ผมจะต้อนรับเอาองค์พระผู้เป็นเจ้า ผมต่อสู้ดิ้นรนกับความเจ็บป่วยของผมทุกวันและความเพลิดเพลินเดียวที่ผมหาได้ในเวลานั้นคือการอ่านนิยายที่เกี่ยวกับศิลปะการต่อสู้ เรื่องราวส่วนใหญ่มักเกี่ยวข้องกับการแก้แค้น

เค้าโครงของเรื่องราวมักดำเนินไปในลักษณะนี้ เมื่อพระเอกยังเป็นเด็กพ่อแม่ของเขาถูกศัตรูฆ่าตาย เขารอดตายอย่างหวุดหวิดด้วยความช่วยเหลือของคนใช้ในบ้าน เขาพบกับปรมาจารย์ด้านศิลปะการต่อสู้เมื่อเขาเติบโตขึ้น บัดนี้ตัวเขาเองกลายเป็นปรมาจารย์ด้านศิลปะการต่อสู้และแก้แค้นศัตรูที่ฆ่าพ่อแม่ของเขา นิยายเหล่านี้สอนว่าการแก้แค้นเป็นสิ่งที่ชอบธรรมและความกล้าหาญแม้ต้องเสียงชีวิตของตนเอง แต่ในพระคัมภีร์คำสอนของพระเยซูกลับแตกต่างไปจากคำสอนฝ่ายโลกประเภทนี้

พระเยซูทรงสอนไว้ในมัทธิว 5:43-45 ว่า "ท่านทั้งหลายเคยได้ยินคำซึ่งกล่าวไว้ว่า `จงรักเพื่อนบ้านและเกลียดชังศัตรู' ฝ่ายเราบอกท่านว่า จงรักศัตรูของท่าน จงอวยพรแก่ผู้ที่สาปแช่งท่าน จงทำดีแก่ผู้ที่เกลียดชังท่าน และจงอธิษฐานเพื่อผู้ที่ปฏิบัติต่อท่านอย่างเหยียดหยามและข่มเหงท่าน จงทำดังนี้เพื่อท่านทั้งหลายจะเป็นบุตรของพระบิดาของท่านผู้ทรงสถิตในสวรรค์ เพราะว่าพระองค์ทรงให้ดวงอาทิตย์ของพระองค์ขึ้นส่องส

ว่างแก่คนดีและคนชั่ว และให้ฝนตกแก่คนชอบธรรมและแก่คนอธรรม”

ผมใช้ชีวิตอยู่ในความดีงามและความเที่ยงตรง ผู้คนส่วนใหญ่มักพูดว่าผมเป็นบุคคลที่ “ไม่ต้องการกฎเกณฑ์” อย่างไรก็ตาม หลังจากผมต้อนรับเอาองค์พระผู้เป็นเจ้าและวิเคราะห์ตนเองผ่านทางพระคำของพระเจ้าซึ่งเทศน์ออกมาในการประชุมฟื้นฟู ผมเริ่มตระหนักว่าในวิถีชีวิตของผมมีหลายสิ่งหลายอย่างที่ไม่ถูกต้อง ผมรู้สึกอับอายตนเองเพราะผมตระหนักถึงภาษาที่ผมใช้ พฤติกรรมของผม ความคิดของผม และแม้กระทั่งจิตสำนึกของผมก็ผิด ผมกลับใจอย่างถ่องแท้ต่อพระพักตร์พระเจ้าโดยรู้ว่าผมไม่ได้มีชีวิตอย่างชอบธรรมเลย

ตั้งแต่นั้นเป็นต้นมาผมพยายามที่จะรู้ถึงความชอบธรรมส่วนตัวและกรอบความคิดส่วนตัวของผมเองและทำลายสิ่งเหล่านั้นลง ผมปฏิเสธ “ตัวตน” ของผมที่ผมเคยสร้างขึ้นก่อนหน้านี้และผมถือว่าสิ่งนั้นไร้ค่า ผมสร้าง “ตัวตน” ของผมขึ้นมาใหม่ตามความจริงจากการที่ผมได้อ่านพระคัมภีร์ ผมอดอาหารและอธิษฐานอย่างไม่หยุดหย่อนเพื่อจะกำจัดความเท็จในจิตใจของผมทิ้งไป ผลลัพธ์ก็คือ ผมสัมผัสได้ว่าความชั่วร้ายของผมถูกกำจัดทิ้งไปและผมเริ่มได้ยินพระสุรเสียงและรับเอาการทรงนำของพระวิญญาณบริสุทธิ์

จนกว่า “ตัวตน” ของบุคคลจะถูกสร้างขึ้น

ผู้คนสร้างจิตใจและกำหนดค่านิยมของตนได้อย่างไร อันดับแรกเป็นปัจจัยต่าง ๆ ที่เขาได้รับสืบทอดมา ลูก ๆ จะมีลักษณะเหมือนพ่อแม่ของตน ลูกสืบทอดเอารูปร่างหน้าตา นิสัย บุคลิก และคุณลักษณะทางพันธุกรรมอย่างอื่นจากพ่อแม่ของตน คนในเกาหลีพูดว่าเราได้รับ “เลือดของพ่อแม่” แต่แท้ที่จริงสิ่ง

ที่เราได้รับไม่ใช่เลือดหากแต่เป็นพลังชีวิตหรือ “ชิ” ซึ่งคือสารน้ำค ริสตัลลอยด์ของพลังงานทั้งหมดที่มาจากทั่วร่างกาย ผมรู้จักครอบครัวหนึ่งที่ลูกชายของเขามีปานอยู่ริมฝีปากด้านบน แม่ของเขาเคยมีปานอยู่ในตำแหน่งเดียวกันแต่เธอทำศัลยกรรมลบปานนั้นทิ้งไป แม้เธอจะลบปานนั้นทิ้งไป แต่ปานนั้นก็ยังถูกถ่ายทอดมาถึงลูกชายของเธอ

เชื้ออสุจิและไข่ของมนุษย์บรรจุพลังชีวิตเอาไว้ เชื้ออสุจิและไข่ไม่เพียงแต่บรรจุรูปร่างหน้าตาภายนอกเอาไว้เท่านั้น แต่สิ่งเหล่านี้ยังบรรจุบุคลิกภาพ อารมณ์ สติปัญญา และนิสัยเอาไว้ด้วยเช่นกัน ถ้า “ชิ” ของพ่อแข็งแกร่งกว่าในช่วงเวลาของการปฏิสนธิ ลูกก็จะมีลักษณะเหมือนพ่อมากกว่า ถ้า “ชิ” ของแม่แข็งแกร่งกว่า ลูกก็จะมีลักษณะเหมือนแม่มากกว่า สิ่งนี้ทำให้จิตใจของลูกแต่ละค นแตกต่างกัน

นอกจากนั้น เมื่อบุคคลเจริญเติบโตขึ้นเป็นผู้ใหญ่ เขาได้เรี ยนรู้หลายสิ่งหลายอย่างและสิ่งเหล่านี้กลายเป็นส่วนหนึ่งของทุ่ง นาแห่งจิตใจด้วยเช่นกัน เมื่อเขาเริ่มมีอายุประมาณห้าขวบผู้ค นเริ่มสร้าง “ตัวตน” ของเขาขึ้นผ่านสิ่งต่าง ๆ ที่เขาเห็น ได้ยิน และเรียนรู้ เมื่อเขาอายุประมาณสิบสองปีบุคคลก็เริ่มสร้างค่านิย มเพื่อเป็นมาตรฐานของการตัดสิน ประมาณสิบแปดปี “ตัวตน” ของบุคคลจะเริ่มแข็งแกร่งมากขึ้น แต่ปัญหาอยู่ที่ว่าเรามองว่าหลายสิ่งหลายอย่างเป็นสิ่งที่ผิดแม้สิ่งเหล่านั้นเป็นสิ่งที่ถูกและจดจำสิ่งเหล่านั้นไว้เป็นความจริง

เราเรียนรู้สิ่งที่เป็นเท็จจำนวนมากในโลกนี้ แน่นอนในโรงเรี ยนเราเรียนรู้หลายสิ่งหลายอย่างที่เป็นประโยชน์และจำเป็นสำห รับชีวิตของเรา แต่มีการสั่งสอนหลายสิ่งหลายอย่างที่ไม่เป็นคว

ามจริง เช่น ทฤษฎีการวิวัฒนาการของดาร์วิน เป็นต้น เมื่อพ่อแม่สอนลูกของตนเขาจะสอนสิ่งที่ไม่เป็นความจริงให้ฟังดูเหมือนเป็นความจริงเช่นกัน สมมุติว่าเด็กออกไปนอกบ้านและถูกเด็กคนอื่นชกต่อย พ่อแม่จะพูดด้วยความไม่พอใจในทำนองว่า "ลูกกินอาหารสามมื้อต่อวันเหมือนเด็กคนอื่นและควรเป็นคนเข้มแข็ง ทำไมลูกจึงถูกเขาชกต่อยเล่า ถ้าเด็กพวกนั้นชกลูกครั้งหนึ่งลูกต้องชกกลับไปสองครั้ง ลูกไม่มีมือไม่มีเท้าเหมือนเด็กคนอื่นเหรอ ลูกต้องเรียนรู้ที่จะดูแลตัวเอง"

เด็กจะถูกปฏิบัติอย่างด้อยค่าถ้าเขาถูกเพื่อนของตนชกต่อย เด็กเหล่านี้จะสร้างจิตสำนึกประเภทใดขึ้นมา เด็กเหล่านี้มีโอกาสที่จะคิดว่าตนเป็นคนโง่เง่าและการยอมให้คนอื่นทุบตีตนเองเป็นสิ่งที่ไม่ถูกต้อง ถ้าเด็กคนอื่นชกเขาครั้งหนึ่งเขาจะคิดว่าเขาต้องชกกลับไปสองครั้ง กล่าวคือ เขาใส่บางสิ่งบางอย่างที่ชั่วร้ายลงไปราวกับว่าสิ่งนั้นเป็นความดีงาม

พ่อแม่ที่ทำตามความจริงควรสอนลูก ๆ ของตนอย่างไร เขาควรตรวจดูสถานการณ์และสอนลูกด้วยความดีและความจริงเพื่อเด็กจะมีความสงบสุขโดยพูดในทำนองว่า "ลูกรัก ลองพยายามเข้าใจเด็กเหล่านั้นหน่อยดีไหม ลองคิดดูซิว่ามีสิ่งใดบ้างที่ลูกทำผิด พระเจ้าบอกให้เราเอาชนะความชั่วด้วยความดีนะ"

ถ้าเด็กได้รับการสั่งสอนด้วยพระคำของพระเจ้าเพียงอย่างเดียวในทุกสถานการณ์ เขาก็จะสามารถสร้างจิตสำนึกที่ดีและถูกต้องขึ้นมา แต่ในหลายกรณีพ่อแม่จะสอนลูกของตนด้วยความเท็จและการโกหก เมื่อพ่อแม่โกหกลูกก็จะโกหกด้วยเช่นกัน สมมุติว่าเสียงโทรศัพท์ดังขึ้นและลูกสาวรับโทรศัพท์ เธอเอามือปิดลำโพงโทรศัพท์เอาไว้เพื่อไม่ให้คนที่โทรมาได้ยินเสียงพร้อมกับตะโกนเรียกคุณพ่อของเธอว่า "พ่อ ลุงทอมอยากพูดกับพ่อ" พ่อบอกลูกสาวของตนว่า

"บอกเขาว่าพ่อไม่อยู่บ้าน"

ลูกสาวตรวจสอบกับพ่อของเธอก่อนที่จะยื่นโทรศัพท์ให้กับพ่อ เพราะเหตุการณ์เช่นนั้นเกิดขึ้นบ่อยครั้งในอดีต ผู้คนได้รับการสั่งสอนด้วยสิ่งที่เป็นเท็จในช่วงการเจริญเติบโตของเขาและยิ่งกว่านั้น ผู้คนพัฒนาสิ่งที่เป็นเท็จเหล่านี้ขึ้นด้วยการตัดสินและประณามคนอื่นด้วยความรู้สึกของตน จิตสำนึกที่เต็มไปด้วยความเท็จถูกสร้างขึ้นด้วยวิธีนี้

นอกจากนี้ ผู้คนส่วนใหญ่ยึดเอาตนเองเป็นศูนย์กลาง คนเหล่านี้จะทำตามผลประโยชน์ของตนและคิดว่าเขาเท่านั้นที่เป็นฝ่ายถูก ถ้าเจตนาหรือแนวคิดของคนอื่นไม่ตรงกับแนวคิดของเขา ผู้คนจะคิดว่าคนอื่นผิด แต่คนอื่นก็คิดในแบบเดียวกันเช่นกัน ถ้าทุกคนคิดด้วยวิธีนี้ก็ยากที่จะเห็นพ้องต้องกัน แม้แต่ผู้คนที่ใกล้ชิดกันก็เช่นเดียวกัน เช่น ระหว่างสามีกับภรรยา หรือระหว่างพ่อแม่กับลูก เป็นต้น ผู้คนส่วนใหญ่สร้าง "ตัวตน" ของเขาขึ้นด้วยวิธีนี้ ด้วยเหตุนี้บุคคลต้องไม่ยืนกรานว่าเขาหรือเธอเท่านั้นที่เป็นฝ่ายถูก

ความชอบธรรมส่วนตัวและกรอบความคิด

หลายคนสร้างมาตรฐานของระบบการตัดสินและค่านิยมของตนขึ้นผ่านการทำงานของจิตใจที่เป็นของความเท็จ ผลลัพธ์ก็คือเขามีชีวิตอยู่ในความชอบธรรมส่วนตัวและกรอบความคิดของเขา นอกจากนี้ ความชอบธรรมส่วนตัวนี้ถูกสร้างขึ้นด้วยความเท็จที่เขารับเอาจากโลกและเขาถือว่าสิ่งนั้นเป็นความจริง คนที่มีความชอบธรรมส่วนตัวนี้ไม่เพียงแต่คิดว่าตนเป็นฝ่ายถูกเพราะมาตรฐานของเขาเท่านั้น แต่ในความชอบธรรมส่วนตัวของเขานี้เขายังพยายามที่จะบังคับให้คนอื่นยอมรับความคิดเห็นและความเชื่อของตนด้วยเช่น

กัน

เมื่อความชอบธรรมส่วนตัวนี้แข็งแกร่งขึ้นสิ่งนี้ก็จะกลายเป็นกรอบความคิด กล่าวคือ กรอบความคิดคือโครงสร้างของความชอบธรรมส่วนตัวของบุคคลที่ถูกสร้างขึ้นอย่างเป็นระบบ กรอบความคิดเหล่านี้ถูกสร้างขึ้นบนพื้นฐานของบุคลิกภาพ รสนิยม กิริยาท่าทาง หลักทฤษฎี และความคิดของบุคคล ในสถานการณ์ที่ท่านเลือกได้ทั้งสองทางเลือก แต่ถ้าท่านยืนกรานที่จะเลือกเพียงทางเลือกเดียวและถ้ามุมมองเช่นนี้รวมกันเป็นปึกแผ่น สิ่งนี้ก็จะกลายเป็นกรอบความคิดของท่าน จากนั้นท่านก็มีความโน้มเอียงที่จะเอื้อเฟื้อและยอมรับผู้คนที่มีสิทธิพิเศษ บุคลิกภาพ หรือความชอบคล้ายคลึงกันมากขึ้น แต่ท่านก็มีแนวโน้มที่จะขาดความอดทนกับผู้คนที่ไม่เห็นพ้องกับท่านมากขึ้นเช่นกัน สาเหตุเป็นเพราะกรอบความคิดส่วนตัวของท่านนั่นเอง

กรอบความคิดประเภทนี้จะถูกเปิดเผยออกมาในหลากหลายรูปแบบในชีวิตประจำวันของเรา สามีภรรยาที่แต่งงานกันใหม่ ๆ อาจทะเลาะกันด้วยเรื่องเล็ก ๆ น้อย ๆ สามีอาจคิดว่าการบีบหลอดยาสีฟันจากก้นหลอดขึ้นไปเป็นสิ่งที่ถูกต้องในขณะที่ภรรยากลับคิดว่าเขาจะบีบส่วนไหนของหลอดยาสีฟันก็ได้ ถ้าฝ่ายหนึ่งฝ่ายใดยืนกรานอยู่กับวิธีการของเขาหรือเธอในสถานการณ์เช่นนี้เขาก็มีแนวโน้มที่จะขัดแย้งกัน ความขัดแย้งเกิดขึ้นมาจากกรอบความคิดที่แตกต่างซึ่งอยู่ในนิสัยของเขาแต่ละคนนั่นเอง

สมมุติว่ามีพนักงานในบริษัทแห่งหนึ่งที่ทำงานทุกอย่างของเขาด้วยตนเองโดยไม่ได้รับความช่วยเหลือจากใครเลย คนเหล่านี้มีนิสัยที่ชอบทำทุกสิ่งด้วยตนเองเพราะเขาได้รับการเลี้ยงดูขึ้นมาสภาพแวดล้อมที่ยากลำบากและต้องทำงานเพียงลำพัง สิ่งนี้ไม่ใช่เพราะเขาหยิ่งผยอง ดังนั้นถ้าท่านตัดสินบุ

การสร้างจิตใจ

คคลดังกล่าวว่าเป็นจองหองหรือยึดเอาตนเองเป็นศูนย์กลางการตัดสินเช่นนั้นก็ไม่ถูกต้อง

ส่วนใหญ่ ในมุมมองของความจริง ทั้งความชอบธรรมส่วนตัวและกรอบความคิดส่วนตัวของบุคคลล้วนเป็นสิ่งที่ผิดทั้งสิ้น ความผิดเกิดขึ้นจากจิตใจแห่งความเท็จซึ่งไม่ยอมรับใช้คนอื่นและแสวงหาประโยชน์ส่วนตัว แม้แต่ผู้เชื่อก็มีความชอบธรรมส่วนตัวและกรอบความคิดส่วนตัวซึ่งเขาเองไม่รู้ตัวเช่นกัน

คนเหล่านี้คิดว่าเขาฟังพระคำของพระเจ้าและได้กำจัดความบาปทิ้งไปในระดับหนึ่งแล้วและเขารู้จักความจริง ดังนั้นเขาจึงแสดงความชอบธรรมส่วนตัวออกมาด้วยความรู้นี้ เขาตัดสินวิธีการดำเนินชีวิตในความเชื่อของคนอื่น เขาเปรียบเทียบตนเองกับคนอื่นและคิดว่าเขาดีกว่าคนอื่นด้วยเช่นกัน ครั้งหนึ่งเขามองเห็นเฉพาะจุดดีของคนอื่น แต่ภายหลังเขาเริ่มเปลี่ยนแปลงและตอนนี้เขามองเห็นความผิดพลาดบกพร่องของคนอื่นแทน เขายืนกรานอยู่กับความคิดเห็นของตนเพียงฝ่ายเดียว แต่เขาพูดว่าที่เขาทำเช่นนั้น "ก็เพื่อแผ่นดินของพระเจ้า"

บางคนพูดราวกับว่าเขารู้ทุกสิ่งทุกอย่างและเขาเป็นคนชอบธรรม เขามักพูดถึงความผิดพลาดบกพร่องของคนอื่นเสมอพร้อมกับตัดสินคนเหล่านั้น สิ่งนี้หมายความว่าเขามองไม่เห็นความผิดพลาดบกพร่องของตนเองเลย เขามองเห็นแต่ของคนอื่น

ก่อนที่เราจะได้รับการเปลี่ยนแปลงด้วยความจริงอย่างสมบูรณ์เราทุกคนล้วนมีความชอบธรรมส่วนตัวและเราพัฒนากรอบความคิดของเรา ยิ่งเรามีความชั่วในจิตใจมากเท่าใด เราก็จะมีการทำงานของจิตใจที่เป็นของความเท็จ (แทนที่จะเป็นของความจริง) มากขึ้นเท่านั้น ผลลัพธ์ก็คือเราจะตัดสินและประณามคนอื่นภายในความชอบธรรมส่วนตัวและกรอบความคิดของเรา เพื่อให้เรามีการ

131

เจริญเติบโตฝ่ายวิญญาณเราต้องถือว่าความคิดและหลักทฤษฎีทั้งสิ้นของเราเสมือนเป็นสิ่งที่ไร้ค่า เราต้องทำลายความชอบธรรมส่วนตัวและกรอบความคิดของเราและมีการทำงานของจิตใจที่เป็นของความจริง

เพื่อให้มีการทำงานของจิตใจที่เป็นของความจริง

เราสามารถมีการเจริญเติบโตฝ่ายวิญญาณและเปลี่ยนแปลงเป็นบุตรที่แท้จริงของพระเจ้าเมื่อเราเปลี่ยนการทำงานของจิตใจที่เป็นของความเท็จของเราไปสู่ความจริง ดังนั้นเราต้องทำสิ่งใดบ้างเพื่อจะเราจะมีการทำงานของจิตใจที่เป็นนของความจริง

ประการแรก เราต้องวินิจฉัยและแยกแยะทุกสิ่งด้วยมาตรฐานแห่งความจริง

ผู้คนมีจิตสำนึกที่แตกต่างกันและมาตรฐานของโลกก็แตกต่างไปตามกาลเวลา สถานที่ และวัฒนธรรมเช่นกัน แม้ท่านจะประพฤติตนอย่างถูกต้อง แต่คนที่อื่นมีค่านิยมแตกต่างอาจถือว่าสิ่งนั้นไม่ถูกต้อง

ผู้คนสร้างค่านิยมและกิริยามารยาทอันเป็นที่ยอมรับในสภาพแวดล้อมและวัฒนธรรมที่แตกต่างกัน ด้วยเหตุนี้ เราต้องไม่ตัดสินคนอื่นด้วยมาตรฐานของเราเอง มาตรฐานสูงสุดเพียงอันเดียวที่เราสามารถใช้ในการแยกแยะสิ่งที่ถูกและสิ่งที่ผิดรวมทั้งแยกแยะความจริงและความเท็จได้แก่พระคำของพระเจ้าซึ่งเป็นความจริง

ในท่ามกลางสิ่งต่าง ๆ ที่ผู้คนชาวโลกเห็นว่าถูกต้องและเหมาะสมมีหลายสิ่งที่สอดคล้องกับพระคัมภีร์ แต่ก็มีหลายสิ่งเช่นกันที่ไม่สอดคล้องกับพระคัมภีร์ สมมุติว่าเพื่อนของท่านคนหนึ่งก่ออาชญากรรม แต่อีกคนหนึ่งถูกกล่าวหาอย่างผิด ๆ ในกรณีนี้ ผู้คนส่วนใหญ่อาจคิดว่าการไม่เปิดเผยความผิดของเพื่อนท่านนั้นเป็นสิ่งที่ยอมรั

บได้ แต่ถ้าท่านปิดปากเงียบทั้งที่รู้ว่าบุคคลที่ถูกกล่าวหาอย่างผิด ๆ คนนั้นไร้ความผิด การกระทำของท่านจะไม่มีวันได้รับการยอมรับว่าถูกต้องชอบธรรมในสายพระเนตรของพระเจ้า

ก่อนที่ผมจะมาเชื่อในพระเจ้า เมื่อผมต้องเดินทางไปเยี่ยมบ้านคนอื่นในช่วงใกล้เวลาที่เขารับประทานและถ้าเจ้าของบ้านถามผมว่าผมกินอาหารแล้วหรือยัง ผมเคยตอบว่า "กินแล้วครับ" ผมไม่เคยคิดว่าสิ่งนั้นไม่ถูกต้องเพราะผมพูดไปเพื่อทำให้อีกคนหนึ่งรู้สึกสบายใจ แต่ในแง่วิญญาณจิตสิ่งนี้ถือเป็นมลทินในสายพระเนตรของพระเจ้าเพราะสิ่งนั้นไม่ใช่ความจริงแม้สิ่งนั้นจะไม่ใช่ความบาป หลังจากตระหนักความจริงข้อนี้ผมจึงใช้วิธีการพูดอย่างอื่นแทน เช่น "ยังไม่ได้กินครับ แต่ผมไม่อยากกินตอนนี้"

เพื่อพิสูจน์ทุกสิ่งด้วยความจริงเราควรฟังและเรียนรู้จักพระคำแห่งความจริงและรักษาพระคำนั้นไว้ในใจของเรา เราควรอ่านพระคัมภีร์และกำจัดมาตรฐานที่ผิดซึ่งเราสร้างขึ้นด้วยความเท็จในโลกนี้ทิ้งไป ไม่ว่าแนวคิดของในโลกนี้จะฟังดูฉลาดรอบรู้เพียงใดก็ตามแต่ถ้าสิ่งนั้นขัดแย้งกับพระคำของพระเจ้า เราควรกำจัดสิ่งนั้นทิ้งไป

ประการที่สอง เพื่อให้มีการทำงานของจิตใจที่เป็นของความจริงอารมณ์และความรู้สึกของเราต้องสอดคล้องกับความจริง

วิธีการที่เราใส่สิ่งต่าง ๆ เข้าไปในเรานั้นมีบทบาทสำคัญอย่างยิ่งเมื่อเราพยายามที่จะสร้างความรู้สึกที่สอดคล้องกับความจริง ผมเคยเห็นคุณแม่คนหนึ่งที่กำลังดุลูกของตนว่า "ถ้าลูกทำสิ่งนี้ละก็ ศิษยาภิบาลจะจัดการลูกอย่างแน่นอน" เธอทำให้ลูกของตนคิดว่าศิษยาภิบาลเป็นคนที่น่ากลัว เด็กคนนั้นจะรู้สึกกลัวศิษยาภิบาลและพยายามที่จะหลีกเลี่ยงศิษยาภิบาลแทนที่เขาจะเข้าใกล้ศิษยาภิบาลเมื่อเขาเติบโตขึ้น

นานมาแล้วผมเคยดูฉากหนึ่งในภาพยนตร์ซึ่งเป็นฉากที่เด็กผู้หญิงคนหนึ่งที่มีความเป็นมิตรกับช้างอย่างมากและช้างใช้งวงของมันพันรอบคอของเด็กผู้หญิงคนนั้นด้วยความเอ็นดู วันหนึ่ง ในขณะที่เด็กผู้หญิงคนนั้นนอนหลับอยู่ก็มีงูพิษตัวหนึ่งเลื้อยมาพันคอเธอ ถ้าเด็กผู้หญิงคนนั้นรู้ว่าสิ่งที่พันคอเธออยู่นั้นคืองูพิษเธอคงรู้สึกกลัวและสยดสยองอย่างมาก แต่เพราะเธอนอนหลับตาอยู่และเธอคิดเพียงว่าสิ่งนั้นเป็นงวงของช้าง ดังนั้นเธอจึงไม่ตกใจเลย ตรงกันข้าม เธอกลับรู้สึกถึงความเป็นมิตร ความรู้สึกจะแตกต่างไปตามความคิด

ความรู้สึกจะแตกต่างออกไปตามวิธีการคิดของเรา ผู้คนที่รู้สึกขยะแขยงต่อตัวด้วง ตัวหนอน หรือตัวตะขาบจะรู้สึกเพลิดเพลินกับรสชาติที่เอร็ดอร่อยของไก่แม้ว่าไก่จะกินสิ่งเหล่านั้น ตอนนี้เราสามารถเห็นว่าความรู้สึกของเราเกี่ยวกับบางสิ่งบางอย่างจะขึ้นอยู่กับความคิดของเรา ไม่ว่าเราจะมองเห็นคนประเภทใดก็ตามและไม่ว่าเราจะทำงานชนิดใดก็ตาม เราควรคิดและรู้สึกเฉพาะในทางที่ดี

เหนือสิ่งอื่นใด เพื่อให้เราคิดและรู้สึกในทางที่ดีกับทุกสิ่ง เราต้องดู ฟัง และใส่เฉพาะสิ่งที่ดีเข้าไปอยู่เสมอ สิ่งนี้เป็นความจริงในทุกวันนี้เป็นพิเศษเมื่อเราสามารถมองเห็นเกือบทุกสิ่งทุกอย่างผ่านสื่อสารมวลชนหรืออินเตอร์เน็ต ความชั่วร้าย ความโหดร้ายทารุณ การคดโกง การยึดเอาตนเองเป็นศูนย์กลาง การใช้เล่ห์เหลี่ยม และการทรยศหักหลังกันในปัจจุบันรายล้อมเราอยู่มากกว่าในยุคใดในประวัติศาสตร์ เพื่อให้เรารักษาตนเองไว้ด้วยความจริง เราต้องไม่ดู ไม่ฟัง หรือไม่ใส่สิ่งเหล่านี้เข้าไปให้มากที่สุดเท่าที่จะทำได้ อย่างไรก็ตาม แม้เราต้องพบกับสิ่งเหล่านี้เราก็สามารถใส่สิ่งที่เป็นความจริงและความดีเข้าไปได้ ท่านถาม "ทำไง"

ยกตัวอย่าง ผู้คนที่ได้ยินเรื่องราวอันน่ากลัวเกี่ยวกับปีศาจหรือผี

ดิบในสมัยทีเป็นเด็กก็จะมีความรู้สึกกลัวสิงเหล่านันโดยเฉพาะอย่างยิงถ้าเขาอยู่คนเดียวในความมืดหลังจากทีเขาดูหนังทีน่าขนพองสยองเกล้า เขาจะตัวสันหรือกลัวถ้าเขาได้ยินเสียงประหลาดหรือเห็นเงาทีน่าขนลุก ถ้าเขาอยู่คนเดียว สิงเล็ก ๆ น้อย ๆ ทีเกิดขึนอาจทำให้เขาตกใจกลัวจนถึงกับช็อกเนืองจากความกลัวของเขา

แต่ถ้าเราดำเนินชีวิตอยู่ในความสว่าง พระเจ้าจะทรงปกป้องเราและวิญญาณจะไม่สามารถแตะต้องเราได้ ตรงกันข้าม สิงเหล่านันจะกลัวและตัวสันเมือมันเห็นความสว่างฝ่ายวิญญาณทีออกมาจากเรา ถ้าเราเข้าใจความจริงข้อนีเราก็สามารถเปลียนความรู้สึกของเรา เรารู้จากหัวใจของเราว่าวิญญาณชัวไม่ใช่สิงทีน่ากลัว ดังนันเราจึงสามารถเปลียนความรู้สึกของเรา เนืองจากเราสามารถกำราบโลกแห่งความมืด แม้ปีศาจจะปรากฏตัวออกมา เราก็สามารถขับไล่มันออกไปในพระนามของพระเยซูคริสต์

ขอให้เราพิจารณาดูอีกกรณีหนึงซึงเป็นกรณีทีผู้คนมีความรู้สึกอย่างไม่ถูกต้อง เมือประมาณ 20 ปีทีแล้วผมเดินทางจาริกไปพร้อมกับสมาชิกคริสตจักรกลุ่มหนึง ทีสนามกีฬาในประเทศกรีซมีรูปปั้นเปลือยกายของชายคนหนึง คำจารึกทีตรงรูปปั้นนันเกียวข้องกับการหนุนใจให้ออกกำลังกายและเล่นกีฬาเพือให้ผู้คนมีสุขภาพร่างกายแข็งแรงซึงคนเหล่านีคือรากฐานของประเทศทีแข็งแกร่ง ทีนันผมสามารถเห็นถึงความแตกต่างระหว่างนักท่องเทียวทีมาจากประเทศในแถบยุโรปกับสมาชิกคริสตจักรของเรา

สมาชิกผู้หญิงบางคนถ่ายภาพด้านหน้ารูปปั้นนันโดยไม่มีปัญหาอะไร แต่สมาชิกผู้หญิงบางคนขวยเขิน คนเหล่านีพยายามหลีกเลียงสถานทีแห่งนันราวกับเขาเห็นบางสิงบางอย่างทีเขาไม่ควรเห็น สาเหตุทีเขาเขินอายกับรูปปั้นนันก็เพราะเขามีความคิดอกุศลซึงคิดไป

ในทางล่วงประเวณี เขามีความรู้สึกไม่ถูกต้องกับความเปลือยเปล่า และเขามีความรู้สึกประเภทนี้เมื่อเขามองเห็นรูปปั้นเปลือยกายของผู้ชายดังกล่าว คนเหล่านี้อาจตัดสินผู้คนที่ศึกษารูปปั้นนั้นอย่างใกล้ชิด แต่นักท่องเที่ยวชาวยุโรปดูเหมือนจะไม่มีความเขินอายหรือความรู้สึกแบบนั้นเลย คนเหล่านั้นมองดูรูปปั้นด้วยความชื่นชมต่องานศิลปะชั้นเยี่ยมชิ้นหนึ่ง

ในกรณีนี้ เราไม่ควรตัดสินนักท่องเที่ยวชาวยุโรปเหล่านั้นว่าเขาเป็นพวกไร้ยางอาย ถ้าเราเข้าใจวัฒนธรรมที่ต่างกันและเปลี่ยนความรู้สึกที่เป็นเท็จของเราเป็นความรู้สึกที่เป็นจริง เราก็ไม่จำเป็นต้องรู้สึกเขินหรืออายแต่ประการใด อาดัมเคยมีชีวิตอยู่ในความเปลือยเปล่าเมื่อเขายังไม่มีความรู้ฝ่ายเนื้อหนังเพราะเขาไม่มีความคิดอกุศลที่เป็นการล่วงประเวณีและการดำเนินชีวิตแบบนั้นเป็นสิ่งที่งดงามมากกว่า

ประการที่สาม เพื่อให้มีการทำงานของจิตใจที่เป็นของความจริง เราไม่ควรยอมรับเอาสิ่งต่าง ๆ จากมุมมองของเราเพียงอย่างเดียว แต่รับเอาสิ่งเหล่านั้นจากมุมมองของคนอื่นด้วย

ถ้าท่านรับเอาสิ่งและสถานการณ์ต่าง ๆ ด้วยจุดยืน ประสบการณ์และวิธีคิดของท่านเพียงอย่างเดียว การทำงานของจิตใจที่เป็นเท็จจำนวนมากก็จะเกิดขึ้น บางทีท่านอาจเพิ่มหรือลดคำพูดของคนอื่นตามความคิดของท่านเอง ท่านอาจเข้าใจผิด ตัดสิน ประณามและมีความรู้สึกแย่ๆเกิดขึ้น

สมมุติว่าคนที่ได้รับบาดเจ็บในอุบัติเหตุบนท้องถนนคนหนึ่งกำลังบ่นถึงความเจ็บปวดของเขาอย่างมาก ผู้คนที่ไม่เคยมีประสบการณ์กับความเจ็บปวดแบบนั้นหรือผู้คนที่มีความอดกลั้นสูงต่อความเจ็บปวดอาจคิดว่าคนนั้นทำเรื่องเล็กให้เป็นเรื่องใหญ่ ถ้าท่านยอมรับคำพูดของคนอื่นบนพื้นฐานของจุดยืนและประสบการณ์ของท่านเอง

ท่านก็จะมีการทำงานของจิตใจที่เป็นเท็จ ถ้าท่านพยายามเข้าใจจากมุมมองของคนอื่น ท่านก็สามารถเข้าใจเขาและความหนักหน่วงของความเจ็บปวดที่เขากำลังรู้สึก

ถ้าท่านเพียงแต่เข้าใจสถานการณ์ของคนอื่นและยอมรับเขา ท่านก็จะอยู่อย่างสงบสุขกับทุกคน ท่านจะไม่เกลียดชังหรือไม่มีสิ่งใดที่จะทำให้ท่านรู้สึกอึดอัดใจ แม้ท่านจะได้รับบาดเจ็บหรือพบกับความลำบากเพราะอีกคนหนึ่ง แต่ถ้าท่านคิดถึงเขาก่อนท่านก็จะไม่เกลียดเขา แต่ท่านจะรักเขาและมีเมตตาต่อเขา ถ้าท่านรู้เกี่ยวกับความรักของพระเยซูผู้ทรงถูกตรึงบนกางเขนเพื่อเราและรู้จักพระคุณของพระเจ้า ท่านก็สามารถรักได้แม้กระทั่งศัตรูของท่าน นี่เป็นกรณีที่เกิดขึ้นกับสเทเฟน แม้กระทั่งในขณะที่ท่านกำลังถูกหินขว้างให้ตายโดยที่ท่านไม่มีความผิด ท่านก็ไม่ได้เกลียดชังคนเหล่านั้นที่กำลังขว้างท่านด้วยหิน แต่ท่านกลับอธิษฐานเผื่อเขา

แต่บางครั้งเราอาจพบว่าการที่เราจะมีทำงานของจิตใจที่เป็นของความจริงตามที่เราต้องการนั้นไม่ใช่เรื่องง่าย ด้วยเหตุนี้ เราต้องตื่นตัวเกี่ยวกับคำพูดและการกระทำของเราอยู่เสมอและพยายามที่จะเปลี่ยนการทำงานของจิตใจที่เป็นของความเท็จของเราให้กลายเป็นการทำงานของจิตใจที่เป็นของความจริง เราสามารถมีการทำงานของจิตใจที่เป็นของความจริงด้วยพระคุณและพระกำลังจากพระเจ้าและความช่วยเหลือของพระวิญญาณบริสุทธิ์เมื่อเราอธิษฐานและพยายามอย่างต่อเนื่อง

ข้าพเจ้าตายทุกวัน

อัครทูตเปาโลเคยข่มเหงคริสเตียนเพราะท่านมีความชอบธรรมส่วนตัวและกรอบความคิดของท่านแข็งแกร่งมาก แต่หลังจากท่าน

ได้พบกับองค์พระผู้เป็นเจ้าท่านก็ตระหนักว่าความชอบธรรมส่วนตัวและกรอบความคิดของท่านนั้นไม่ถูกต้องและท่านยอมถ่อมตัวเองลงอย่างมากจนท่านถือว่าสิ่งสารพัดที่ท่านเคยล้วนเป็นเหมือนหยากเยื่อ ครั้งแรกท่านมีการต่อสู้ในจิตใจของท่านโดยตระหนักว่าท่านมีความชั่วร้ายอยู่ในตัวท่านซึ่งต่อสู้กับความพยายามที่จะทำดี (โรม 7:24)

แต่ท่านขอบพระคุณพระเจ้าเพราะท่านเชื่อว่าบัญญัติแห่งชีวิตและพระวิญญาณบริสุทธิ์ในพระเยซูคริสต์ได้ทำให้ท่านเป็นอิสระจากบัญญัติแห่งความบาปและความตาย ท่านกล่าวไว้ในโรม 7:25 ว่า "ข้าพเจ้าขอบพระคุณพระเจ้า โดยทางพระเยซูคริสต์องค์พระผู้เป็นเจ้าของเรา ฉะนั้นทางด้านจิตใจข้าพเจ้ารับใช้พระราชบัญญัติของพระเจ้า แต่ด้านฝ่ายเนื้อหนังข้าพเจ้ารับใช้กฎแห่งบาป" และใน 1 โครินธ์ 15:31 ว่า "ข้าพเจ้าขอยืนยันโดยอ้างความภูมิใจซึ่งข้าพเจ้ามีอยู่ในท่านทั้งหลายโดยพระเยซูคริสต์องค์พระผู้เป็นเจ้าของเราว่า ข้าพเจ้าตายทุกวัน"

ท่านกล่าวว่า "ข้าพเจ้าตายทุกวัน" และสิ่งนี้หมายความว่าท่านได้เข้าสุหนัตในจิตใจของท่านเป็นประจำทุกวัน กล่าวคือ ท่านได้กำจัดความเท็จที่อยู่ในท่าน (เช่น ความหยิ่งยโส การอวดอ้างตนเอง ความเกลียดชัง การตัดสินคนอื่น ความโกรธ ความลำพอง และความโลภ เป็นต้น) ทิ้งไป เหมือนที่ท่านประกาศว่าท่านกำจัดสิ่งเหล่านั้นทิ้งไปด้วยการต่อสู้กับสิ่งเหล่านั้นจนถึงเลือดไหล พระเจ้าทรงประทานพระคุณและกำลังให้กับท่าน ด้วยความช่วยเหลือของพระวิญญาณบริสุทธิ์ท่านเปลี่ยนไปเป็นมนุษย์ฝ่ายวิญญาณผู้ซึ่งมีการทำงานของจิตใจที่เป็นของความจริงเท่านั้น ในที่สุดท่านกลายเป็นอัครทูตที่มีพลังอำนาจมากในการเผยแพร่พระกิตติคุณในขณะที่ทำหมายสำคัญและการอัศจรรย์มากมายในเวลาเดียวกัน

บทที่ 3
สิ่งที่อยู่ฝ่ายเนื้อหนัง

บางคนทำบาปแห่งการอิจฉา การริษยา การตัดสินคนอื่น การประณามคนอื่น และการล่วงประเวณีในใจของตน สิ่งเหล่านี้ไม่ปรากฏออกมาภายนอก แต่ก็ถือว่ามีการทำบาปเกิดขึ้นเพราะสิ่งเหล่านี้มีลักษณะที่เป็นบาปอยู่ในตนเอง

เนื้อหนังและการของฝ่ายกาย

ความหมายของ "เนื้อหนังยังอ่อนกำลัง"

ความต้องการของเนื้อหนัง: ความบาปที่ทำอยู่ในใจ

ตัณหาของเนื้อหนัง

ตัณหาของตา

ความเย่อหยิ่งในชีวิต

การสร้างจิตใจ

สำหรับคนทีวิญญาณจิตตายไปแล้วจิตใจของเขาจะกลายเป็นเจ้านายและปกครองเหนือร่างกายของเขา สมมุติว่าท่านกระหายน้ำและท่านต้องการทีจะดืมบางอย่าง จากนันจิตใจจะสังมือให้หยิบแก้วน้ำขึนมาใส่ปากของท่าน แต่ในช่วงเวลานี ถ้ามีบางคนพูดจาดูถูกท่านและท่านโกรธ ท่านอาจต้องการทีจะทุบแก้วใบนันนีเป็นการทำงานของจิตใจชนิดใด

สิงนีเกิดขึนเมือซาตานกระตุ้นจิตใจทีเป็นของเนือหนัง ยิงมนุษย์มีความเท็จอยู่ในตนเองมากเท่าใดเขาก็จะรับเอาการทำงานของผีมารซาตานเข้าไปมากขึนเท่านัน ถ้าเขารับเอาการทำงานของซาตานเข้าไป เขาก็จะมีความคิดแห่งความเท็จและถ้าเขารับเอาการทำงานของมารเข้าไป เขาก็จะแสดงการกระทำแห่งความเท็จออกมา

ซาตานเป็นผู้ใส่ความคิดทีจะทุบแก้วน้ำเข้าไปและถ้าท่านลงมือทุบแก้วน้ำจริง สิงนันก็เป็นการทำงานของมารเราเรียกความคิดนีว่า “ความต้องการของเนือหนัง” และเราเรียกการกระทำทีปรากฏออกมาว่า “การงานของเนือหนัง” สาเหตุทีเรามีการทำงานของจิตใจและการกระทำทีเป็นของความเท็จก็เนืองมาจากธรรมชาติบาปทีผีมารซาตานปลูกฝังเอาไว้ตังแต่การล้มลงในความบาปของอาดัมและธรรมชาติบาปนันถูกผสมรวมเข้ากับร่างกายของมนุษย์

เนื้อหนังและการของฝ่ายกาย

โรม 8:13 กล่าวว่า "เพราะว่าถ้าท่านทั้งหลายดำเนินชีวิตตามฝ่ายเนื้อหนังแล้ว ท่านจะต้องตาย แต่ถ้าโดยฝ่ายพระวิญญาณท่านได้ทำลายการของฝ่ายกายเสีย ท่านก็จะดำรงชีวิตได้"

คำว่า "ท่านจะต้องตาย" ในข้อนี้หมายความว่าท่านจะพบกับความตายนิรันดร์ซึ่งได้แก่ในบึงไฟนรก ด้วยเหตุนี้ คำว่า "เนื้อหนัง" จึงไม่ได้หมายความถึงร่างกายฝ่ายเนื้อหนังของเราเพียงอย่างเดียว สิ่งนี้ยังมีความหมายฝ่ายวิญญาณด้วยเช่นกัน

ข้อนี้กล่าวต่อไปว่าถ้าท่านทำลายการของฝ่ายกายโดยพระวิญญาณท่านก็จะดำรงชีวิตอยู่ สิ่งนี้หมายความว่าเราต้องกำจัดการของฝ่ายกาย (อย่างเช่น การนั่ง การนอน การกิน และกิจการอื่น ๆ ของร่างกาย) ทิ้งไปใช่หรือไม่ ไม่ใช่เช่นนั้น คำว่า "กาย" ในข้อนี้หมายถึงเปลือกหรือภาชนะที่ความรู้ฝ่ายวิญญาณซึ่งพระเจ้าประทานให้กับมนุษย์นั้นรั่วไหลออกมา เพื่อให้เข้าใจความหมายฝ่ายวิญญาณของเรื่องนี้เราต้องเรียนรู้ก่อนว่าอาดัมเป็นสิ่งมีชีวิตประเภทใด

เมื่ออาดัมเป็นวิญญาณผู้มีชีวิต ร่างกายของเขามีคุณค่าและไม่เสื่อมสูญ เขาไม่แก่เฒ่าและเขาไม่ตายหรือไม่พินาศ เขามีร่างกายฝ่ายวิญญาณที่งดงามและสุกใส พฤติกรรมของเขาสง่างามยิ่งกว่าพฤติกรรมของผู้สูงศักดิ์คนใดของโลกนี้ แต่จากช่วงเวลาที่ความบาปเข้ามาในตัวเขาและเพราะผลพวงของความบาป ร่างกายของเขาเริ่มไร้ค่าซึ่งไม่แตกต่างไปจากร่างกายของสัตว์

ผมขอยกตัวอย่างเปรียบเทียบ สมมุติว่ามีถ้วยใบหนึ่งและมีของเหลวบางอย่างอยู่ในถ้วยใบนั้น ถ้วยอาจเทียบได้กับร่างกายของเราและของเหลวอาจเทียบได้กับวิญญาณของเรา ถ้วยใบเดียวกันนั้นอาจมีคุณค่าที่แตกต่างกันไปตามสิ่งที่บรรจุอยู่ในถ้วยใบนั้น ร่างกายของอาดัมก็เช่นเดียวกัน

ในฐานะวิญญาณผู้มีชีวิตอาดัมมีเพียงความรู้เรื่องความจริง เช่น ความรัก ความดี ความสัตย์จริง และความชอบธรรมและความสว่างของพระเจ้าซึ่งเขาได้รับจากพระเจ้า แต่เมื่อวิญญาณจิตของเขาตาย ความรู้เรื่องความจริงก็รั่วไหลออกไปจากเขาและผีมารซาตานได้ใส่สิ่งที่อยู่ฝ่ายเนื้อหนังเข้าไปแทนที่ความจริง อาดัมเปลี่ยนไปตามความเท็จที่กลายเป็นส่วนหนึ่งของเขา พระคัมภีร์กล่าวว่า "โดยฝ่ายพระวิญญาณท่านได้ทำลายการของฝ่ายกายเสีย" คำว่า "การของฝ่ายกาย" ในที่นี้หมายถึงการกระทำที่เกิดจากร่างกายซึ่งถูกผสมเข้ากับความเท็จ

ยกตัวอย่าง หลายคนชูกำปั้นของตนขึ้น กระแทกประตู หรือแสดงพฤติกรรมอย่างอื่นออกมาเมื่อเขาโกรธ บางคนใช้ภาษาหยาบคายในทุกประโยคที่เขาพูด บางคนมองเพศตรงกันข้ามด้วยราคะตัณหาและแสดงพฤติกรรมที่หยาบคายอย่างอื่น

การของฝ่ายกายไม่ได้หมายถึงเฉพาะการทำบาปอย่างชัดเจนเท่านั้น แต่ยังรวมถึงการกระทำอย่างอื่นที่ไม่ดีพร้อมในสายพระเนตรของพระเจ้าด้วยเช่นกัน เมื่อบางคนพูดกับคนอื่นเขาชี้นิ้วไปยังผู้คนหรือสิ่งต่าง ๆ โดยไม่รู้ตัว บางคนขึ้นเสียงของตนเมื่อเขาพูดกับคนอื่นจนฟังดูราวกับว่าเขากำลังโต้เถียงกัน สิ่งเหล่านี้อาจดูเล็กน้อย แต่สิ่งเหล่านี้เป็นการกระทำที่เกิดจากฝ่ายกายซึ่งผสมกับความเท็จ

พระคัมภีร์ใช้คำว่า "เนื้อหนัง" บ่อยครั้ง ในยอห์น 1:14 คำว่า "เนื้อหนัง" ในข้อนี้ถูกนำมาใช้ในความหมายตามตัวอักษร "พระวาทะได้ทรงสภาพของเนื้อหนังและทรงอยู่ท่ามกลางเรา (และเราทั้งหลายได้เห็นสง่าราศีของพระองค์ คือสง่าราศีอันสมกับพระบุตรองค์เดียวที่บังเกิดจากพระบิดา) บริบูรณ์ด้วยพระคุณและความจริง" แต่คำว่า "เนื้อหนัง" มักถูกนำมาใช้ในความหมายฝ่ายวิญญาณมากกว่า

โรม 8:5 กล่าวว่า "เพราะว่า คนทั้งหลายที่อยู่ฝ่ายเนื้อหนังก็ปักใจในสิ่งของต่างๆซึ่งเป็นของเนื้อหนัง แต่คนทั้งหลายที่อยู่ฝ่ายพระวิญญาณก็ปักใจในสิ่งของต่าง ๆ ซึ่งเป็นของพระวิญญาณ" และโรม 8:8 กล่าวว่า "เพราะฉะนั้นคนทั้งหลายที่อยู่ฝ่ายเนื้อหนังจะเป็นที่ชอบพระทัยพระเจ้าก็หามิได้"

คำว่า "เนื้อหนัง" ถูกนำมาใช้ในความหมายฝ่ายวิญญาณโดยหมายถึงธรรมชาติบาปที่ผสมรวมเข้ากับร่างกาย นี่เป็นการผสมรวมกันของธรรมชาติบาปและร่างกายที่มีการรั่วไหลของความรู้เรื่องความจริง ผีมารซาตานปลูกฝังธรรมชาติบาปหลายอย่างไว้ในมนุษย์และธรรมชาติบาปเหล่านี้ถูกผสมรวมเข้ากับร่างกาย สิ่งเหล่านี้ไม่ปรากฏออกมาเป็นการกระทำในทันที แต่เวลานี้ลักษณะต่าง ๆ เหล่านี้มีอยู่ในมนุษย์ซึ่งจะสามารถปรากฏออกมาเป็นการกระทำได้ทุกเวลา

เมื่อเราพูดถึงลักษณะฝ่ายเนื้อหนังแต่ละอย่างเหล่านี้เราเรียกสิ่งเหล่านี้ว่า "ความต้องการของเนื้อหนัง" เราเรียกความเกลียดชัง ความอิจฉา ความริษยา ความเท็จ ความฉลาดแกมโกง ความเย่อหยิ่ง ความโกรธ การตัดสินคนอื่น การประณามคนอื่น การล่วงประเวณี และความโลภรวมกันว่า "เนื้อหนัง" และเนื้อหนังแต่ละอย่างคือ "ความต้องการของเนื้อหนัง"

ความหมายของ "เนื้อหนังยังอ่อนกำลัง"

เมื่อพระเยซูทรงอธิษฐานอยู่ในสวนเกทเสมนี เหล่าสาวกของพระองค์นอนหลับ พระเยซูตรัสกับเปโตรว่า "จงเฝ้าระวังและอธิษฐาน เพื่อท่านจะไม่เข้าในการทดลอง จิตใจพร้อมแล้วก็จริง แต่เนื้อหนังยังอ่อนกำลัง" มัทธิว 26:41) แต่สิ่งนี้ไม่ได้หมายความว่าร่างกายของเหล่าสาวกอ่อนแอ เปโตรเป็นคนที่มีร่างกายแข็งแรงเพราะเขาเคยเป็นชาวประมง ถ้าเช่นนั้น

"เนื้อหนังยังอ่อนกำลัง" หมายถึงอะไร

สิ่งนี้หมายความว่าเนื่องจากเปโตรยังไม่ได้รับพระวิญญาณบริสุทธิ์ เขาจึงเป็นมนุษย์ฝ่ายเนื้อหนังที่ยังไม่ได้กำจัดความบาปทิ้งไปอย่างสิ้นเชิง ดังนั้นเขาจึงไม่ได้เตรียมร่างกายที่เป็นของวิญญาณ เมื่อมนุษย์กำจัดบาปทิ้งไปและเข้าสู่ฝ่ายวิญญาณ กล่าวคือ เมื่อเขาเป็นมนุษย์ฝ่ายวิญญาณและเป็นมนุษย์แห่งความจริง จิตใจและร่างกายของเขาก็จะถูกปกครองด้วยวิญญาณของเขา ด้วยเหตุนี้ แม้ร่างกายจะเหน็ดเหนื่อยมาก ถ้าท่านต้องการที่จะตื่นตัวจากจิตใจของท่าน ท่านก็สามารถหลีกอาการง่วงเหงาหาวนอนได้

แต่ในเวลานั้นเปโตรยังไม่ได้เข้าสู่ฝ่ายวิญญาณ ดังนั้นเขาจึงไม่สามารถควบคุมลักษณะฝ่ายเนื้อหนัง (เช่น อาการเหน็ดเหนื่อยและความเกียจคร้าน เป็นต้น) ของตนเอาไว้ได้ ดังนั้นแม้เขาต้องการที่จะตื่นตัวแต่เขาไม่สามารถทำได้ เขาอยู่ในข้อจำกัดฝ่ายร่างกาย การอยู่ในข้อจำกัดฝ่ายร่างกายหมายความว่าเนื้อหนังยังอ่อนกำลัง

แต่หลังจากการเป็นขึ้นมาจากความตายและการเสด็จขึ้นสู่สวรรค์ของพระเยซูคริสต์ เปโตรได้รับพระวิญญาณบริสุทธิ์ ตอนนั้นเปโตรไม่เพียงแต่สามารถควบคุมลักษณะฝ่ายเนื้อหนังของเขาไว้เท่านั้น แต่เขาสามารถรักษาคนป่วยจำนวนมากให้หายและทำให้คนตายเป็นขึ้นมาใหม่ด้วยเช่นกัน เปโตรเผยแพร่พระกิตติคุณออกไปด้วยความเชื่อและความกล้าอย่างเข้มแข็งจนเปโตรเลือกที่จะถูกตรึงบนกางเขนหัวกลับ

ในกรณีของพระเยซูพระองค์ทรงเผยแพร่ข่าวประเสริฐเรื่องแผ่นดินของพระเจ้าและทรงรักษาผู้คนทั้งกลางวันและกลางคืน แต่เพราะวิญญาณของพระองค์ทรงควบคุมร่างกายของพระองค์ แม้ในสถานการณ์ที่พระองค์ทรงเหน็ดเหนื่อยมากพระองค์ก็ทรงสามารถอธิษฐานไปจนกระทั่งพระเสโทของพระองค์เป็นเหมือนโลหิตเม็ดให

ญ่ไหลหยดลงถึงดิน พระเยซูไม่มีทั้งความบาปดั้งเดิมและความบาปที่เกิดจากการกระทำ ด้วยเหตุนี้ พระองค์จึงทรงสามารถควบคุมร่างกายของพระองค์ด้วยวิญญาณ

ผู้เชื่อบางคนทำบาปและหาข้อแก้ตัวว่า "เนื้อหนังของผมอ่อนกำลัง" แต่ที่คนเหล่านี้พูดเช่นนั้นก็เพราะเขาไม่รู้จักความหมายฝ่ายวิญญาณของการพูดเช่นนี้ เราต้องเข้าใจว่าการหลั่งพระโลหิตของพระเยซูบนไม้กางเขนนั้นไม่ได้ไถ่เราให้พ้นจากความบาปของเราเท่านั้นแต่ทรงไถ่เราให้พ้นจากความอ่อนแอของเราด้วยเช่นกัน เราสามารถมีสุขภาพวิญญาณและร่างกายที่แข็งแรงสมบูรณ์และทำสิ่งที่อยู่เหนือข้อจำกัดของมนุษย์ได้ถ้าเพียงแต่เรามีความเชื่อและเชื่อฟังพระคำของพระเจ้า นอกจากนี้ เรายังมีความช่วยเหลือของพระวิญญาณบริสุทธิ์ ดังนั้นเราจึงไม่ควรพูดว่าเราไม่สามารถอธิษฐานหรือเราไม่มีทางเลือกอื่นนอกจากจะทำบาปเพราะเนื้อหนังของเราอ่อนกำลัง

ความต้องการของเนื้อหนัง: ความบาปที่ทำอยู่ในใจ

ถ้ามนุษย์มีเนื้อหนัง กล่าวคือ ถ้าเขามีธรรมชาติบาปที่ผสมรวมอยู่ในร่างกายของเขา เขาก็จะไม่ทำบาปด้วยความคิดของเขาเท่านั้นแต่ด้วยการกระทำของเขาด้วยเช่นกัน ถ้าเขามีลักษณะของความเท็จเขาจะหลอกลวงคนอื่นในสถานการณ์ที่เสียเปรียบ ถ้าเขาทำบาปในจิตใจของตนและไม่ใช่ด้วยการกระทำของเขา สิ่งนี้คือ "ความต้องการของเนื้อหนัง"

สมมุติว่าท่านเห็นเครื่องเพชรที่งดงามมากเม็ดหนึ่งซึ่งเป็นของเพื่อนบ้านของท่าน ถ้าท่านคิดที่จะชิงเอาหรือขโมยเพชรเม็ดนั้นมา ท่านก็ได้ทำบาปในจิตใจของท่านแล้ว ผู้คนส่วนใหญ่ถือว่าสิ่งนี้ไม่ใช่ความบาป แต่พระเจ้าทรงสำรวจจิตใจ แม้แต่ผีมารซาตานก็รู้จักจิ

ตใจชนิดนี้ของมนุษย์เช่นกัน ดังนั้นผีมารซาตานจึงกล่าวโทษว่าสิ่งนี้ (ซึ่งได้แก่ ความต้องการของเนื้อหนัง) เป็นความบาป

ในมัทธิว 5:28 พระเยซูตรัสว่า "ฝ่ายเราบอกท่านทั้งหลายว่า ผู้ใดมองผู้หญิงเพื่อให้เกิดใจกำหนัดในหญิงนั้น ผู้นั้นได้ล่วงประเวณีในใจกับหญิงนั้นแล้ว" 1 ยอห์น 3:15 กล่าวว่า "ผู้ใดเกลียดชังพี่น้องของตน ผู้นั้นก็เป็นฆาตกร และท่านทั้งหลายก็รู้แล้วว่า ไม่มีฆาตกรคนใดที่มีชีวิตนิรันดร์ดำรงอยู่ในเขาเลย" ถ้าท่านทำบาปในจิตใจของตน สิ่งนี้ก็หมายความว่าท่านได้วางรากฐานการทำบาปอย่างแท้จริงไว้แล้ว

ท่านสามารถมีรอยยิ้มบนใบหน้าของท่านและเสแสร้งว่าท่านรักใครบางคนแม้ท่านจะเกลียดและต้องการที่จะทำร้ายคนนั้น ถ้าบางสิ่งเกิดขึ้นและท่านไม่สามารถอดกลั้นกับสถานการณ์นั้นได้อีกต่อไป ความโกรธของท่านก็จะระเบิดออกมาและท่านทะเลาะวิวาทหรือชกต่อยคนนั้น แต่ถ้าท่านกำจัดธรรมบาปแห่งความเกลียดชังทิ้งไป ท่านจะไม่มีวันเกลียดชังคนนั้นแม้เขาจะสร้างปัญหามากมายให้กับท่านก็ตาม

ท่านจะทำตามการงานของเนื้อหนังในไม่ช้า เว้นแต่ท่านจะกำจัดความต้องการฝ่ายเนื้อหนังทิ้งไป เหมือนที่โรม 8:13 บันทึกไว้ว่า "เพราะว่าถ้าท่านทั้งหลายดำเนินชีวิตตามฝ่ายเนื้อหนังแล้ว ท่านจะต้องตาย" อย่างไรก็ตาม พระคัมภีร์ข้อเดียวกันนี้กล่าวเช่นกันว่า "แต่ถ้าโดยฝ่ายพระวิญญาณท่านได้ทำลายการของฝ่ายกายเสีย ท่านก็จะดำรงชีวิตได้" ดังนั้นจึงเป็นไปได้ที่จะมีความประพฤติที่ยำเกรงพระเจ้าอย่างบริสุทธิ์ใจเมื่อท่านกำจัดความต้องการฝ่ายเนื้อหนังทิ้งไปทีละอย่าง ตอนนี้เราจะทำลายความต้องการฝ่ายเนื้อหนังและการงานของเนื้อหนังให้หมดไปอย่างรวดเร็วได้อย่างไร

โรม 13:13-14 กล่าวว่า "เราจงดำเนินชีวิตให้เหมาะสมกั

บเวลากลางวัน มิใช่เลี้ยงเสพสุราเมามาย มิใช่หยาบโลนลามก มิใช่วิวาทริษยากัน แต่ท่านทั้งหลายจงประดับตัวด้วยพระเยซูคริสต์เจ้า และอย่าจัดเตรียมอะไรไว้บำเรอเนื้อหนัง เพื่อจะให้สำเร็จตามความปรารถนาของเนื้อหนังนั้น" และ 1 ยอห์น 2:15-16 กล่าวว่า "อย่ารักโลกหรือสิ่งของในโลก ถ้าผู้ใดรักโลก ความรักของพระบิดาไม่ได้อยู่ในผู้นั้น เพราะว่าสารพัดซึ่งมีอยู่ในโลก คือตัณหาของเนื้อหนัง และตัณหาของตา และความเย่อหยิ่งในชีวิต ไม่ได้เกิดจากพระบิดา แต่เกิดจากโลก"

จากพระคัมภีร์ข้อเหล่านี้เรารู้ว่าสิ่งสารพัดในโลกนี้ล้วนมีต้นเหตุมาจากตัณหาของเนื้อหนัง ตัณหาของตา และความเย่อหยิ่งในชีวิตทั้งสิ้น ตัณหาเป็นขุมพลังงานที่ขับเคลื่อนมนุษย์ให้แสวงหาและยอมรับเนื้อหนังที่เปื่อยเน่า ตัณหาเป็นพลังอันแข็งแกร่งที่ทำให้ผู้คนรู้สึกดีเกี่ยวกับโลกและหลงรักโลก

ตอนนี้ขอให้เราย้อนกลับไปยังภาพเหตุการณ์ที่เอวาถูกงูล่อลวงจากปฐมกาล 3:6 "เมื่อหญิงนั้นเห็นว่า ต้นไม้นั้นเหมาะสำหรับเป็นอาหารและมันงามน่าดู และต้นไม้ต้นนั้นเป็นที่น่าปรารถนาเพื่อให้เกิดปัญญา หญิงจึงเก็บผลไม้นั้นแล้วกินเข้าไป แล้วส่งให้สามีของนางด้วย และเขาได้กิน"

งูพูดกับเอวาว่าเขาจะเป็นเหมือนพระเจ้า ในวินาทีที่เอวายอมรับคำพูดของงูเข้าไปนั้นธรรมชาติบาปได้เข้าไปอยู่ในเขาและตั้งตัวเป็นเนื้อหนัง ตอนนี้ตัณหาของเนื้อหนังเข้ามาและทำให้เอวารู้สึกว่าผลไม้นั้นเหมาะสำหรับเป็นอาหาร ตัณหาของตาเข้ามาและทำให้เอวาเห็นว่าผลไม้นั้นงามน่าดู ความเย่อหยิ่งในชีวิตเข้ามาและทำให้เอวาเห็นว่าผลไม้นั้นเป็นที่น่าปรารถนาเพื่อให้เกิดปัญญา เมื่อเอวายอมรับเอาตัณหานั้นเข้าไปเขาก็ต้องการที่จะกินผลไม้และเขาก็กินเข้าไป ในอดีตเอวาไม่มีเจตนาที่จะไม่เชื่อฟังพระคำของพระเจ้า แต่เมื่อเข

าถูกชักนำด้วยตัณหาของตน ผลไม้นั้นก็ดูน่ากินและงดงาม เมื่อเอวาอยากที่จะเป็นเหมือนพระเจ้าในที่สุดเขาก็ไม่เชื่อฟังพระเจ้า

ตัณหาของเนื้อหนัง ตัณหาของตา และความเย่อหยิ่งในชีวิตทำให้เรารู้สึกว่าความบาปและความชั่วเป็นสิ่งที่ดูดีและน่ารัก จากนั้นความรู้สึกก็จะทำให้เกิดความต้องการของเนื้อหนังและในไม่ช้าก็กลายเป็นการงานของเนื้อหนัง ด้วยเหตุนี้ เพื่อกำจัดสิ่งที่อยู่ฝ่ายเนื้อหนังทิ้งไป อันดับแรกเราต้องกำจัดตัณหาทั้งสามนี้ทิ้งไปก่อน จากนั้นเราก็สามารถกำจัดเนื้อหนังออกไปจากจิตใจของเรา

ถ้าเอวารู้ว่าการกินผลไม้นั้นเป็นต้นเหตุของความทุกข์ทรมานมากเพียงใดเขาก็คงไม่รู้สึกว่าผลไม้นั้นงามน่าดูเหมาะสำหรับเป็นอาหารและน่าปรารถนา แต่เขาคงรู้สึกรังเกียจแม้แต่จะสัมผัสหรือมองดูผลไม้นั้น ส่วนการกินผลไม้นั้นไม่ต้องพูดถึง เช่นเดียวกัน ถ้าเราตระหนักว่าการรักโลกจะนำความทุกข์ทรมานมาสู่เราและจะเป็นต้นเหตุที่ทำให้เราได้รับการลงโทษในนรกมากเพียงใด เราก็จะไม่มีวันหลงรักโลกอย่างแน่นอน เมื่อเรารู้ว่าสิ่งของฝ่ายโลกที่เปรอะเปื้อนด้วยความบาปนั้นไร้ค่าเพียงใด เราก็สามารถกำจัดความปรารถนาของเราที่มีต่อเนื้อหนังทิ้งไปอย่างง่ายดาย ผมขออธิบายถึงเรื่องนี้เพิ่มเติม

ตัณหาของเนื้อหนัง

ตัณหาของเนื้อหนังคือธรรมชาติที่จะทำตามเนื้อหนังและทำบาป เมื่อเรามีลักษณะต่าง ๆ เหล่านี้ (เช่น ความเกลียดชัง ความโกรธ ความอยากที่เห็นแก่ตัว ราคะตัณหา ความอิจฉา และความเย่อหยิ่ง เป็นต้น) ตัณหาของเนื้อหนังก็จะถูกปลุกปั่น เมื่อเราเผชิญหน้ากับสถานการณ์ที่จะทำให้ธรรมชาติบาปได้รับการปลุกปั่น ความสนใจแ

ละความอยากรู้อยากเห็นก็จะถูกปลุกเร้า สิ่งนี้จะทำให้เรารู้สึกว่าความมบาปเป็นสิ่งที่ดีและน่ารัก ในจุดนี้ความต้องการฝ่ายเนื้อหนังจะถูกเปิดเผยออกมาและสิ่งเหล่านี้จะพัฒนาไปเป็นการงานของเนื้อหนัง

ยกตัวอย่าง สมมุติว่าผู้เชื่อใหม่คนหนึ่งตัดสินใจเลิกดื่มเหล้า แต่เขายังมีความต้องการที่จะดื่มแอลกอฮอล์ซึ่งถือเป็นความต้องการของเนื้อหนัง ดังนั้นถ้าเขาไปที่บาร์หรือสถานที่ซึ่งมีผู้คนนั่งดื่มเหล้า ตัณหาของเนื้อหนังที่จะดื่มเหล้าก็จะได้รับการปลุกเร้า จากนั้นสิ่งนี้ก็จะกระตุ้นความอยากของมนุษย์และนำเขาไปสู่การดื่มแอลกอฮอล์และเมาเหล้าอย่างแท้จริง

ผมขอยกอีกตัวอย่างหนึ่ง ถ้าเรามีลักษณะของคนที่ตัดสินและประณามคนอื่น เราก็มีความอยากและความโน้มเอียงที่จะฟังข่าวลือเกี่ยวกับคนอื่น เราอาจรู้สึกว่าการฟังและการแพร่ข่าวลือและการพูดถึงคนอื่นเป็นเรื่องสนุก ถ้าเรามีความโกรธอยู่ในเราและมีบางสิ่งบางอย่างที่ไม่ตรงใจของเรา เราจะรู้สึกสดชื่นและรู้สึกดีที่เราได้โกรธใครบางคนหรือบางสิ่งบางอย่างเพราะเหตุนั้น ถ้าเราพยายามที่จะควบคุมตนเองเพื่อไม่ทำตามลักษณะของเนื้อหนังในเรื่องการโกรธ เราพบว่าการทำเช่นนั้นจะทำให้เรารู้สึกเจ็บปวดและเหลืออดเหลือทนมากยิ่งขึ้น ถ้าเรามีลักษณะของความเย่อหยิ่ง เราอาจมีธรรมชาติที่จะอวดอ้างตนเองอยู่ในความเย่อหยิ่งของเรา นอกจากนั้นในความเย่อหยิ่งนี้อาจทำให้เรารู้สึกว่าคนอื่นต้องปรนนิบัติรับใช้เราตามลักษณะต่าง ๆ ที่เรามีอยู่ ถ้าเรามีความปรารถนาที่จะเป็นคนมั่งคั่งร่ำรวย เราก็จะพยายามทำตนให้ร่ำรวยแม้อาจต้องทำให้คนอื่นเดือดร้อนเสียหาย และตกทุกข์ได้ยากก็ตาม ตัณหาของเนื้อหนังนี้จะเพิ่มพูนขึ้นเมื่อเราทำบาปมากขึ้น

แต่ถึงแม้คนหนึ่งจะเป็นผู้เชื่อใหม่และมีความเชื่ออ่อนแอ ถ้าเขาอธิษฐานอย่างร้อนรน รับเอาพระคุณจากการสามัคคีธรรมกั

บสมาชิกคนอื่น และเต็มล้นด้วยพระวิญญาณบริสุทธิ์ ตัณหาของเนื้อหนังของเขาก็จะไม่ถูกกระตุ้นได้ง่าย ๆ แม้ตัณหาของเนื้อหนังจะผุดขึ้นในมุมหนึ่งของความคิดของเขา เขาก็สามารถขับไล่สิ่งนั้นออกไปด้วยความจริงในทันที แต่ถ้าเขาหยุดอธิษฐานและสูญเสียการเต็มล้นด้วยพระวิญญาณบริสุทธิ์ เขาก็เปิดช่องให้กับผีมารซาตานกระตุ้นตัณหาของเนื้อหนังอีกครั้งหนึ่ง

ถ้าเช่นนั้นอะไรคือสิ่งสำคัญในการกำจัดตัณหาของเนื้อหนังทิ้งไป สิ่งที่สำคัญคือการเต็มล้นด้วยพระวิญญาณบริสุทธิ์อย่างต่อเนื่องเพื่อทำให้ความปรารถนาในการแสวงหาวิญญาณของท่านแข็งแกร่งกว่าความปรารถนาที่จะแสวงหาเนื้อหนัง เราควรตื่นตัวฝ่ายวิญญาณอยู่เสมอเหมือนที่กล่าวไว้ใน 1 เปโตร 5:8 ว่า "ท่านทั้งหลายจงเป็นคนใจหนักแน่น จงระวังระไวให้ดีด้วยว่าศัตรูของท่าน คือพญามาร วนเวียนอยู่รอบๆดุจสิงโตคำรามเที่ยวไปเสาะหาคนที่มันจะกัดกินได้"

เพื่อจะสามารถทำเช่นนั้น เราต้องไม่หยุดอธิษฐานอย่างร้อนรนแม้เราจะยุ่งอยู่กับการทำงานของพระเจ้า ถ้าเราหยุดอธิษฐานเราก็จะสูญเสียการเต็มล้นด้วยพระวิญญาณบริสุทธิ์ไป จากนั้นเราก็เปิดช่องให้ตัณหาของเนื้อหนังของเราได้รับการกระตุ้น ด้วยวิธีนี้เราอาจทำบาปด้วยความคิดและด้วยการกระทำ เพราะเหตุนี้ พระเยซูพระบุตรของพระเจ้าจึงทรงวางแบบอย่างของการอธิษฐานโดยไม่หยุดหย่อนตลอดพระชนม์ชีพของพระองค์ในโลกนี้ พระองค์ไม่เคยหยุดอธิษฐานเพื่อสื่อสารกับพระบิดาและเพื่อทำให้น้ำพระทัยของพระองค์สำเร็จ

แน่นอน ถ้าท่านกำจัดบาปทิ้งไปและได้รับการชำระให้บริสุทธิ์ ตัณหาของเนื้อหนังก็จะไม่ผุดขึ้นมาอีกและท่านจะไม่ทำตามการงาน

ของเนื้อหนังและไม่ทำบาป ดังนั้นผู้คนที่ได้รับการชำระให้บริสุทธิ์จะอธิษฐานไม่ใช่เพื่อกำจัดตัณหาของเนื้อหนังทิ้งไปเท่านั้น แต่เพื่อเขาจะได้รับการเต็มล้นด้วยพระวิญญาณมากยิ่งขึ้นและเพื่อทำให้แผ่นดินของพระเจ้าสำเร็จมากขึ้นเช่นกัน

ถ้าเสื้อผ้าของเราเปรอะเปื้อนของเสียจากมนุษย์หละเราจะทำอย่างไร เราจะไม่เพียงแค่เช็ดของเสียนั้นออก แต่เราจะชำระล้างของเสียนั้นออกไปให้หมดสิ้นด้วยสบู่เพื่อทำให้กลิ่นเหม็นหมดไป ถ้ามีตัวหนอนหรือตัวด้วงเกาะอยู่บนเสื้อผ้าของเราเราจะตกใจและสลัดสิ่งนั้นออกไปจากเสื้อผ้าของเรา แต่ความบาปแห่งจิตใจของเราโสโครกและสกปรกมากกว่าของเสียหรือตัวหนอนมากนัก ความบาปสร้างความเสียหายให้กับกระดูกและข้อในกระดูกของมนุษย์และก่อให้เกิดความทุกข์ทรมานอย่างมาก เหมือนที่บันทึกไว้ในมัทธิว 15:18 กว่า "แต่สิ่งที่ออกจากปากก็ออกมาจากใจ สิ่งนั้นแหละทำให้มนุษย์เป็นมลทิน"

จะเกิดอะไรขึ้นถ้าภรรยาค้นพบว่าสามีของเธอมีชู้ เธอจะเจ็บปวดรวดร้าวมากเพียงใด ถ้าสามีรู้ว่าภรรยาของตนมีชู้ก็คงเหมือนกัน สิ่งนี้จะเป็นเหตุของการทะเลาะวิวาทที่ทำลายความสงบสุขในครอบครัวหรืออาจเป็นเหตุให้ครอบครัวแตกสลาย ด้วยเหตุนี้เราควรกำจัดตัณหาของเนื้อหนังทิ้งไปอย่างรวดเร็วเพราะสิ่งนี้ทำให้เกิดความบาปและผลลัพธ์ที่ไม่พึงปรารถนา

ตัณหาของตา

"ตัณหาของตา" กระตุ้นจิตใจด้วยการได้ยินและการมองเห็นและทำให้บุคคลแสวงหาสิ่งที่อยู่ฝ่ายเนื้อหนัง แม้จะถูกเรียกว่า "ตัณหาของตา" แต่ตัณหาของตาเข้าสู่จิตใจของมนุษย์ผ่านกระบ

วนการของการมองเห็น การได้ยิน และความรู้สึกเมื่อคนนั้นเติบโตขึ้น กล่าวคือ สิ่งที่มนุษย์มองเห็นและได้ยินจะขับเคลื่อนจิตใจของเขาเพื่อให้ความรู้สึกกับเขาและเขาจะรับเอา "ตัณหาของตา" ผ่านทางกระบวนการนี้

เมื่อท่านมองเห็นบางสิ่ง ถ้าท่านรับเอาสิ่งนั้นเข้าไปพร้อมกับความรู้สึก ท่านจะมีความรู้สึกคล้ายคลึงกันเมื่อท่านเห็นบางสิ่งที่เหมือนกันอีกครั้งหนึ่ง แม้ท่านจะไม่เห็นสิ่งนั้นจริง ๆ ถ้าท่านเพียงแต่ได้ยินเกี่ยวกับสิ่งนั้น ท่านก็จะระลึกถึงประสบการณ์ในอดีตเพื่อว่าตัณหาของตาของท่านจะได้รับการกระตุ้น ถ้าท่านรับเอาตัณหาของตาเข้าไปอย่างต่อเนื่อง สิ่งนี้จะชักจูงตัณหาทางตาของท่านและในที่สุดท่านจะจบลงด้วยการทำบาป

เกิดอะไรขึ้นเมื่อดาวิดมองนางบัทเชบาภรรยาของอูรีอาห์ซึ่งกำลังอาบน้ำอยู่ ดาวิดไม่ได้กำจัดตัณหาของตาทิ้งไปแต่กลับรับเอาสิ่งนั้น เพราะเหตุนี้ตัณหาของตาของดาวิดจึงทำให้ท่านเกิดความอยากที่จะเป็นเจ้าของผู้หญิงคนนั้น ในที่สุดดาวิดก็เอาผู้หญิงคนมาเป็นของตนและทำบาปด้วยการส่งอูรีอาห์สามีของเธอไปทำสงครามเพื่อให้เขาถูกฆ่า จากการกระทำครั้งนี้ดาวิดได้นำความทุกข์ลำบากมากมายมาสู่ตน

ถ้าเราไม่กำจัดตัณหาของตาทิ้งไป สิ่งนี้จะกระตุ้นธรรมชาติบาปที่อยู่ในเราอย่างต่อเนื่อง ยกตัวอย่าง ถ้าเราดูภาพลามก สิ่งนี้กระตุ้นธรรมชาติบาปของการล่วงประเวณีในจิตใจ เมื่อเราด้วยตา ตัณหาของตาก็จะเข้ามาในเราและซาตานก็จะขับเคลื่อนความคิดของเราไปในทิศทางที่เป็นเท็จ

ผู้คนที่เชื่อในพระเจ้าต้องไม่รับเอาตัณหาของตา ท่านต้องไม่ดูหรือฟังสิ่งที่ไม่ใช่ความจริงและท่านไม่ควรไปในสถานที่ซึ่งจะทำให้

ท่านติดต่อสัมพันธ์กับสิ่งที่เป็นเท็จ ไม่ว่าท่านจะอธิษฐาน อดอาหาร และอธิษฐานโต้รุ่งมากเพียงใดก็ตามเพื่อกำจัดเนื้อหนังของท่านทิ้ง ไป ถ้าท่านไม่กำจัดตัณหาของตาทิ้งไป ตัณหาของเนื้อหนังของท่า นก็จะมีกำลังและได้รับการกระตุ้นให้เกิดความแข็งแกร่งเพิ่มมาก ขึ้น ผลลัพธ์ก็คือ ท่านไม่สามารถกำจัดเนื้อหนังทิ้งไปอย่างง่ายดายแ ละท่านจะรู้สึกว่าการต่อสู้กับบาปเป็นสิ่งที่ยากลำบาก

ยกตัวอย่าง ในการทำสงคราม ถ้าทหารที่อยู่ภายในกำแพงเมือง ได้รับเสบียงอาหารจากภายนอกเมือง ทหารเหล่านี้ก็มีกำลังที่จะสู้ต่อ ไป การที่กองกำลังศัตรูจะทำลายล้างทหารที่อยู่ในกำแพงเมืองก็ไม่ใ ช่เรื่องง่าย ด้วยเหตุนี้ วิธีการที่จะยึดครองเมืองนี้เอาไว้อันดับแรกเร าต้องล้อมเมืองนี้ไว้ก่อนและตัดท่อน้ำเลี้ยงเพื่อไม่ให้กองกำลังศัตรูที่ อยู่ภายในกำแพงเมืองได้รับเสบียงอาหารหรืออาวุธ ถ้าเราโจมตีด้ว ยวิธีนี้อย่างต่อเนื่อง ในที่สุดกองกำลังศัตรูก็จะถูกทำลาย

ในการใช้ตัวอย่างนี้ ถ้ากองกำลังของศัตรูที่อยู่ในเมืองคือความเ ท็จ ซึ่งได้แก่เนื้อหนังที่อยู่ในเรา กำลังสนับสนุนจากภายนอกเมืองก็ น่าจะเป็นตัณหาของตา ถ้าเราไม่ตัดตัณหาของตาออกเราก็จะไม่สา มารถกำจัดความบาปทิ้งไปได้แม้ด้วยการอดอาหารและอธิษฐานเพ ราะธรรมชาติยังได้รับกำลังอย่างต่อเนื่อง ดังนั้น อันดับแรกเราต้อง ตัดตัณหาของตาทิ้งและอธิษฐานและอดอาหารเพื่อกำจัดธรรมชาติ ของเราทิ้งไป จากนั้นเราก็จะสามารถทำลายสิ่งเหล่านี้ด้วยพระคุณแ ละกำลังจากพระเจ้าและการเต็มล้นด้วยพระวิญญาณบริสุทธิ์

ผมขอยกตัวอย่างเพื่อให้ท่านเข้าใจง่ายขึ้น ถ้าท่านเทน้ำสะอาดล งไปในภาชนะที่เต็มไปด้วยน้ำสกปรกอย่างต่อเนื่อง ในที่สุดน้ำสกป รกก็จะกลายเป็นน้ำสะอาด แต่จะเกิดอะไรขึ้นถ้าเราเททั้งน้ำสะอาด และน้ำสกปรกลงไปในภาชนะนั้นในเวลาเดียวกัน น้ำสกปรกในภา ชนะก็จะไม่กลายเป็นน้ำสะอาดไม่ว่าเราจะเทน้ำลงไปยาวนานเพีย

งใดก็ตาม ในทำนองเดียวกัน เราต้องไม่รับเอาความเท็จเพิ่มเข้ามาอีก แต่เราต้องรับเอาความจริงเพียงอย่างเดียวเพื่อเราจะสามารถกำจัดเนื้อหนังทิ้งไปและปลูกฝังจิตใจฝ่ายวิญญาณ

ความเย่อหยิ่งในชีวิต

ผู้คนมักมีความต้องการที่จะโอ้อวด "ความเย่อหยิ่งในชีวิต" (พระคัมภีร์บางฉบับแปลว่า "ความทะนงในลาภยศ") คือ "ความหยิ่งยโสและการโอ้อวดที่เรามีอยู่ในธรรมชาติของเราเกี่ยวกับความสนุกเพลิดเพลินของชีวิตนี้" ยกตัวอย่าง คนเหล่านี้ต้องการอวดอ้างเกี่ยวกับครอบครัว ลูกหลาน สามีหรือภรรยา เสื้อผ้าราคาแพง บ้านหลังใหญ่ หรือเพชรนิลจินดาของตน คนเหล่านี้ต้องการให้คนอื่นยอมรับรูปร่างหน้าตาหรือความสามารถของตน คนเหล่านี้คุยโม้ว่าตนเป็นเพื่อนกับคนที่มีชื่อเสียงมีอิทธิพลหรือดาราดัง ถ้าท่านมีความเย่อหยิ่งในชีวิตท่านจะให้คุณค่ากับทรัพย์สินเงินทอง ชื่อเสียง ความรู้ ความสามารถ และรูปร่างหน้าตาของโลกนี้และแสวงหาสิ่งเหล่านั้นอย่างเอาจริงเอาจัง

แต่การอวดอ้างถึงสิ่งเหล่านี้มีประโยชน์อะไร ปัญญาจารย์ 1:2-3 กล่าวว่าสิ่งสารพัดภายใต้ดวงอาทิตย์ล้วนอนิจจัง สดุดี 103:15 กล่าวว่า "ส่วนมนุษย์นั้น วันเวลาของเขาเหมือนหญ้า เขาเจริญขึ้นเหมือนดอกไม้ในทุ่งนา" การอวดอ้างเกี่ยวกับโลกนี้ไม่ได้ให้คุณค่าหรือชีวิตที่แท้จริงกับเราเลย ตรงกันข้าม การอวดอ้างถึงสิ่งเหล่านี้เป็นปฏิปักษ์กับพระเจ้าและนำเราไปสู่ความตาย ถ้าเรากำจัดเนื้อหนังที่ไร้ความหมายทิ้งไปเราก็จะเป็นอิสระจากการโอ้อวดหรือตัณหา ดังนั้นเราจึงเดินตามความจริงเพียงอย่างเดียว

1 โครินธ์ 1:31 บอกเราว่าคนที่จะโอ้อวดควรโอ้อวดในองค์พระ

ผู้เป็นเจ้า สิ่งนี้หมายความว่าเราไม่ควรอวดอ้างหรือยกยอตนเองขึ้น แต่เราควรถวายเกียรติยศแด่พระเจ้า กล่าวคือ เราควรอวดอ้างเกี่ยวกับกางเขนและเกี่ยวกับองค์พระผู้เป็นเจ้าผู้ทรงช่วยเราให้รอดและเกี่ยวกับแผ่นดินสวรรค์ที่พระองค์ทรงจัดเตรียมไว้ให้กับเรา นอกจากนั้นเราควรอวดอ้างเกี่ยวกับพระคุณ พระพร สง่าราศี และสิ่งใดก็ตามที่พระเจ้าทรงมอบให้กับเรา เมื่อเราอวดอ้างในองค์พระผู้เป็นเจ้า พระเจ้าทรงพอพระทัยและพระองค์จะทรงตอบแทนเราด้วยพระพรทางด้านวัตถุและพระพรฝ่ายวิญญาณ

หน้าที่ของมนุษย์คือการเคารพยำเกรงและการรักพระเจ้าและคุณค่าของแต่ละคนจะถูกตัดสินตามขนาดความเป็นมนุษย์ฝ่ายวิญญาณของเขา (ปัญญาจารย์ 12:13)

เมื่อเรากำจัดความบาปและความชั่วทิ้งไป กล่าวคือ เมื่อเราทำลายการงานของเนื้อหนังและความต้องการฝ่ายเนื้อหนังและรื้อฟื้นพระฉายาของพระเจ้าที่สูญเสียไปกลับคืนมาใหม่ เราก็สามารถก้าวเลยระดับของอาดัมมนุษย์คนแรกซึ่งเป็นผู้มีชีวิตฝ่ายวิญญาณไปได้ สิ่งนี้หมายความว่าเราสามารถเป็นมนุษย์ฝ่ายวิญญาณและฝ่ายวิญญาณอย่างสมบูรณ์ เพราะฉะนั้น เราต้องไม่จัดเตรียมสิ่งใดไว้สำหรับเนื้อหนังในส่วนที่เกี่ยวข้องกับตัณหาต่าง ๆ แต่เราควรสวมใส่ตัวเราเองด้วยพระคริสต์

บทที่ 4
เหนือระดับของวิญญาณผู้มีชีวิต

เมื่อเราทำลายความคิดฝ่ายเนื้อหนัง การทำงานของจิตใจที่เป็นของเนื้อหนังก็จะหายไปและสิ่งที่เหลืออยู่จะมีเพียงการทำงานของจิตใจที่เป็นของความจริงเท่านั้น จิตใจจะเชื่อฟังวิญญาณที่เป็นเจ้านายของตนอย่างสมบูรณ์ด้วยการตอบว่า "อาเมน" เมื่อเจ้านายทำหน้าที่ของเจ้านายและเมื่อคนรับใช้ทำหน้าที่ของคนรับใช้ เราจะพูดว่าวิญญาณจิตของเราจำเริญขึ้น

จิตใจที่จำกัดของมนุษย์

การเป็นมนุษย์ฝ่ายวิญญาณ

วิญญาณผู้มีชีวิตและวิญญาณที่ผ่านการถูกเตรียม

ความเชื่อฝ่ายวิญญาณคือความรักที่แท้จริง

มุ่งสู่ความบริสุทธิ์

แม้ทารกเกิดใหม่จะเป็นมนุษย์แต่เขาก็ยังไม่สามารถทำหน้าที่ความเป็นมนุษย์ได้อย่างครบถ้วนสมบูรณ์ เขาไม่มีความรู้ เขาจำพ่อแม่ของตนไม่ได้ เขาไม่รู้จักวิธีการเอาชีวิตรอด ในทำนองเดียวกัน อาดัม (ซึ่งถูกสร้างให้เป็นวิญญาณผู้มีชีวิต) ก็ไม่สามารถทำหน้าที่ความเป็นมนุษย์ของตนในครั้งแรก เขาเริ่มเข้าใจความหมายของสิ่งต่าง ๆ หลังจากที่เขาได้รับการเติมเต็มด้วยความรู้ฝ่ายวิญญาณแล้วเท่านั้น เขากลายเป็นผู้มีอำนาจครอบครองเหนือสิ่งสารพัดเมื่อเขาเรียนรู้จักความรู้ฝ่ายวิญญาณทีละอย่างจากพระเจ้า ในเวลานั้น จิตใจของอาดัมคือวิญญาณ ดังนั้นจึงไม่มีความจำเป็นต้องใช้คำว่า "จิตใจ"

แต่หลังจากอาดัมทำบาปวิญญาณของเขาก็ตาย ความรู้ฝ่ายวิญญาณเริ่มรั่วไหลออกไปจากเขาทีละเล็กทีละน้อยและตอนนี้เขาได้รับการเติมเต็มด้วยความรู้ฝ่ายเนื้อซึ่งผีมารซาตานเป็นผู้จัดหาให้กับเขา เราไม่สามารถเรียกจิตใจของเขาว่า "วิญญาณ" อีกต่อไปและจากจุดนั้นเป็นต้นมาสิ่งนี้ถูกเรียกว่า "จิตใจ"

ดั้งเดิมจิตใจของอาดัมถูกสร้างขึ้นตามพระฉายาของพระเจ้าผู้ทรงเป็นพระวิญญาณ ยิ่งจิตใจของอาดัมได้รับการเติมเต็มด้วยความรู้ฝ่ายวิญญาณมากเท่าใดจิตใจของเขาก็ขยายกว้างออกไปมากเท่านั้น แต่หลังจากวิญญาณของเขาตายความรู้เรื่องความเท็จก็ล้อมวิ

ญญาณของเขาเอาไว้และตอนนี้ขนาดของจิตใจของเขามีข้อจำกัด มนุษย์เริ่มใส่ความรู้ชนิดต่าง ๆ เข้าไปผ่านทางจิตใจซึ่งเป็นเจ้านายของเขาและเขาเริ่มใช้ความรู้ดังกล่าวในแนวทางต่าง ๆ จิตใจของมนุษย์เริ่มถูกขับเคลื่อนไปในทิศทางที่แตกต่างกันตามความรู้ชนิดต่าง ๆ ที่เขามีและตามวิธีการต่าง ๆ ของการใช้ความรู้เหล่านั้น

ดังนั้นแม้ผู้คนที่ถือว่ามีจิตใจกว้างขวางก็ยังไม่สามารถก้าวเลยข้อจำกัดที่กำหนดไว้โดยความชอบธรรมส่วนตัว กรอบความคิดส่วนตัว และหลักทฤษฎีของแต่ละคน แต่เมื่อเราต้อนรับเอาพระเยซูคริสต์องค์พระผู้เป็นเจ้า ได้รับพระวิญญาณบริสุทธิ์ และให้กำเนิดแก่วิญญาณจิตของเราโดยพระวิญญาณ เราก็สามารถก้าวผ่านความจำกัดเหล่านี้ของมนุษย์ นอกจากนี้ ยิ่งเราเตรียมจิตใจของเรามากเท่าใดเราก็สามารถสัมผัสและเรียนรู้ถึงมิติฝ่ายวิญญาณที่ไม่จำกัดมากเท่านั้น

จิตใจที่จำกัดของมนุษย์

เมื่อมนุษย์ที่ถูกครอบงำด้วยจิตใจฟังพระคำของพระเจ้า พระคำนั้นจะถูกใส่เข้าไปในสมองของเขาก่อนและจากนั้นเขาจะใช้ความคิดของมนุษย์ เพราะเหตุนี้เขาจึงไม่สามารถยอมรับพระคำของพระเจ้าด้วยจิตใจของตนได้ โดยธรรมชาติแล้วคนเหล่านี้ไม่สามารถรู้ถึงสิ่งที่อยู่ฝ่ายวิญญาณและเขาไม่สามารถเปลี่ยนแปลงตนเองด้วยความจริง เขาพยายามที่จะเข้าใจมิติฝ่ายวิญญาณด้วยจิตใจที่จำกัดคับแคบของตนเอง ดังนั้นเขาจึงตัดสินสิ่งที่เขาได้ยินด้วยความคิดของตนเอง คนเหล่านี้เต็มไปด้วยความเข้าใจผิดและเขาตัดสินแม้กระทั่งเหล่าบิดาแห่งความเชื่อในพระคัมภีร์ด้วยเช่นกัน

เมื่อพระเจ้าทรงสั่งอับราฮัมให้ถวายอิสอัคบุตรชายคนเดียวของ

ท่านเป็นเครื่องเผาบูชา บางคนพูดว่าคงเป็นการยากอย่างยิ่งที่อับราฮัมจะเชื่อฟังคำสั่งนี้ เขาพูดในลักษณะดังต่อไปนี้: “พระเจ้าทรงอนุญาตให้อับราฮัมเดินทางไปยังภูเขาโมรียาห์เป็นเวลาสามวันเพื่อทดสอบความเชื่อของท่าน ในขณะเดินทางไปนั้นอับราฮัมมีความทุกข์ใจอย่างมากเมื่อท่านคิดว่าท่านควรจะเชื่อฟังพระบัญชาของพระเจ้าหรือไม่ แต่ในที่สุดท่านก็เลือกที่จะเชื่อฟังพระคำของพระเจ้า”

จริง ๆ แล้วอับราฮัมมีปัญหาเช่นนั้นหรือไม่ ท่านออกเดินทางตั้งแต่เช้ามืดโดยไม่ได้หารือกับนาซาราห์ภรรยาของท่านด้วยซ้ำไป ท่านไว้วางใจในฤทธิ์อำนาจและความดีของพระเจ้าผู้ทรงสามารถทำให้คนตายเป็นขึ้นมาใหม่อย่างสมบูรณ์ เพราะเหตุนี้ท่านจึงสามารถถวายอิสอัคบุตรชายของท่านโดยไม่มีความลังเล พระเจ้าทรงเห็นจิตใจภายในของท่านและยอมรับความเชื่อและความรักของท่าน ผลลัพธ์ก็คืออับราฮัมกลายเป็นบิดาแห่งความเชื่อและท่านถูกเรียกว่า “มิตรสหายของพระเจ้า”

ถ้าบุคคลไม่เข้าใจระดับความเชื่อและการเชื่อฟังที่พระเจ้าทรงพอพระทัย เขาอาจมีความเข้าใจผิดเกี่ยวกับสิ่งต่าง ๆ เพราะเขาคิดอยู่ภายในข้อจำกัดของจิตใจและมาตรฐานของความเชื่อ ยิ่งเรากำจัดความบาปทิ้งไปและเตรียมจิตใจของเราให้เข้าสู่ฝ่ายวิญญาณมากขึ้นเท่าใดเราก็สามารถเข้าใจผู้คนที่รักพระเจ้าเหนือสิ่งอื่นใดและเป็นที่พอพระเจ้าได้มากขึ้นเท่านั้น

การเป็นมนุษย์ฝ่ายวิญญาณ

พระเจ้าทรงเป็นพระวิญญาณ ดังนั้นพระองค์จึงทรงต้องการให้บุตรของพระองค์เป็นมนุษย์ฝ่ายวิญญาณด้วยเช่นกัน ตอนนี้เราต้องท

ำสิ่งใดเพื่อจะเป็นมนุษย์ฝ่ายวิญญาณซึ่งมีวิญญาณเป็นเจ้านายครอบครองเหนือจิตใจและร่างกายของตน เหนือสิ่งอื่นใด เราต้องกำจัดความคิดแห่งความเท็จทิ้งไป นั่นคือ เราต้องทำลายความคิดฝ่ายเนื้อหนังเพื่อว่าเราจะไม่ถูกควบคุมจากซาตาน ตรงกันข้าม เราต้องฟัง

พระสุรเสียงของพระวิญญาณบริสุทธิ์ผู้ทรงทำงานในจิตใจของเราผ่านทางพระคำแห่งความจริง เราต้องยอมให้จิตใจของเราเชื่อฟังพระสุรเสียงนั้นอย่างสมบูรณ์ เมื่อเราฟังพระคำของพระเจ้าเราต้องยอมรับพระคำนั้นด้วยคำว่า “อาเมน” และอธิษฐานด้วยใจร้อนรนจนกว่าเราจะเข้าใจความหมายฝ่ายวิญญาณของพระคำของพระองค์

เมื่อเราทำเช่นนั้น ถ้าเราได้รับการเต็มล้นด้วยพระวิญญาณบริสุทธิ์ วิญญาณของเราก็จะกลายเป็นเจ้านายและเราสามารถบรรลุถึงมิติฝ่ายวิญญาณด้วยการสื่อสารกับพระเจ้าทุกวัน เมื่อจิตใจเชื่อฟังวิญญาณซึ่งเป็นเจ้านายของตนอย่างสมบูรณ์และยอมเป็นทาสของวิญญาณด้วยวิธีนี้แล้วเราจะพูดว่าวิญญาณจิตของเรา “จำเริญขึ้น” ถ้าวิญญาณจิตของเราจำเริญขึ้นเราก็จะจำเริญสุขทุกประการและเราจะมีพลานามัยสมบูรณ์

ถ้าเราเข้าใจการทำงานของจิตใจอย่างชัดเจนและรื้อฟื้นการทำงานของจิตใจดังกล่าวขึ้นมาใหม่ในแนวทางที่พระเจ้าทรงปรารถนา จากนั้นเราก็จะไม่รับเอาการยุยงของซาตาน เราสามารถรื้อฟื้นพระฉายาของพระเจ้าที่สูญเสียไปอันเนื่องมาจากการล้มลงในความบาปขึ้นมาใหม่ด้วยวิธีนี้ ตอนนี้เราสามารถจัดวางลำดับของวิญญาณ จิตใจ และร่างกายได้อย่างถูกต้องและเราสามารถเป็นบุตรที่แท้จริงของพระเจ้า จากนั้นเราก็สามารถก้าวเลยระดับของผู้มีชีวิตฝ่ายวิญญาณซึ่งเป็นระดับของอาดัมไปได้ เราไม่เพียงแต่จะได้รับสิทธิและอำนาจในการครอบครองเหนือสิ่งสารพัดเท่านั้น แต่เราจะได้รับคว

ามชื่นชมยินดีและความสุข

นิรันดร์ในแผ่นดินสวรรค์ (ซึ่งอยู่ในระดับที่สูงกว่าสวนเอเดน) ด้วยเช่นกัน เราจะเป็นสิ่งทรงสร้างใหม่ในองค์พระผู้เป็นเจ้าอย่างสมบูรณ์ เหมือนที่กล่าวไว้ใน 2 โครินธ์ 5:17 ว่า “เหตุฉะนั้นถ้าผู้ใดอยู่ในพระคริสต์ ผู้นั้นก็เป็นคนที่ถูกสร้างใหม่แล้ว สิ่งเก่าๆก็ล่วงไปดูเถิด สิ่งสารพัดกลายเป็นสิ่งใหม่ทั้งนั้น”

วิญญาณผู้มีชีวิตและวิญญาณที่ผ่านการถูกเตรียม

เมื่อเราเชื่อฟังพระบัญชาของพระเจ้าที่ห้ามไม่ให้เราทำสิ่งนั้นและสั่งให้เราทำสิ่งนี้ นั่นก็หมายความว่าเราไม่ได้ทำตามการงานของเนื้อหนังและเรารักษาตนเองไว้ด้วยความจริง ยิ่งเรารักษาตนไว้ด้วยความจริงมากขึ้นเท่าใดเราก็สามารถเป็นมนุษย์ฝ่ายวิญญาณมากขึ้นเท่านั้น ตราบใดที่เราเป็นมนุษย์ฝ่ายเนื้อหนังที่ประพฤติตามความเท็จ เราอาจพบปัญหามากมายหรือเจ็บป่วยด้วยโรคภัยนานาชนิด แต่เมื่อเราเป็นมนุษย์ฝ่ายวิญญาณ เราก็จะจำเริญสุขทุกประการและเราจะมีพลานามัยสมบูรณ์

นอกจากนั้น เมื่อเรากำจัดความชั่วทิ้งไปตามที่พระเจ้าทรงบอกให้เราทำ “ความต้องการฝ่ายเนื้อหนัง” และความคิดฝ่ายเนื้อหนังของเราก็จะถูกรื้อถอนเพื่อว่าเราจะมีจิตใจที่เป็นของความจริง เมื่อเราคิดถึงความจริงเพียงอย่างเดียวเราจะได้ยินพระสุรเสียงของพระวิญญาณบริสุทธิ์ชัดเจนยิ่งขึ้น ถ้าเราทำตามพระบัญญัติของพระเจ้าที่สั่งให้เรารักษา ไม่ให้ทำ หรือละทิ้งบางสิ่งบางอย่าง เราก็จะได้รับการยอมรับให้เป็นมนุษย์ฝ่ายวิญญาณเพราะเราไม่มีความเท็จอยู่ในเรา นอกจากนี้ ถ้าเราทำตามพระบัญญัติของพระเจ้าอย่างครบถ้วนซึ่งบอกให้เราทำบางสิ่งบางอย่าง เราก็จะกลายเป็นมนุษย์ฝ่ายวิญญาณอ

ย่างสมบูรณ์

นอกจากนี้ยังมีข้อแตกต่างกันอย่างมากระหว่างมนุษย์ฝ่ายวิญญาณกับอาดัมที่เคยเป็นผู้มีชีวิตฝ่ายวิญญาณ อาดัมไม่เคยมีประสบการณ์กับสิ่งใดที่อยู่ฝ่ายเนื้อหนังผ่านการเตรียมมนุษย์ ดังนั้นเราถือว่าเขาไม่ได้เป็นผู้มีชีวิตฝ่ายวิญญาณอย่างครบถ้วนสมบูรณ์ อาดัมไม่เคยเข้าใจสิ่งใดเกี่ยวกับความโศกเศร้า ความเจ็บปวด ความตาย หรือการพรากจากกันที่เกิดจากเนื้อหนัง ในอีกด้านหนึ่ง สิ่งนี้หมายความว่าเขาไม่สามารถมีความรู้สึกซาบซึ้งหรือขอบพระคุณหรือความรักอย่างแท้จริง แม้พระเจ้าทรงรักเขาอย่างมากแต่เขาก็ไม่ซาบซึ้งว่าความรักนั้นประเสริฐเพียงใด อาดัมชื่นชมกับสิ่งที่ดีที่สุด แต่เขาไม่ได้รู้สึกว่าเขามีความสุขมากแค่ไหน เขาไม่สามารถเป็นบุตรที่แท้จริงของพระเจ้าผู้ซึ่งแบ่งปันจิตใจของตนกับพระเจ้า เขาสามารถเป็นผู้มีชีวิตฝ่ายวิญญาณอย่างแท้จริงได้ก็ต่อเมื่อเขาได้พบกับสิ่งที่อยู่ฝ่ายเนื้อหนังและรู้เกี่ยวกับสิ่งเหล่านั้นแล้วเท่านั้น

เมื่ออาดัมยังเป็นผู้มีชีวิตฝ่ายวิญญาณเขาไม่เคยมีประสบการณ์กับสิ่งใดที่อยู่ฝ่ายเนื้อหนังเลย ดังนั้นจึงมีความเป็นไปได้ที่เขาจะรับเอาเนื้อหนังและความเสื่อมเข้าไป แท้ที่จริงวิญญาณของอาดัมไม่ใช่วิญญาณที่สมบูรณ์และดีพร้อม แต่เป็นวิญญาณที่อาจตายได้ เพราะเหตุนี้เขาจึงถูกเรียกว่าผู้มีชีวิตซึ่งหมายถึงผู้มีชีวิตฝ่ายวิญญาณ บางคนอาจถามว่าวิญญาณผู้มีชีวิตจะรับเอาการทดลองของซาตานได้อย่างไร ผมขอยกตัวอย่างเปรียบเทียบในเรื่องนี้

สมมุติว่ามีลูกที่เชื่อฟังพ่อแม่มากสองคนอยู่ในครอบครัว ลูกคนหนึ่งเคยถูกน้ำร้อนลวกในขณะที่อีกคนหนึ่งไม่เคยถูกน้ำร้อนลวก วันหนึ่ง แม่ชี้ไปยังกาต้มน้ำที่กำลังเดือดอยู่และบอกลูกสองคนว่าอย่าแตะกาน้ำนั้น ปกติลูกสองคนเชื่อฟังแม่เป็นอย่างดี

ดังนั้นเขาจึงไม่แตะกาน้ำนั้น

แต่ลูกคนหนึ่งที่เคยมีประสบการณ์ว่ากาน้ำร้อนเป็นสิ่งที่อันตราย ดังนั้นเขาจึงพร้อมที่จะเชื่อฟัง ลูกคนนี้เข้าใจหัวใจของแม่ในความรักที่มีต่อเขาและพยายามที่จะปกป้องเขาด้วยการตักเตือนเขาเช่นกัน ในทางตรงกันข้าม ลูกอีกคนหนึ่งซึ่งไม่เคยมีประสบการณ์เช่นนั้นเกิดความรู้สึกอยากรู้อยากเห็นเมื่อเขาเห็นกาน้ำร้อนที่มีไอน้ำร้อนพุ่งออก เขาไม่อาจเข้าใจเจตนาของแม่ตน ดังนั้นจึงมีโอกาสเสมอที่ลูกคนนี้จะพยายามแตะกาน้ำร้อนนั้นเพราะความอยากรู้อยากเห็น

สำหรับอาดัมซึ่งเป็นวิญญาณผู้มีชีวิตก็เหมือนกัน เขาได้ยินว่าความบาปและความชั่วเป็นสิ่งที่น่ากลัว แต่เขาไม่เคยมีประสบการณ์กับสิ่งเหล่านั้น เขาไม่มีทางที่จะเข้าใจได้อย่างถ่องแท้ว่าความบาปและความชั่วนั้นคืออะไร เมื่อเขาไม่มีประสบการณ์หลักความสัมพันธ์ของสิ่งต่าง ๆ ในไม่ช้าอาดัมได้ยอมรับเอาการทดลองของซาตานเข้าไปด้วยเสรีภาพแห่งการตัดสินใจของเขาและกินผลไม้ต้องห้ามนั้น

พระเจ้าทรงต้องการบุตรที่แท้จริงผู้มีจิตใจฝ่ายวิญญาณและไม่เปลี่ยนใจของตน (หลังจากที่เขามีประสบการณ์กับเนื้อหนัง) ไม่ว่าในสถานการณ์ใดก็ตามซึ่งแตกต่างจากอาดัมที่เป็นวิญญาณผู้มีชีวิตซึ่งไม่เคยเข้าใจหลักความสัมพันธ์ของสิ่งต่าง ๆ บุตรเหล่านี้เข้าใจความแตกต่างระหว่างเนื้อหนังกับวิญญาณเป็นอย่างดี เขามีประสบการณ์กับความบาป ความชั่ว ความเจ็บปวด และความโศกเศร้าของโลกนี้ ดังนั้นเขาจึงรู้ว่าเนื้อหนังเป็นสิ่งที่เจ็บปวด สกปรก และไร้ความหมายเพียงใด นอกจากนั้น เขารู้จักวิญญาณที่อยู่ตรงกันข้ามกับเนื้อหนังเป็นอย่างดีเช่นกัน เขารู้ว่าวิญญาณนั้นงดงามและดีงามเพียงใด ดังนั้นเขาจึงไม่มีวันที่จะรับเอาเนื้อหนัง

เข้าไปอีกด้วยเสรีภาพแห่งการตัดสินใจของตน นี่คือข้อแตกต่างระหว่างวิญญาณผู้มีชีวิตกับวิญญาณที่ผ่านการถูกเตรียมของพระเจ้า

วิญญาณผู้มีชีวิตจะเชื่อฟังโดยไม่มีเงื่อนไขในขณะที่วิญญาณที่ผ่านการถูกเตรียมจะเชื่อฟังจากจิตใจของตนหลังจากมีประสบการณ์กับความดีและความชั่ว นอกจากนี้ มนุษย์ฝ่ายวิญญาณเหล่านั้นซึ่งได้กำจัดความบาปและความชั่วทิ้งไปจะได้รับพระพรแห่งการเข้าไปสู่สวรรค์ชั้นที่สามในท่ามกลางที่อยู่อาศัยมากมายในสวรรค์และมนุษย์ฝ่ายวิญญาณอย่างสมบูรณ์จะเข้าไปสู่นครเยรูซาเล็มใหม่

ความเชื่อฝ่ายวิญญาณคือความรักที่แท้จริง

เมื่อเราเป็นมนุษย์ฝ่ายวิญญาณในการก้าวเดินแห่งความเชื่อของเรา เราก็จะสามารถสัมผัสถึงความสุขและความชื่นชมยินดีของมิติที่แตกต่างออกไปอย่างสิ้นเชิง เราจะมีสันติสุขที่แท้จริงในจิตใจ เราจะชื่นบานอยู่เสมอ อธิษฐานโดยไม่หยุดหย่อน และขอบพระคุณในทุกกรณีเหมือนที่ 1 เธสะโลนิกา 5:16-18 กล่าวไว้ เราเข้าใจพระทัยและน้ำพระทัยของพระเจ้าในการประทานความสุขที่แท้จริงให้กับเรา ดังนั้นเราจึงสามารถรักพระเจ้าด้วยจิตใจและขอบพระคุณพระองค์อย่างแท้จริง

เราเคยได้ยินว่าพระเจ้าทรงเป็นความรัก แต่ก่อนที่เราจะเป็นมนุษย์ฝ่ายวิญญาณเราไม่สามารถรู้จักความรักนั้นได้อย่างแท้จริง เราสามารถเข้าใจอย่างลึกซึ้งว่าพระเจ้าทรงเป็นความรักและเราต้องรักพระองค์ก่อนเหนือสิ่งอื่นใดได้ก็ต่อเมื่อเราเข้าใจการจัดเตรียมล่วงหน้าของพระเจ้าผ่านการเตรียมมนุษย์ของพระเจ้าแล้วเท่านั้น

ตราบใดที่เราไม่ได้กำจัดเนื้อหนังออกไปจากจิตใจของเราความ

รักและการขอบพระคุณของเราก็ไม่สัตย์จริง แม้เราจะพูดว่าเรารักพระเจ้าและขอบพระคุณพระองค์ แต่เราก็สามารถแปรเปลี่ยนไปได้ในช่วงชีวิตของเราเมื่อสิ่งต่าง ๆ ไม่เอื้อประโยชน์กับเรา เราพูดว่าเราขอบพระคุณเมื่อทุกสิ่งทุกอย่างราบรื่นดี แต่เราจะลืมพระคุณไปในไม่ช้าหลังจากช่วงเวลาหนึ่งผ่านไป ถ้าเราเผชิญกับสิ่งที่ยากลำบาก แทนที่เราจะระลึกถึงพระคุณ เราจะทุกข์ใจหรือแม้กระทั่งโกรธเคือง เราลืมการขอบพระคุณและลืมพระคุณที่เราเคยได้รับ

แต่การขอบพระคุณของมนุษย์ฝ่ายวิญญาณมาจากส่วนลึกแห่งจิตใจของเขา ดังนั้นการขอบพระคุณนี้จึงไม่มีวันแปรเปลี่ยนแม้วันเวลาผ่านพ้นไป คนเหล่านี้เข้าใจถึงการจัดเตรียมล่วงหน้าของพระเจ้าผู้ทรงเตรียมมนุษย์แม้เขาต้องทนทุกข์กับความเจ็บปวดอย่างแสนสาหัสจากการเตรียมมนุษย์นี้และเขาขอบพระคุณอย่างแท้จริงจากส่วนลึกแห่งจิตใจของตน นอกจากนี้เขายังรักและขอบพระคุณพระเยซูองค์พระผู้เป็นเจ้าผู้ทรงรับเอากางเขนเพื่อเห็นแก่เราและขอบพระคุณพระวิญญาณบริสุทธิ์ผู้ทรงนำเราไปสู่ความจริงอย่างแท้จริงด้วยเช่นกัน ความรักและการขอบพระคุณของคนเหล่านี้ไม่เคยเปลี่ยนแปลง

มุ่งสู่ความบริสุทธิ์

มนุษย์เสื่อมลงเพราะความบาป แต่หลังจากที่เขาต้อนรับเอาพระเยซูคริสต์และได้รับพระคุณแห่งความรอดเขาก็สามารถรับการเปลี่ยนแปลงด้วยความเชื่อและฤทธิ์อำนาจของพระวิญญาณบริสุทธิ์ จากนั้นคนเหล่านี้สามารถก้าวเลยระดับของวิญญาณผู้มีชีวิต ยิ่งเขาเป็นมนุษย์ฝ่ายวิญญาณด้วยการบรรลุถึงความบริสุทธิ์ในชีวิตเขามากเท่าใด ความเท็จก็จะออกไปจากเขาและความจริงก็จะถูกเติมเต็มใน

ชีวิตของเขามากขึ้นเท่านั้น

ในกรณีส่วนใหญ่เมื่อผู้คนมองเห็นสิ่งชั่วร้ายเขาก็จะผสมผสานสิ่งที่เขาเห็นเข้ากับความเท็จที่อยู่ในเขา ฉะนั้นเขาจึงรู้สึกและคิดในสิ่งที่ชั่วร้าย เขามีความโน้มเอียงที่จะทำชั่วด้วยวิธีนี้ แต่ผู้คนที่ได้รับการชำระให้บริสุทธิ์ไม่มีความเท็จอยู่ในชีวิตเขา ฉะนั้นจึงไม่มีการคิดชั่วหรือการทำชั่วออกมาจากเขา เขาไม่มองดูสิ่งชั่วร้ายตั้งแต่แรก แต่ถึงแม้เขามองเห็นสิ่งชั่วร้ายดังกล่าวโดยบังเอิญ สิ่งเหล่านั้นก็ไม่สามารถเชื่อมต่อกับการคิดชั่วหรือการทำชั่วในเขาได้

เราถือว่าเราได้รับการชำระให้บริสุทธิ์ถ้าเราปลูกฝังจิตใจที่บริสุทธิ์ซึ่งปราศจากตำหนิหรือจุดด่างพร้อยเอาไว้ด้วยการถอนสิ่งชั่วร้ายที่อยู่ในส่วนลึกแห่งจิตใจของเราทิ้งไป ผู้คนที่มีเพียงความคิดฝ่ายวิญญาณ กล่าวคือ ผู้คนที่ดู ฟัง พูด และประพฤติอยู่ในความจริงเพียงอย่างเดียวคือบุตรที่แท้จริงของพระเจ้า คนเหล่านี้ได้ก้าวเลยระดับของวิญญาณไปแล้ว

ในมิติฝ่ายวิญญาณนั้นถือว่าฤทธิ์อำนาจคือการไม่มีบาป เหมือนที่บันทึกไว้ใน 1 ยอห์น 5:18 ว่า "เราทั้งหลายรู้ว่า คนใดที่บังเกิดจากพระเจ้าก็ไม่กระทำบาป แต่ว่าคนที่บังเกิดจากพระเจ้าก็ระวังรักษาตัว และมารร้ายนั้นไม่แตะต้องเขาเลย" การไม่มีบาปคือความบริสุทธิ์ เพราะฉะนั้นยิ่งเรากำจัดบาปทิ้งไปมากเท่าใด เราก็ยิ่งสามารถรื้อฟื้นสิทธิอำนาจที่พระเจ้าทรงมอบให้กับอาดัม (ผู้เป็นวิญญาณที่มีชีวิต) คืนมาใหม่ได้มากขึ้นเท่านั้น และเราสามารถเอาชนะและกำราบผีมารซาตานได้มากขึ้นเช่นกัน

เมื่อเราเป็นมนุษย์ฝ่ายวิญญาณแล้ว

การสร้างจิตใจ

มารก็ไม่สามารถแตะต้องเรา และเมื่อเราเป็นมนุษย์ฝ่ายวิญญาณอย่างสมบูรณ์และสร้างความดีและความรักเพิ่มมากขึ้น เราก็จะสามารถกระทำการด้วยฤทธิ์อำนาจของพระวิญญาณบริสุทธิ์และทำสิ่งที่ยิ่งใหญ่และอัศจรรย์เพิ่มมากขึ้น

เราสามารถเป็นมนุษย์ฝ่ายวิญญาณและมนุษย์ฝ่ายวิญญาณอย่างสมบูรณ์โดยรับการชำระให้บริสุทธิ์ (1 เธสะโลนิกา 5:23) ถ้าเราคิดถึงพระเจ้าผู้ทรงเตรียมมนุษย์และผู้ทรงอดกลั้นกับมนุษย์มาเป็นเวลานานเพื่อพระองค์จะมีบุตรที่แท้จริง เราก็จะรู้ว่าสิ่งที่มีความหมายที่สุดในชีวิตคือการเป็นมนุษย์ฝ่ายวิญญาณและการเป็นมนุษย์ฝ่ายวิญญาณอย่างสมบูรณ์

วิญญาณ จิตใจ และร่างกาย (เล่ม 1)

ภาค
3

การกลับสู่สภาพเดิมของวิญญาณ

ผมเป็นบุคคลฝ่ายเนื้อหนังหรือบุคคลฝ่ายวิญญาณ
การอยู่ฝ่ายวิญญาณและฝ่ายวิญญาณอย่างสมบูรณ์แตกต่างกันอย่างไร

"พระเยซูตรัสตอบว่า 'เราบอกความจริงแก่ท่านว่า ถ้าผู้ใดไม่ได้บังเกิดจากน้ำและพระวิญญาณ ผู้นั้นจะเข้าในอาณาจักรของพระเจ้าไม่ได้ ซึ่งบังเกิดจากเนื้อหนังก็เป็นเนื้อหนัง และซึ่งบังเกิดจากพระวิญญาณก็คือจิตวิญญาณ'" (ยอห์น 3:5-6)

บทที่ 1
วิญญาณและวิญญาณอย่างสมบูรณ์

เนื่องจากวิญญาณของมนุษย์ตายไปแล้วมนุษย์จึงต้องการความรอด ชีวิตคริสเตียนของเราเป็นกระบวนการของการเติบโตของวิญญาณหลังจากที่วิญญาณได้รับการรื้อฟื้นขึ้นมาใหม่

วิญญาณคืออะไร

การรื้อฟื้นวิญญาณขึ้นมาใหม่

กระบวนการเจริญเติบโตของวิญญาณ

การเตรียมดินดี

ร่องรอยของเนื้อหนัง

หลักฐานของการอยู่ฝ่ายวิญญาณอย่างสมบูรณ์

พระพรที่มอบให้กับมนุษย์ฝ่ายวิญญาณและฝ่ายวิญญาณอย่างสมบูรณ์

การกลับสู่สภาพเดิมของวิญญาณ

วิญญาณของมนุษย์ตายเนื่องจากความบาปของอาดัม จากเวลานั้นเป็นต้นมาจิตใจของมนุษย์กลายเป็นเจ้านายของมนุษย์ มนุษย์ยอมรับเอาความเท็จและทำตามตัณหาของตนอย่างต่อเนื่อง ในที่สุดมนุษย์ก็ไม่สามารถได้รับความรอด เนื่องจากมนุษย์ถูกควบคุมด้วยจิตใจซึ่งอยู่ภายใต้อิทธิพลของซาตาน มนุษย์จึงทำบาปและลงไปสู่นรก เพราะเหตุนี้มนุษย์ทุกคนจึงต้องได้รับการช่วยให้รอด พระเจ้าทรงกำลังเสาะหาบุตรที่แท้จริงผู้ซึ่งได้รับความรอดผ่านทางการเตรียมมนุษย์ กล่าวคือ พระองค์ทรงกำลังแสวงหาผู้คนที่อยู่ฝ่ายวิญญาณและฝ่ายวิญญาณอย่างสมบูรณ์

บุตรที่แท้จริงของพระเจ้าคือผู้คนที่ผูกพันเป็นอันหนึ่งอันเดียวกันในวิญญาณกับพระเยซูคริสต์ เหมือนที่กล่าวไว้ใน 1 โครินธ์ 6:17 ว่า "แต่ส่วนคนที่ผูกพันกับองค์พระผู้เป็นเจ้า ก็เป็นอันเดียวกันกับพระองค์ฝ่ายจิตวิญญาณ"

เมื่อเราต้อนรับเอาพระเยซูคริสต์เราก็ดำเนินชีวิตอยู่ในความจริงด้วยความช่วยเหลือของพระวิญญาณบริสุทธิ์ ถ้าเราดำเนินชีวิตอยู่ในความจริงอย่างเต็มขนาด สิ่งนี้ก็หมายความว่าเรากลายเป็นมนุษย์ฝ่ายวิญญาณผู้มีจิตใจขององค์พระผู้เป็นเจ้า สิ่งนี้เกิดขึ้นเมื่อเราผูกพันเป็นหนึ่งเดียวกับองค์พระผู้เป็นเจ้าในวิญญาณ อย่างไรก็ตาม แม้เราจะเป็นหนึ่งเดียวกันในวิญญาณ วิญญาณของพระเจ้าและวิญญาณของมนุษย์ก็แตกต่างกันอย่างสิ้นเชิง พระเจ้าทรงเป็นวิญญาณที่

ปราศจากร่างกาย แต่วิญญาณของมนุษย์ถูกบรรจุไว้ในร่างกาย พระเจ้าทรงมีรูปทรงของวิญญาณที่เป็นของสวรรค์ในขณะที่มนุษย์มีรูปทรงของร่างกายที่เป็นของฝ่ายกายซึ่งถูกสร้างขึ้นมาจากผงคลีดิน พระเจ้าพระผู้สร้างและมนุษย์ซึ่งเป็นสิ่งทรงสร้างมีข้อแตกต่างกันอย่างแน่นอน

วิญญาณคืออะไร

หลายคนคิดว่าคำว่า "วิญญาณ" เป็นคำที่ใช้สลับกันไปมากับคำว่า "จิตใจ" พจนานุกรมฉบับมีเรียม-เว็บสเตอร์อธิบายว่าวิญญาณคือ "แหล่งที่มาหรือองค์ประกอบสำคัญซึ่งมีชีวิตหรือมีความจำเป็นสำหรับชีวิตที่ถูกจัดเตรียมไว้เพื่อให้ชีวิตกับสิ่งมีชีวิตฝ่ายร่างกายหรือสิ่งมีชีวิตหรือส่วนประกอบสำคัญเหนือธรรมชาติ" แต่วิญญาณในมุมมองของพระเจ้าคือสิ่งที่มีวันตาย ไม่มีวันเสื่อมสูญ หรือไม่มีวันเปลี่ยนแปลงแต่เป็นอยู่นิรันดร์ วิญญาณคือชีวิตและความจริง

ถ้าเราจะค้นหาบางสิ่งบางอย่างที่มีคุณลักษณะของวิญญาณบนโลกนี้ สิ่งนั้นน่าจะเป็นทองคำ แสงแววาวของทองคำไม่เคยแปรเปลี่ยนไปตามกาลเวลาและทองคำไม่เคยเปื่อยเน่าหรือเปลี่ยนแปลง เพราะเหตุนี้พระเจ้าจึงทรงเปรียบเทียบความเชื่อของเราให้เป็นเหมือนทองคำและพระองค์ทรงสร้างบ้านเรือนของเราบนสวรรค์ด้วยทองคำและเพชรนิลจินดาที่มีค่าชนิดต่าง ๆ

อาดัมมนุษย์คนแรกได้รับเอาธรรมชาติดั้งเดิมของพระเจ้าไว้ส่วนหนึ่งเมื่อพระเจ้าทรงระบายลมปราณแห่งชีวิตเข้าไปทางจมูกของเขา อาดัมถูกสร้างให้เป็นวิญญาณที่ไม่สมบูรณ์แบบ สาเหตุก็เพราะว่ามีความเป็นไปได้เสมอที่เขาจะกลับไปเป็นสิ่งมีชีวิตฝ่ายเนื้อหนังด้วยคุณลักษณะของดินที่เป็นสิ่งที่เขาถูกสร้างขึ้นมา อาดัมไม่ได้เป็น "วิญญาณ" เพียงอย่างเดียว เขาเป็น "วิญญาณที่มีชีวิต" ซึ่งเป็น

"ผู้มีชีวิต"

เพราะเหตุใดพระเจ้าจึงทรงสร้างอาดัมให้เป็นวิญญาณผู้มีชีวิต สาเหตุก็เพราะว่าพระเจ้าทรงต้องการให้อาดัมก้าวเลยมิติของการเป็นวิญญาณผู้มีชีวิตด้วยการมีประสบการณ์กับเนื้อหนังผ่านการเตรียมมนุษย์ของพระเจ้าและเปลี่ยนเป็นมนุษย์ฝ่ายวิญญาณอย่างสมบูรณ์ สิ่งนี้ไม่ได้ประยุกต์ใช้อาดัมเท่านั้น แต่ยังประยุกต์ใช้กับลูกหลานทุกคนของเขาด้วยเช่นกัน เพราะเหตุนี้พระเจ้าจึงทรงเตรียมพระเยซูพระผู้ช่วยให้รอดและพระวิญญาณบริสุทธิ์ (ผู้ช่วยอีกผู้หนึ่ง) เอาไว้ตั้งแต่ก่อนปฐมกาล

การรื้อฟื้นวิญญาณขึ้นมาใหม่

อาดัมอาศัยอยู่ในสวนเอเดนในฐานะวิญญาณผู้มีชีวิตเป็นระยะเวลาอันยาวนาน แต่ในไม่ช้าการสื่อสารของเขากับพระเจ้าก็ถูกตัดขาดเนื่องจากความผิดบาปของเขา ในเวลานั้นซาตานเริ่มปลูกฝังความรู้เรื่องความเท็จไว้ในเขาผ่านทางจิตใจของเขา ในกระบวนการนี้ความรู้เรื่องความจริงที่พระเจ้าทรงมอบให้เริ่มจางหายไปและถูกแทนที่ด้วยเนื้อหาฝ่ายเนื้อหนังซึ่งได้แก่ความรู้เรื่องความเท็จที่ซาตานมอบให้

เมื่อเวลาผ่านไป เนื้อหาฝ่ายเนื้อหนังก็ถูกเติมเข้าไปในมนุษย์เพิ่มมากขึ้น ความเท็จห้อมล้อมและสกัดกั้นเมล็ดพันธุ์แห่งชีวิตในมนุษย์เอาไว้ ดูเหมือนว่าความเท็จกักขังและควบคุมเมล็ดพันธุ์แห่งชีวิตเอาไว้จนเมล็ดพันธุ์ดังกล่าวทำอะไรไม่ได้ เราเรียกสภาพที่เมล็ดพันธุ์แห่งชีวิตใช้การไม่ได้นี้ว่าเป็นสภาพ "การตาย" ของวิญญาณ การพูดว่าวิญญาณตายหมายความว่าความสว่างของพระเจ้าที่สามารถขับเคลื่อนเมล็ดพันธุ์แห่งชีวิตให้ทำงานได้จางหายไป ตอนนี้เราต้องทำสิ่งใดเพื่อทำให้วิญญาณที่ตายไปแล้วฟื้นคืนชีพขึ้นมาใหม่

ประการแรก เราต้องบังเกิดจากน้ำและพระวิญญาณ

เมื่อเราฟังพระคำของพระเจ้าซึ่งเป็นความจริงและต้อนรับเอาพระเยซูคริสต์เป็นพระผู้ช่วยให้รอดของเรา พระเจ้าก็ทรงมอบของประทานแห่งพระวิญญาณบริสุทธิ์ไว้ในจิตใจของเรา พระเยซูตรัสไว้ในยอห์น 3:5 ว่า "เราบอกความจริงแก่ท่านว่า ถ้าผู้ใดไม่ได้บังเกิดจากน้ำและพระวิญญาณ ผู้นั้นจะเข้าในอาณาจักรของพระเจ้าไม่ได้" จากข้อนี้เราเห็นว่าเราจะรอดได้ก็ต่อเมื่อเราบังเกิดจากน้ำ (ซึ่งได้แก่พระคำของพระเจ้า) และพระวิญญาณบริสุทธิ์

พระวิญญาณบริสุทธิ์เสด็จเข้ามาในจิตใจของเราและทรงเป็นต้นเหตุให้เมล็ดพันธุ์แห่งชีวิตของเราทำการได้อีกครั้งหนึ่ง นี่เป็นการทำให้วิญญาณที่ตายไปแล้วของเราฟื้นคืนชีพขึ้นมาใหม่ พระวิญญาณบริสุทธิ์ทรงช่วยเราในการกำจัดเนื้อหนังที่เป็นความเท็จทิ้งไป การทำลายการงานของจิตใจที่เต็มไปด้วยความเท็จ และการจัดหาความรู้เรื่องความจริงให้กับ ถ้าเราไม่ได้รับพระวิญญาณบริสุทธิ์ วิญญาณที่ตายของเราก็ไม่สามารถฟื้นคืนชีพขึ้นมาใหม่และเราก็ไม่สามารถเข้าใจความหมายฝ่ายวิญญาณในพระคำของพระเจ้า พระคำที่เราไม่เข้าใจไม่อาจฝังลึกลงไปในจิตใจของเราและเราก็ไม่สามารถรับเอาความเชื่อฝ่ายวิญญาณได้ เราจะมีความเข้าใจฝ่ายวิญญาณและความเชื่อที่จะเชื่อจากจิตใจของเราได้ก็ด้วยความช่วยเหลือของพระวิญญาณบริสุทธิ์เท่านั้น พร้อมกับนี้เราสามารถรับเอากำลังที่จะประพฤติตามพระคำของพระเจ้าและดำเนินชีวิตด้วยพระคำนั้นเมื่อเราอธิษฐาน ถ้าปราศจากความช่วยเหลือของพระวิญญาณบริสุทธิ์โดยการอธิษฐาน เราก็จะไม่มีกำลังที่จะประพฤติตามพระคำได้

ประการที่สอง เราต้องให้กำเนิดกับวิญญาณจิตอย่างต่อเนื่องโดยพระวิญญาณ

เมื่อวิญญาณที่ตายไปแล้วของเราฟื้นคืนชีพขึ้นมาใหม่โดยพระ

วิญญาณบริสุทธิ์ เราต้องเติมวิญญาณของเราให้เต็มล้นด้วยความรู้เรื่องความจริงอย่างต่อเนื่อง นี่เป็นการให้กำเนิดกับวิญญาณโดยพระวิญญาณ เมื่อเราอธิษฐานด้วยความช่วยเหลือของพระวิญญาณบริสุทธิ์เพื่อต่อสู้กับบาปจนถึงเลือดไหล ความชั่วและความเท็จในจิตใจของเราก็จะออกไป นอกจากนี้ ยิ่งเรารับเอาความรู้เรื่องความจริง (เช่น ความรัก ความดี ความสัตย์จริง ความสุภาพอ่อนน้อมและความถ่อมใจ) จากพระวิญญาณบริสุทธิ์มากขึ้นเท่าใดเราก็จะมีความดีและความจริงแห่งจิตใจของเรามากขึ้นเท่านั้น กล่าวคือ การรับเอาความจริงผ่านทางพระวิญญาณบริสุทธิ์คือการทำให้ขั้นตอนที่ทำให้มนุษย์เสื่อมถอยตั้งแต่การล้มลงในความบาปของอาดัมพลิกกลับนั่นเอง

อย่างไรก็ตาม ผู้คนบางคนได้รับพระวิญญาณบริสุทธิ์แต่เขาไม่ได้เปลี่ยนแปลงจิตใจของตน คนเหล่านี้ไม่ทำตามความปรารถนาของพระวิญญาณบริสุทธิ์ ตรงกันข้าม เขากลับดำเนินชีวิตอยู่ในบาปด้วยการทำตามความปรารถนาของเนื้อหนัง ครั้งแรกเขาพยายามที่จะกำจัดบาปทิ้งไป แต่จากช่วงเวลาหนึ่งเขากลับเริ่มเป็นแต่อุ่น ๆ ในความเชื่อของตนและหยุดต่อสู้กับความบาป จากช่วงเวลาที่เขาหยุดต่อสู้กับบาปเขาเริ่มเป็นมิตรกับโลกหรือทำบาป จิตใจของเขาที่ได้รับการชำระให้บริสุทธิ์และขาวสะอาดเริ่มเปรอะเปื้อนด้วยความบาปอีกครั้งหนึ่ง แม้เราได้รับพระวิญญาณบริสุทธิ์ แต่ถ้าจิตใจของเรายังชุ่มโชกไปด้วยความเท็จ เมล็ดพันธุ์แห่งชีวิตในเราก็ไม่สามารถได้รับกำลัง

1 เธสะโลนิกา 5:19 เตือนเราว่า “อย่าดับพระวิญญาณ” เราอาจบรรลุถึงสภาพที่เราได้ชื่อว่ามีชีวิตอยู่ แต่ตราบใดที่เราไม่ได้เปลี่ยนแปลงตนเองหลังจากได้รับพระวิญญาณบริสุทธิ์ เราได้ตายเสียแล้ว (วิวรณ์ 3:1) ดังนั้น แม้เราได้รับพระวิญญาณบริสุทธิ์ แต่พระวิญญาณบริสุทธิ์องค์นี้จะถูกดับในไม่ช้าถ้าเราดำเนินชีวิตอยู่ในความบาปและความชั่วอย่างต่อเนื่อง

ด้วยเหตุนี้ เราต้องพยายามเปลี่ยนแปลงจิตใจของตนอย่างต่อเนื่องจนกระทั่งจิตใจนั้นกลายเป็นจิตใจแห่งความจริงอย่างสมบูรณ์ 1 ยอห์น 2:25 กล่าวว่า "นี่แหละเป็นพระสัญญาซึ่งพระองค์ได้ทรงสัญญาไว้แก่เรา คือชีวิตนิรันดร์นั่นเอง" ใช่ครับ พระเจ้าทรงประทานพระสัญญาให้กับเรา แต่พระสัญญานี้มีเงื่อนไขอยู่ข้อหนึ่ง

นั่นก็คือเราต้องผูกพันเป็นอันหนึ่งอันเดียวกันกับองค์พระผู้เป็นเจ้าและพระเจ้าด้วยการประพฤติตามพระคำของพระเจ้าที่เราได้ยินเพื่อพระเจ้าจะประทานชีวิตนิรันดร์ให้กับเรา เราไม่อาจได้รับความรอดถึงแม้เราจะพูดว่าเราเชื่อในองค์พระผู้เป็นเจ้าเว้นแต่เราดำเนินชีวิตอยู่ในพระเจ้าและในองค์พระผู้เป็นเจ้า

ขั้นตอนการเจริญเติบโตของวิญญาณ

ยอห์น 3:6 กล่าวว่า "ซึ่งบังเกิดจากเนื้อหนังก็เป็นเนื้อหนัง และซึ่งบังเกิดจากพระวิญญาณก็คือจิตวิญญาณ" ข้อนี้เขียนไว้ว่าเราไม่จะสามารถให้กำเนิดกับวิญญาณของเราได้ตราบใดที่เรายังอยู่ในเนื้อหนัง

ด้วยเหตุนี้ เมื่อเราได้รับพระวิญญาณบริสุทธิ์และเมื่อวิญญาณที่ตายไปแล้วของเราฟื้นคืนชีพขึ้นมาใหม่ วิญญาณนั้นต้องเติบโตขึ้นอย่างต่อเนื่อง ถ้าทารกคนหนึ่งไม่เติบโตขึ้นอย่างถูกต้องหรือไม่เจริญเติบโตเลยจะเกิดอะไรขึ้น เด็กคงไม่สามารถมีชีวิตอยู่อย่างปกติสุข ชีวิตฝ่ายวิญญาณก็เช่นเดียวกัน บุตรของพระเจ้าที่มีชีวิตนิรันดร์ต้องเพิ่มพูนความเชื่อของตนขึ้นและทำให้วิญญาณของตนเติบโตขึ้นอย่างต่อเนื่อง

พระคัมภีร์บอกเราว่าขนาดแห่งความเชื่อของแต่ละคนจะแตกต่างกัน (โรม 12:3) 1 ยอห์น 2:12-14 บอกเราเกี่ยวกับความเชื่อระดับต่าง ๆ โดยแบ่งความเชื่อเหล่านั้นออกเป็นความเชื่อของลูกเล็ก ๆ ความเชื่อของคนหนุ่ม ๆ ความเชื่อของบิดา

ลูกเล็ก ๆ ทั้งหลายเอ๋ย ข้าพเจ้าเขียนจดหมายถึงท่าน

เพราะว่าบาปของท่านได้รับ
การอภัยแล้วเพราะเห็นแก่พระนามของพระองค์ ท่านทั้งหลายที่เป็นบิดา ข้าพเจ้า
เขียนจดหมายถึงท่าน เพราะท่านทั้งหลายได้รู้จักกับพระองค์ผู้ทรงดำรงอยู่ตั้งแต่
เริ่มแรก ท่านทั้งหลายที่เป็นคนหนุ่ม ๆ ข้าพเจ้าเขียนจดหมายถึงท่าน เพราะท่าน
ทั้งหลายได้ชัยชนะแก่มารร้าย ท่านทั้งหลายผู้เป็นลูกเล็ก ๆ ข้าพเจ้าเขียนจดหมาย
ถึงท่าน เพราะท่านทั้งหลายได้รู้จักกับพระบิดา ท่านทั้งหลายที่เป็นบิดา ข้าพเจ้าเขียน
จดหมายถึงท่าน เพราะท่านทั้งหลายได้รู้จักกับพระองค์ผู้ทรงดำรงอยู่ตั้งแต่เริ่มแรก
ท่านทั้งหลายที่เป็นคนหนุ่ม ๆ ข้าพเจ้าเขียนจดหมายถึงท่าน เพราะท่านทั้งหลายมี
กำลังมาก และพระวจนะของพระเจ้าดำรงอยู่ในท่านทั้งหลาย และท่านได้ชัยชนะ

แก่มารร้ายแล้ว

ยิ่งเราเปลี่ยนตนเองให้มีจิตใจที่แท้จริงมากขึ้นเท่าใด พระเจ้าก็จะประทานความเชื่อจากเบื้องบนให้กับเรามากขึ้นเท่านั้น นี่เป็นความเชื่อที่ทำให้เราสามารถเชื่อจากจิตใจของเราซึ่งเป็นการ "ให้กำเนิดกับวิญญาณจิตโดยพระวิญญาณ" นี่คือสิ่งที่พระวิญญาณบริสุทธิ์ทรงกระทำ นั่นคือ พระวิญญาณบริสุทธิ์ทรงอนุญาตให้เราให้กำเนิดกับวิญญาณและทรงช่วยให้เราเพิ่มพูนความเชื่อของเราขึ้น พระวิญญาณบริสุทธิ์เสด็จเข้ามาในจิตใจของเราและทรงสอนเราในเรื่องความบาป ความชอบธรรม และการพิพากษา (ยอห์น 16:7-8) พระองค์ทรงช่วยเราให้เชื่อในพระเยซูคริสต์

พระองค์ทรงช่วยเราให้รู้ถึงความหมายฝ่ายวิญญาณทีบรรจุอยู่ในพระคำของพระเจ้าและให้ยอมรับพระคำนั้นด้วยจิตใจของเราเช่นกัน ในขั้นตอนนีเราสามารถรือฟื้นพระฉายาของพระเจ้าทีสูญเสียไปขึ้นมาใหม่และเป็นบุตรทีแท้จริงของพระเจ้าซึงเป็นผู้คนฝ่ายวิญญาณและฝ่ายวิญญาณอย่างสมบูรณ์

เพือให้วิญญาณของเราเติบโตขึ้น ประการแรกเราต้องรือทำลายความคิดฝ่ายเนือหนังของเราก่อน ความคิดฝ่ายเนือหนังก่อตัวขึ้นเมือความเท็จในจิตใจของเราปรากฏออกมาผ่านการทำงานของจิตใจทีเต็มไปด้วยความเท็จ ยกตัวอย่าง ถ้าท่านมีความชัวอยู่ในจิตใจของท่านและถ้าท่านได้ยินใครบางคนนินทาท่าน อันดับแรกการทำงานของจิตใจทีเต็มไปด้วยความเท็จจะเกิดขึ้น ท่านมีความคิดว่าคนนั้นหยาบคายและท่านรู้สึกไม่พอใจและความรู้สึกในแง่ลบอาจปรากฏออกมา

ผู้ทีควบคุมจิตใจไว้ในช่วงเวลานีคือซาตาน ซาตานเป็นผู้ทีใส่ความคิดชัวเข้าไป ความเท็จในจิตใจซึงเป็นความต้องการของเนือหนัง (เช่น การมีอารมณ์วู่วาม ความเกลียดชัง ความรู้ขุ่นเคือง และความหยิงผยอง) จะถูกกระตุ้นผ่านการทำงานของจิตใจ แทนทีท่านจะพยายามเข้าใจคนอืน ท่านกลับต้องการทีจะเผชิญกันคนนันทันที

ความต้องการของเนือหนังเหล่านี (ซึงผมได้กล่าวถึงก่อนหน้านี) เป็นของความคิดฝ่ายเนือหนังเช่นกัน ถ้าความชอบธรรมส่วนตัว การสร้างกรอบความคิดส่วนตัว หรือหลักทฤษฎีส่วนตัวของบุคคลปรากฏออกมาผ่านการทำงานของจิตใจ สิงเหล่านีคือความต้องการของเนือหนังด้วยเช่นกัน สมมุติว่าคนหนึงมีกรอบความคิดบางอย่างทีทำให้เขาเชือว่าการประนีประนอมในเรืองความเชือเป็นสิงทีไม่ถูกต้อง ดังนันเขาจึงคิดอยู่ตลอดเวลาว่าแนวคิดของเขาถูกต้องและทำลายความสงบสุขกับคนอืนแม้แต่ในสถานการณ์ทีเขาควรจะคำนึงถึงระดับความเชือและสภาพการณ์ของคนอืน นอกจากนัน สมมุติว่าค

นหนึ่งมีความคิดเกี่ยวกับบางเรื่องและเชื่อว่าเป็นการยากที่จะบรรลุถึงบางสิ่งบางอย่างเมื่อคำนึงถึงความเป็นจริงของสถานการณ์ สิ่งนี้ถือเป็นความคิดฝ่ายเนื้อหนังด้วยเช่นกัน

แม้หลังจากได้รับพระวิญญาณบริสุทธิ์ด้วยการต้อนรับเอาพระเยซูองค์พระผู้เป็นเจ้า เราก็ยังมีความคิดฝ่ายเนื้อหนังอยู่ตราบใดที่เราไม่ได้กำจัดเนื้อหนังทิ้งไป เราจะมีความคิดฝ่ายวิญญาณเมื่อเรานำเอาความรู้เรื่องความจริง (ซึ่งได้แก่พระคำของพระเจ้า) กลับมาใช้อีก แต่เราจะมีความคิดฝ่ายเนื้อหนังเมื่อเรานำเอาความรู้เรื่องความเท็จนำกลับมาใช้อีก พระวิญญาณบริสุทธิ์ไม่อาจระดมความรู้เรื่องความจริงออกมาใช้ตราบใดที่เรายังมีความคิดฝ่ายเนื้อหนังเหล่านี้อยู่

เพราะเหตุนี้โรม 8:5-8 จึงกล่าวว่า "เพราะว่า คนทั้งหลายที่อยู่ฝ่ายเนื้อหนังก็ปักใจในสิ่งของต่าง ๆ ซึ่งเป็นของเนื้อหนัง แต่คนทั้งหลายที่อยู่ฝ่ายพระวิญญาณก็ปักใจในสิ่งของต่าง ๆ ซึ่งเป็นของพระวิญญาณ ด้วยว่าซึ่งปักใจอยู่กับเนื้อหนังก็คือความตาย และซึ่งปักใจอยู่กับพระวิญญาณก็คือชีวิตและสันติสุขเหตุว่าใจซึ่งปักอยู่กับเนื้อหนังนั้นก็เป็นศัตรูต่อพระเจ้า เพราะหาได้อยู่ใต้บังคับพระราชบัญญัติของพระเจ้าไม่ และที่จริงจะอยู่ใต้บังคับพระราชบัญญัตินั้นไม่ได้ เพราะฉะนั้นคนทั้งหลายที่อยู่ฝ่ายเนื้อหนังจะเป็นที่ชอบพระทัยพระเจ้าก็หามิได้"

พระคัมภีร์ตอนนี้กล่าวเป็นนัยว่าเราสามารถบรรลุถึงระดับฝ่ายวิญญาณได้ก็ต่อเมื่อเราทำลายความคิดฝ่ายเนื้อหนังของเราแล้วเท่านั้น ผู้คนที่อยู่ในเนื้อหนังก็มีความคิดฝ่ายเนื้อหนัง ผลลัพธ์ก็คือคนเหล่านี้มีความคิด คำพูด และพฤติกรรมที่ต่อสู้กับพระเจ้า

ตัวอย่างที่ชัดเจนที่สุดตัวอย่างหนึ่งของการต่อสู้กับพระเจ้าเนื่องจากความคิดฝ่ายเนื้อหนังได้แก่กรณีของกษัตริย์ซาอูลใน 1 ซามูเอลบทที่ 15 พระเจ้าทรงสั่งให้ซาอูลยกทัพไปโจมตีคนอามาเล

ขโดยกำชับให้ท่านทำลายทุกสิ่งที่อยู่ที่นั่น นี่เป็นส่วนหนึ่งของการลงโทษที่คนเหล่านั้นต้องได้รับจากการที่เขาต่อสู้กับพระเจ้าอย่างรุนแรงในอดีต

แต่หลังจากซาอูลชนะสงครามท่านกลับนำสัตว์เลี้ยงที่ท่านต้องการถวายแด่พระเจ้ามาด้วย ท่านจับตัวกษัตริย์ของคนอามาเลขด้วยเช่นกันแทนที่จะทำลายเขา ท่านต้องการที่จะอวดอ้างผลงานของตน ซาอูลไม่เชื่อฟังเพราะท่านมีความคิดฝ่ายเนื้อหนังซึ่งเกิดจากความโลภและความหยิ่งผยองของตน เมื่อความโลภและความหยิ่งผยองทำให้ตาของท่านบอดท่านจึงใช้ความคิดฝ่ายเนื้อหนังของตนอย่างต่อเนื่องและในไม่ช้าท่านก็พบกับความตายอันน่าสังเวช

ต้นเหตุสำคัญของการมีความคิดฝ่ายเนื้อหนังคือการที่เรามีความเท็จอยู่ในจิตใจของเรานั่นเอง ถ้าเรามีเพียงความรู้เรื่องความจริงอยู่ในจิตใจของเราเราก็จะไม่มีความคิดฝ่ายเนื้อหนัง ผู้คนที่ไม่มีความคิดฝ่ายเนื้อหนังจะมีแต่ความคิดฝ่ายวิญญาณเพียงอย่างเดียว คนเหล่านี้จะเชื่อฟังพระสุรเสียงและการทรงนำของพระวิญญาณบริสุทธิ์ ดังนั้นเขาจึงเป็นที่รักของพระเจ้าและมีประสบการณ์กับการทำงานของพระองค์

ดังนั้นจึงเป็นที่ชัดเจนว่าเราต้องกำจัดความเท็จทิ้งไปอย่างพากเพียรและเติมตัวเราให้เต็มด้วยความรู้เรื่องความจริงซึ่งได้แก่พระคำของพระเจ้า การเติมตัวเราให้เต็มด้วยความรู้เรื่องความจริงไม่ได้หมายความว่าเรามีความรู้เรื่องความจริงในสมองของเราเท่านั้น แต่เราต้องเติมและเตรียมจิตใจของเราด้วยพระคำของพระเจ้าเช่นกัน ในเวลาเดียวกันเราต้องแทนที่ความคิดของเราเองด้วยความคิดฝ่ายวิญญาณ เมื่อเราพูดคุยกับคนอื่นหรือมองเห็นเหตุการณ์บางอย่าง เราไม่ควรตัดสินและประณามคนอื่นหรือเหตุการณ์นั้นด้วยมุมมองของเราเอง แต่เราต้องพยายามที่จะมองดูคนเหล่านั้นหรือเหตุการณ์เหล่านั้นด้วยความจริง เราต้องตรวจสอบอยู่ตลอดเวลาว่าเราปฏิบัติกับคนอื่นด้วยความดี ความรัก และความสัตย์จริงทุกเวลาหรือไม่เพี

อเราจะสามารถเปลี่ยนแปลง นี่คือวิธีการที่จะทำให้เราเติบโตขึ้นในฝ่ายวิญญาณ

การเตรียมดินดี

สุภาษิต 4:23 กล่าวว่า "จงรักษาใจของเจ้าด้วยความระวังระไวรอบด้าน เพราะแหล่งแห่งชีวิตเริ่มต้นออกมาจากใจ" ข้อนี้กล่าวว่าแหล่งของชีวิตที่ให้ชีวิตนิรันดร์แก่เราเริ่มต้นออกมาจากใจ เราจะสามารถเก็บเกี่ยวผลได้ก็ต่อเมื่อเราหว่านเมล็ดลงไปในดินแล้วเท่านั้น เพื่อให้เมล็ดเหล่านั้นแตกหน่อ เกิดดอก และออกผล การเกิดผลฝ่ายวิญญาณก็เช่นเดียวกัน เราจะสามารถเกิดผลฝ่ายวิญญาณได้ก็ต่อเมื่อเรายอมให้เมล็ดพันธุ์แห่งพระคำของพระเจ้าตกลงไปในทุ่งนาแห่งจิตใจของเราแล้วเท่านั้น

เมื่อพระคำถูกหว่านลงไปในจิตใจของเราแล้ว พระคำของพระเจ้าซึ่งเป็นแหล่งของชีวิตทำหน้าที่สองอย่าง อันดับแรกพระคำจะไถกวาดความบาปและความเท็จออกไปจากจิตใจของเราและจากนั้นพระคำจะช่วยให้เราเกิดผล พระคัมภีร์บรรจุพระบัญญัติข้อสำคัญเอาไว้หลายข้อ แต่เราสามารถจำแนกพระบัญญัติเหล่านั้นออกเป็นหนึ่งในสี่กลุ่มต่อไปนี้ ได้แก่ "จง..." "อย่า..." "จงรักษา..." และ "จงละทิ้ง..." ยกตัวอย่าง พระคัมภีร์บอกเราให้ "ละทิ้ง" ความโลภและความชั่วทุกรูปแบบและพระคัมภีร์สั่งเราว่า "อย่า" เกลียดชังหรืออย่าตัดสิน เป็นต้น เมื่อเราเชื่อฟังพระบัญญัติเหล่านี้ ความบาปก็จะถูกถอนทิ้งไปจากจิตใจของเรา สิ่งนี้หมายความว่าพระคำของพระเจ้าเข้ามาสู่จิตใจของเราและเตรียมจิตใจของเราให้เป็นดินดี

แต่สิ่งนี้จะไร้ประโยชน์ถ้าเราเพียงแต่หยุดไถดิน เราต้องหว่านเมล็ดพันธุ์แห่งความจริงและความดีลงไปในทุ่งนาที่เราไถเอาไว้เพื่อว่าเราจะสามารถเกิดผลของพระวิญญาณบริสุทธิ์ทั้งเก้าอย่าง ผลแห่งพระพรของลักษณะของผู้เป็นสุข และผลของความรักฝ่ายวิญญาณ

การที่เราจะเกิดผลได้นั้นเราต้องเชื่อฟังพระบัญญัติที่สั่งให้เรารักษาและทำบางสิ่งบางอย่าง เมื่อเรารักษาและประพฤติตามพระบัญญัติของพระเจ้าในไม่ช้าเราก็จะเกิดผล

ขั้นตอนของการเป็นมนุษย์ฝ่ายวิญญาณ (ตามที่กล่าวไว้ในหัวข้อ "การเตรียมมนุษย์" ในส่วนแรกของบทนี้) เป็นเหมือนกับการเตรียมดินในทุ่งนาแห่งจิตใจของเรา เราเปลียนทุ่งนาที่รกร้างให้กลายเป็นเป็นทุ่งนาที่มีดินดีด้วยการไถดิน การเก็บกวาดก้อนหิน และการถอนวัชพืช ในทำนองเดียวกัน เราต้องกำจัดการงานของเนื้อหนังและความต้องการของเนื้อหนังทุกอย่างทิ้งไปด้วยการเชื่อฟังพระคำของพระเจ้าที่บอกเราว่า "อย่าทำสิ่งนี้" และ "จงกำจัดสิ่งนั้น" ทิ้งไป แต่ละคนมีความชั่วร้ายชนิดต่าง ๆ ไม่เหมือนกัน ดังนั้นถ้าเรากำจัดรากเหง้าของความชั่วที่ยากต่อการกำจัดทิ้งไปได้ ความชั่วร้ายรูปแบบอื่นที่ยึดโยงกับรากเหง้านั้นก็จะถูกกำจัดทิ้งไปพร้อมกัน ยกตัวอย่าง ถ้าคนที่มีความอิจฉาอย่างรุนแรงถอนรากความอิจฉาของตนทิ้งไป ความชั่วร้ายรูปแบบอื่นที่ยึดโยงกับความอิจฉานั้น (เช่น การเกลียดชัง การนินทา และความเท็จ) ก็จะถูกถอนทิ้งไปพร้อมกัน

เมื่อเราถอนรากเหง้าสำคัญของความโกรธออกไป ความชั่วร้ายรูปแบบอื่น (เช่น ความฉุนเฉียวและความหงุดหงิด) ก็จะถูกถอนออกไปเช่นกัน ถ้าเราอธิษฐานและพยายามกำจัดความโกรธทิ้งไป พระเจ้าจะประทานพระคุณและกำลังให้กับเราและพระวิญญาณบริสุทธิ์จะทรงช่วยเรากำจัดสิ่งนั้นทิ้งไป เมื่อเราประยุกต์ใช้พระคำแห่งความจริงในชีวิตประจำวันของเราอย่างต่อเนื่องเราก็จะมีความไพบูลย์ของพระวิญญาณบริสุทธิ์และพลังของเนื้อหนังจะอ่อนกำลังลง สมมุติว่าคนหนึ่งโกรธวันละสิบครั้ง แต่เมื่อความถี่ของการโกรธของเขาลดลงเหลือเก้าครั้ง เจ็ดครั้ง และห้าครั้ง ในไม่ใช้ความโกรธนี้ก็จะหายไป ในการทำเช่นนั้น ถ้าเราเปลียนจิตใจของเราให้เป็นดินดีด้วยกำจัดธรรมชาติทุกอย่างทิ้งไป

จิตใจนี้ก็จะกลายเป็นจิตใจ “ฝ่ายวิญญาณ”

นอกเหนือจากนั้นแล้วเราต้องปลูกฝังพระคำแห่งความจริงเอาไว้ซึ่งพระคำนั้นบอกเราให้ทำและรักษาบางสิ่งบางอย่าง เช่น ให้รัก ให้ยกโทษ ให้รับใช้คนอื่น และให้รักษาวันสะบาโต เป็นต้น ณ จุดนี้ เราไม่ได้เติมตัวเราเองให้เต็มด้วยความจริงหลังจากที่เราเสร็จสิ้นการกำจัดความเท็จทั้งมวลทิ้งไปแล้วเท่านั้น การกำจัดความเท็จและการแทนที่ความเท็จเหล่านั้นด้วยความจริงต้องเกิดขึ้นในเวลาเดียวกัน เมื่อเรามีเพียงความจริงอยู่ในจิตใจของเราโดยผ่านขั้นตอนนี้เราก็ถือว่าเราเป็นบุคคลฝ่ายวิญญาณ

สิ่งหนึ่งที่เราต้องกำจัดทิ้งไปเพื่อจะทำให้เราเป็นบุคคลฝ่ายวิญญาณคือความชั่วที่อยู่ในธรรมชาติดั้งเดิมของเรา ถ้าเปรียบเทียบธรรมชาติดั้งเดิมนี้กับดินความชั่วของธรรมชาติดั้งเดิมเหล่านี้อาจเปรียบได้กับคุณลักษณะของดิน ความชั่วเหล่านี้ถูกถ่ายทอดจากพ่อแม่ลงไปสู่ลูกผ่านพลังชีวิตหรือที่เรียกว่า “ชิ” นอกจากนั้น ถ้าเราติดต่อสัมพันธ์และรับเอาสิ่งชั่วร้ายเข้าไปในช่วงการเจริญเติบโตของเรา ธรรมชาติของเราก็ยิ่งจะชั่วร้ายมากขึ้น ความชั่วที่อยู่ในธรรมชาติดั้งเดิมของเราจะไม่ถูกเปิดเผยออกมาในสถานการณ์ปกติและเป็นการยากที่จะรู้จักสิ่งนี้

ดังนั้นแม้เราได้กำจัดความบาปและความชั่วที่ปรากฏให้เห็นอย่างชัดเจนทิ้งไป การกำจัดความชั่วที่ฝังลึกอยู่ในธรรมชาติของเราไม่ใช่สิ่งที่จะกระทำได้ง่าย ๆ เพื่อให้เราสามารถทำสิ่งนี้ได้เราต้องอธิษฐานด้วยใจร้อนรนและใช้ความพยายามอย่างมากในการค้นหาและกำจัดสิ่งนั้นทิ้งไป

ในบางกรณี การเจริญเติบโตฝ่ายวิญญาณของเราหยุดชะงักหลังจากที่เราไปถึงจุดหนึ่ง สาเหตุเป็นเพราะความชั่วที่อยู่ในธรรมชาติของเรานั่นเอง ในการกำจัดวัชพืชนั้นเราต้องถอนรากของวัชพืชเหล่านั้นออกมา ไม่ใช่ตัดเฉพาะใบและลำต้นของมันเท่านั้น ในทำนองเดียวกัน เราจะสามารถมีจิตใจฝ่ายวิญญาณได้ก็ต่อเมื่อเร

ารู้และกำจัดความชั่วที่อยู่ในธรรมชาติเราทิ้งไปแล้วเท่านั้น เมื่อเรากลายเป็นบุคคลฝ่ายวิญญาณด้วยวิธีนี้แล้ว จิตสำนึกของเราก็จะกลายเป็นความจริงและจิตใจของเราก็จะถูกเติมเต็มด้วยความจริงเพียงอย่างเดียว สิ่งนี้หมายความว่าจิตใจของเราจะกลายเป็นวิญญาณนั่นเอง

ร่องรอยของเนื้อหนัง

มนุษย์ฝ่ายวิญญาณไม่มีความชั่วอยู่ในจิตใจของตน เพราะเขาเต็มล้นด้วยพระวิญญาณเขาจึงมีความสุขอยู่เสมอ แต่คนเหล่านี้ยังไม่ครบถ้วนสมบูรณ์ เขายังมี “ร่องรอยของเนื้อหนัง” อยู่ ร่องรอยของเนื้อหนังเชื่อมโยงกับบุคลิกหรือธรรมชาติดั้งเดิมของแต่ละคน ยกตัวอย่าง บางคนเป็นคนสัตย์จริง ชอบธรรม และตรงไปตรงมา แต่เขาขาดความเอื้อเฟื้อเผื่อแผ่และความเมตตา บางคนอาจเต็มไปด้วยความรักและชอบให้กับผู้อื่น แต่เขาอาจเป็นคนที่เจ้าอารมณ์มากเกินไปหรือคำพูดและการกระทำของเขาอาจขัดหูขัดตา

เพราะคุณลักษณะเหล่านี้ยังเป็นร่องรอยของเนื้อหนังอยู่ภายในบุคลิกภาพของเขา คนเหล่านี้จึงคงมีผลกระทบต่อคนอื่นแม้หลังจากที่เขาเข้าสู่ฝ่ายวิญญาณ สิ่งนี้คล้ายคลึงกับเสื้อผ้าที่มีรอยเปื้อนเก่า สีสันเดิมของเสื้อผ้าอาจไม่กลับมาสดใสเหมือนเดิมแม้เราจะออกแรงซักเสื้อผ้านั้นอย่างมากก็ตาม เราไม่ถือว่าร่องรอยของเนื้อหนังเหล่านี้เป็นความชั่ว แต่เราต้องกำจัดสิ่งเหล่านี้ออกไปและเต็มล้นไปด้วยผลของพระวิญญาณทั้งเก้าชนิดอย่างครบถ้วนซึ่งสิ่งนี้จะช่วยให้เราสามารถเข้าสู่ฝ่ายวิญญาณอย่างสมบูรณ์ เราสามารถพูดว่าจิตใจที่ไม่มีความเท็จเหมือนทุ่งนาที่ถูกไถกวาดเป็นอย่างดีคือ “วิญญาณ” เมื่อเมล็ดพืชถูกหว่านลงไปในทุ่งนาแห่งจิตใจที่ได้รับการเตรียมไว้เป็นอย่างดีและเมล็ดนั้นเกิดผลของวิญญาณอันงดงาม เราถือว่าจิตใจนี้เป็นจิตใจที่อยู่ “ฝ่ายวิญญาณอย่างสมบูรณ์”

การกลับสู่สภาพเดิมของวิญญาณ

เมือกษัตริย์ดาวิดเข้าสู่ฝ่ายวิญญาณพระเจ้าทรงอนุญาตให้เกิดค
วามยากลำบากขึ้นกับท่าน วันหนึ่งดาวิดสั่งให้โยอาบขึ้นทะเบียนปร
ะชากร สิ่งนี้หมายถึงการนับจำนวนประชากรที่สามารถออกไปทำส
งคราม โยอาบรู้ว่าสิ่งนี้ไม่ถูกต้องในสายพระเนตรของพระเจ้าและ
พยายามที่จะยับยั้งไม่ให้ดาวิดกระทำสิ่งนั้น แต่ดาวิดไม่ฟัง ผลลัพธ์
ก็คือพระพิโรธของพระเจ้าก็ลงมาและประชาชนจำนวนมากตายด้ว
ยโรคระบาด

ดาวิดรู้จักน้ำพระทัยของพระเจ้าเป็นอย่างดี แต่ท่านเป็นเหตุให้เ
รื่องในทำนองนั้นเกิดขึ้นได้อย่างไร ดาวิดเคยถูกกษัตริย์ซาอูลไล่ล่า
เป็นเวลานานและทำสงครามต่อสู้กับคนต่างชาติมากมาย ครั้งหนึ่งท่
านถูกโอรสของท่านเองไล่ล่าและถูกคุกคามเอาชีวิต แต่หลังจากเวล
าอันยาวนานผ่านพ้นไปเมื่ออำนาจทางการเมืองของท่านมีความเป็
นปึกแผ่นและประเทศของท่านมีอำนาจมากขึ้นดาวิดเกิดความประ
มาทเมื่อท่านเกิดความรู้สึกชะล่าใจ ตอนนี้ท่านต้องการที่จะอวดอ้าง
ถึงประชากรจำนวนมากในประเทศของท่าน

อพยพ 30:12 บันทึกไว้ว่า “เมื่อเจ้าจะจดสำมะโนครัวชน
ชาติอิสราเอลจงให้เขาต่างนำทรัพย์สินมาถวายพระเยโฮวาห์
เป็นค่าไถ่ชีวิต เมื่อเจ้านับจำนวนเขา เพื่อจะมิได้เกิดภัยพิบัติขึ้นใน
หมู่พวกเขาเมื่อเจ้านับเขา” ครั้งหนึ่งพระเจ้าทรงสั่งให้คนอิสราเอลจ
ดสำมะโนครัวประชากรหลังจากการอพยพ แต่การจดสำมะโนครัว
ครั้งนั้นก็เพื่อการจัดระเบียบประชาชน ประชาชนแต่ละคนต้องนำค่
าไถ่สำหรับตนเองมาถวายแด่พระเจ้าเพื่อให้คนเหล่านั้นระลึกว่าทุก
ชีวิตดำรงอยู่ด้วยการปกป้องรักษาของพระเจ้าซึ่งจะทำให้เขาถ่อมใ
จลง การจดสำมะโนครัวประชากรไม่ใช่ความบาปในตัวเองและเป็
นสิ่งที่ทำได้เมื่อมีความจำเป็น แต่พระเจ้าทรงปรารถนาความถ่อมใ
จต่อพระพักตร์ของพระองค์ด้วยการยอมรับความจริงข้อที่ว่าพลังอำ
นาจในการมีประชาชนจำนวนมากนั้นเป็นมาจากพระเจ้า

แต่ดาวิดก็จดสำมะโนครัวประชากรแม้พระเจ้าไม่ได้ตรัสสั่ง สิ่ง

นีเปิดเผยให้เห็นถึงจิตใจของดาวิดอย่างชัดเจนว่าท่านไม่ได้พึ่งพิงพระเจ้าแต่พึ่งพิงมนุษย์เพราะการมีประชาชนจำนวนมากหมายความว่าท่านมีทหารจำนวนมากและประเทศของท่านก็แข็งแกร่ง เมื่อดาวิดสำนึกถึงความผิดของตนท่านกลับใจทันที แต่ท่านได้เข้าไปสู่เส้นทางของความยากลำบากแล้ว คราวนั้นมีโรคระบาดเกิดขึ้นทั่วแผ่นดินอิสราเอลซึ่งเป็นเหตุให้ผู้คนจำนวน 70,000 เสียชีวิตทันที

แน่นอน การที่ผู้คนจำนวนมากเสียชีวิตเช่นนั้นไม่ได้มีต้นเหตุมาจากความหยิ่งผยองของดาวิดเพียงอย่างเดียว กษัตริย์สามารถจดสำมะโนครัวประชากรเมื่อใดก็ได้และเจตนาของท่านไม่ใช่เพื่อทำบาป ด้วยเหตุนี้ในสายตาของมนุษย์เราจึงไม่สามารถพูดว่าท่านทำบาป แต่ในสายพระเนตรของพระเจ้าผู้ทรงดีพร้อมพระองค์อาจตรัสว่าดาวิดไม่ได้พึ่งพิงพระเจ้าอย่างสิ้นเชิงและท่านเป็นคนหยิ่งผยอง

มีบางสิ่งบางอย่างที่ไม่ถือว่าเป็นความชั่วในสายตาของมนุษย์ แต่สิ่งเหล่านั้นเป็นความชั่วร้ายในมุมมองของพระเจ้าผู้ทรงดีพร้อม นีคือ "ร่องรอยของเนื้อหนัง" ที่หลงเหลืออยู่หลังจากบุคคลได้รับการชำระให้บริสุทธิ์ พระเจ้าทรงอนุญาตให้ความยากลำบากเช่นนั้นเกิดขึ้นทั่วแผ่นดินอิสราเอลผ่านทางดาวิดก็เพื่อทำให้ท่านสมบูรณ์แบบมากขึ้นด้วยการกำจัดร่องรอยของเนื้อหนังเหล่านั้นทิ้งไป แต่เหตุผลหลักที่พระเจ้าทรงอนุญาตให้เกิดโรคระบาดขึ้นเหนือแผ่นดินอิสราเอลก็เพราะความบาปของประชาชนที่ยั่วยุพระพิโรธของพระเจ้า 2 ซามูเอล 24:1 กล่าวว่า "พระพิโรธของพระเยโฮวาห์ได้เกิดขึ้นต่ออิสราเอลอีก เพื่อทรงต่อสู้เขาทั้งหลายจึงทรงดลใจดาวิดตรัสว่า 'จงไปนับคนอิสราเอลและคนยูดาห์'"

ดังนั้น ในการเกิดโรคระบาดครั้งนั้นประชาชนที่เป็นคนดีก็รอดจากการถูกลงโทษ ผู้คนที่ล้มตายคือคนที่ทำบาปซึ่งไม่เป็นที่ยอมรับต่อพระเจ้า แต่สำหรับดาวิดท่านไว้ทุกข์อย่างมากและกลับใจอย่างถ่องแท้เมื่อประชาชนจำนวนมากล้มตายเพราะการกระทำของท่าน ดังนั้นสำหรับพระเจ้าพระองค์ทรงกระทำการสองอย่างผ่านทางเหตุ

ารณ์เดียว พระองค์ทรงลงโทษคนบาปและในเวลาเดียวกันพระองค์ทรงนำการฝัดร่อนมาเหนือดาวิด

หลังจากการลงโทษ พระเจ้าทรงอนุญาตให้ดาวิดถวายเครื่องบูชาไถ่บาปที่ลานนวดข้าวของอาราวนาห์ ดาวิดทำสิ่งที่พระเจ้าทรงบอกให้ท่านทำ ท่านรับเอาสถานที่แห่งนั้นมาและเริ่มเตรียมงานก่อสร้างพระวิหาร ดังนั้นเราจะเห็นได้ว่าดาวิดได้รับพระคุณของพระเจ้ากลับคืนมาใหม่ ความยากลำบากในครั้งนี้ทำให้ดาวิดถ่อมตัวลงมากขึ้นและสิ่งนี้เป็นก้าวหนึ่งสำหรับการที่ท่านจะเข้าไปสู่ฝ่ายวิญญาณอย่างสมบูรณ์

หลักฐานของการอยู่ฝ่ายวิญญาณอย่างสมบูรณ์

ถ้าเราบรรลุถึงระดับฝ่ายวิญญาณอย่างสมบูรณ์เราก็จะสำแดงหลักฐานบางอย่างให้เห็น ซึ่งหมายความว่าเราจะสำแดงผลของวิญญาณออกมา แต่สิ่งนี้ไม่ได้หมายความว่าเราจะไม่เกิดผลไปจนกว่าเราจะบรรลุถึงระดับฝ่ายวิญญาณอย่างสมบูรณ์ มนุษย์ฝ่ายวิญญาณอยู่ในกระบวนการของการสำแดงผลของความรักฝ่ายวิญญาณ ผลของความสว่าง ผลทั้งเก้าอย่างของพระวิญญาณบริสุทธิ์ และผลของลักษณะของผู้เป็นสุข เนื่องจากคนเหล่านี้ยังอยู่ในขั้นตอนของการเกิดผลเขาจึงยังไม่สำแดงผลเหล่านี้อย่างครบถ้วนสมบูรณ์ มนุษย์ฝ่ายวิญญาณแต่ละคนมีระดับการเกิดผลฝ่ายวิญญาณที่แตกต่างกัน

ยกตัวอย่าง ถ้าบุคคลเชื่อฟังพระบัญญัติของพระเจ้าที่สั่งให้เรา "รักษา" และ "ละทิ้ง" บางสิ่งบางอย่าง เขาก็จะไม่มีความเกลียดชังหรือความรู้สึกขุ่นเคืองใจไม่ว่าในสถานการณ์ใดก็ตาม แต่ขนาดของการเกิดผลในท่ามกลางผู้คนฝ่ายวิญญาณจะแตกต่างกันออกไปในส่วนที่เกี่ยวข้องกับพระบัญชาของพระเจ้าที่สั่งให้เรา "ทำ" บางสิ่งบางอย่าง ยกตัวอย่าง พระเจ้าทรงบอกให้เรา "รัก" ท่านอาจอยู่ในระดับที่ท่านไม่เกลียดชังคนอื่นในขณะเดียวกันท่านก็อาจอยู่ใน

ระดับที่ท่านสามารถเอาชนะใจคนอื่นด้วยการรับใช้เขาอย่างจริงจัง นอกจากนี้ ท่านอาจอยู่ในระดับที่ท่านสามารถให้ชีวิตกับคนอื่นได้ เมื่อท่านสำแดงการประพฤติเช่นนี้ออกมาอย่างสมบูรณ์แบบและไม่แปรเปลี่ยน เราสามารถพูดว่าท่านได้เพาะบ่มความเป็นบุคคลฝ่ายวิญญาณอย่างสมบูรณ์

แต่ละคนมีความแตกต่างกันในเรื่องขนาดของการเกิดผลแห่งพระวิญญาณบริสุทธิ์เช่นกัน ในกรณีของมนุษย์ฝ่ายวิญญาณคนหนึ่งอาจเกิดผลไปถึงระดับ 50% ของขนาดการเกิดผลอย่างสมบูรณ์และอีกคนหนึ่งอาจเกิดผลไปถึง 70% คนหนึ่งอาจมีความรักอย่างบริบูรณ์แต่ขาดการบังคับตนเอง หรือคนหนึ่งอาจมีความสัตย์ซื่ออย่างมากแต่ขาดความสุภาพอ่อนน้อม

แต่สำหรับมนุษย์ฝ่ายวิญญาณอย่างสมบูรณ์เขาจะเกิดผลของพระวิญญาณบริสุทธิ์อย่างครบถ้วนจนเต็มขนาด พระวิญญาณบริสุทธิ์ทรงทำงานและควบคุมจิตใจของเราเอาไว้ 100% ดังนั้นเขาจึงมีความกลมกลืนในทุกสิ่งโดยไม่ขาดแคลนสิ่งใดเลย คนเหล่านี้มีความรักอย่างแรงกล้าต่อองค์พระผู้เป็นเจ้าในขณะที่เขาสามารถบังคับตนเองให้ประพฤติตนอย่างเหมาะสมในแต่ละสถานการณ์ได้อย่างสมบูรณ์

คนเหล่านี้นุ่มนวลและสุภาพอ่อนน้อมเหมือนปุยฝ้ายและกระนั้นเขาก็มีศักดิ์ศรีและสิทธิอำนาจเหมือนสิงโต เขามีความรักที่จะอยู่เพื่อประโยชน์ของผู้อื่นในทุกสิ่งและพร้อมที่จะเสียสละชีวิตของตนเพื่อคนอื่น แต่เขาไม่มีอคติ เขาเชื่อฟังความยุติธรรมของพระเจ้า แม้ในยามที่พระเจ้าทรงสั่งให้เขาทำบางอย่างที่เป็นไปไม่ได้ด้วยความสามารถของมนุษย์ คนเหล่านี้เพียงแต่เชื่อฟังด้วยการตอบว่า "ใช่แล้วพระองค์เจ้าข้า" และ "อาเมน"

ถ้ามองจากภายนอก การแสดงออกถึงการเชื่อฟังของมนุษย์ฝ่ายวิญญาณและมนุษย์ฝ่ายวิญญาณอย่างสมบูรณ์อาจดูคล้ายคลึงกัน แต่ที่จริงการเชื่อฟังของคนทั้งสองกลุ่มแตกต่างกัน มนุษย์ฝ่ายวิญญ

การกลับสู่สภาพเดิมของวิญญาณ

าณเชื่อฟังเพราะเขารักพระเจ้าในขณะที่มนุษย์ฝ่ายวิญญาณอย่างสมบูรณ์เชื่อฟังเพราะเขาเข้าใจพระทัยและเจตนารมณ์ของพระเจ้าอย่างลึกซึ้ง มนุษย์ฝ่ายวิญญาณอย่างสมบูรณ์เป็นบุตรที่แท้จริงของพระเจ้าที่มีพระทัยของพระองค์โดยได้บรรลุถึงความไพบูลย์ของพระคริสต์อย่างเต็มขนาดในทุกด้าน คนเหล่านี้แสวงหาการชำระให้บริสุทธิ์ในทุกสิ่งและมีสันติสุขกับทุกคนและสัตย์ซื่อต่อสิ่งสารพัดในชุมชนของพระเจ้า

1 เธสะโลนิกา 4:3 กล่าวว่า "เพราะนี่แหละเป็นพระประสงค์ของพระเจ้า คือให้ท่านเป็นคนบริสุทธิ์ เว้นเสียจากการล่วงประเวณี" และ 1 เธสะโลนิกา 5:23 กล่าวว่า "และขอให้องค์พระเจ้าแห่งสันติสุขทรงตั้งท่านเป็นคนบริสุทธิ์หมดจด และข้าพเจ้าอธิษฐานต่อพระเจ้าให้ทรงรักษาทั้งวิญญาณ จิตใจและร่างกายของท่านไว้ให้ปราศจากการติเตียน จนถึงวันที่พระเยซูคริสต์องค์พระผู้เป็นเจ้าของเราเสด็จมา"

การเสด็จมาของพระเยซูคริสต์องค์พระผู้เป็นเจ้าของเราหมายความว่าพระองค์จะเสด็จมารับบุตรของพระองค์ก่อนเหตุการณ์ความทุกข์เวทนาครั้งใหญ่เจ็ดปี สิ่งนี้หมายความว่าเราต้องบรรลุถึงระดับฝ่ายวิญญาณอย่างสมบูรณ์และรักตนเองให้สะอาดหมดจดเพื่อพบกับองค์พระผู้เป็นเจ้าก่อนที่สิ่งนี้จะเกิดขึ้น เมื่อเราบรรลุถึงการอยู่ฝ่ายวิญญาณอย่างสมบูรณ์แล้วจิตใจและร่างกายของเราจะเป็นของวิญญาณและเราจะสามารถรอรับองค์พระผู้เป็นเจ้าโดยปราศจากตำหนิ

พระพรที่มอบให้กับมนุษย์ฝ่ายวิญญาณและฝ่ายวิญญาณอย่างสมบูรณ์

สำหรับมนุษย์ฝ่ายวิญญาณ จิตวิญญาณของคนเหล่านี้จะจำเริญขึ้น ดังนั้นเขาจึงจำเริญสุขทุกประการและมีพลานามัยสมบูรณ์ (3 ยอห์น 1:2) คนเหล่านี้ได้กำจัดความชั่วที่อยู่ลึกในใจของเขาทิ้งไป ดังนั้นเขาจึงเป็นบุตรที่บริสุทธิ์ของพระเจ้าในความหมายที่แท้จริง คนเหล่านี้สามารถชื่นชมกับสิทธิอำนาจฝ่ายวิญญาณในฐานะบุตรข

องความสว่าง

ประการแรก คนเหล่านี้มีพลานามัยสมบูรณ์และเขาไม่มีโรคภัยไข้เจ็บ เมื่อเราเข้าสู่ฝ่ายวิญญาณแล้วพระเจ้าจะทรงปกป้องเราจากโรคภัยไข้เจ็บและอุบัติเหตุต่าง ๆ และเราจะได้ชื่นชมกับชีวิตที่มีพลานามัยสมบูรณ์ แม้เราจะอายุมากขึ้นแต่เราจะไม่แก่ชราหรืออ่อนแอ และเราจะไม่มีรอยเหี่ยวย่นเพิ่มขึ้น นอกจากนี้ ถ้าเราเข้าสู่ฝ่ายวิญญาณอย่างสมบูรณ์ แม้แต่รอยเหี่ยวย่นของเราก็จะยืดตรงและเต่งตึง คนเหล่านี้จะหนุ่มแน่นขึ้นและได้รับกำลังของตนกลับคืนมา

เมื่ออับราฮัมผ่านการทดสอบเรื่องการถวายอิสอัคเป็นเครื่องเผาบูชา ท่านก็เข้าสู่ระดับฝ่ายวิญญาณอย่างสมบูรณ์ ท่านเลี้ยงดูลูกของตนได้แม้จะมีอายุถึง 140 ปี สิ่งนี้หมายความว่าท่านกลับมาเป็นคนหนุ่มอีกครั้งหนึ่ง โมเสสเป็นคนที่ถ่อมใจและอ่อนสุภาพมากกว่าทุกคนบนแผ่นดินโลกเช่นกันและท่านทำงานอย่างหนักเป็นเวลา 40 ปีหลังจากที่ท่านได้รับการทรงเรียกจากพระเจ้าเมื่อท่านอายุ 80 ปี แม้ท่านมีอายุ 120 ปีแล้วแต่ "นัยน์ตาของท่านมิได้มัวไปหรือกำลังของท่านก็ไม่ถอย" เฉลยธรรมบัญญัติ 34:7)

ประการที่สอง มนุษย์ฝ่ายวิญญาณไม่มีความชั่วในจิตใจ ดังนั้นผีมารซาตานจึงไม่สามารถนำการทดลองหรือความยากลำบากมาสู่เขา 1 ยอห์น 5:18 กล่าวว่า "เราทั้งหลายรู้ว่า คนใดที่บังเกิดจากพระเจ้าก็ไม่กระทำบาป แต่ว่าคนที่บังเกิดจากพระเจ้าก็ระวังรักษาตัว และมารร้ายนั้นไม่แตะต้องเขาเลย" ผีมารซาตานกล่าวโทษมนุษย์ฝ่ายเนื้อหนังพร้อมกับนำการทดลองและความยากลำบากมาสู่เขา

ช่วงแรกโยบอยู่ในสถานะที่เขายังไม่ได้กำจัดความชั่วทั้งสิ้นออกไปจากธรรมชาติของตน ดังนั้นเมื่อซาตานกล่าวหาเขาต่อพระพักตร์พระเจ้า พระเจ้าจึงทรงอนุญาตให้มีความยากลำบากเกิดขึ้น โยบรู้สึกถึงความชั่วของตนและกลับใจในขณะที่เขากำลังเผชิญกับความยากลำบากที่มีต้นเหตุมาจากการกล่าวโทษของซาตาน แต่หลังจากที่เขากำจัดความชั่วที่อยู่ในธรรมชาติของตนทิ้งไปและเข้าสู่ฝ่ายวิญญ

ญาณ ซาตานก็ไม่สามารถกล่าวโทษโยบได้อีกต่อไป ดังนั้นพระเจ้าจึงทรงอวยพระพรโยบมากขึ้นเป็นสองเท่าจากที่เขาเคยมีก่อนหน้านี้

ประการที่สาม มนุษย์ฝ่ายวิญญาณได้ยินพระสุรเสียงของพระวิญญาณบริสุทธิ์อย่างชัดเจนและรับการทรงนำจากพระองค์ ดังนั้นเขาจึงได้รับการทรงนำไปตามเส้นทางของความมั่งคั่งในทุกสิ่ง สำหรับมนุษย์ฝ่ายวิญญาณ จิตใจของเขาเปลี่ยนไปเป็นความจริง ดังนั้นเขาจึงดำเนินชีวิตอยู่ในพระคำของพระเจ้า สิ่งใดก็ตามที่เขาจะสอดคล้องกับความจริงเสมอ เขาได้ยินเสียงเรียกร้องของพระวิญญาณบริสุทธิ์อย่างชัดเจนและเชื่อฟังพระสุรเสียงนั้น นอกจากนั้น ถ้าเขาอธิษฐานขอให้บางสิ่งบางอย่างเกิดขึ้น เขาจะอดทนรอคอยด้วยความเชื่อที่ไม่แปรเปลี่ยนไปจนกระทั่งคำอธิษฐานของเขาจะได้รับคำตอบ

ถ้าเราเชื่อฟังตลอดเวลาด้วยวิธีนี้ พระเจ้าจะทรงนำเราและทรงมอบสติปัญญาและความเข้าใจให้กับเรา ถ้าเรามอบทุกสิ่งไว้ในพระหัตถ์ของพระเจ้าอย่างสมบูรณ์ พระองค์จะทรงปกป้องเราแม้เราจะหลงเข้าไปในแนวทางที่ไม่สอดคล้องกับน้ำพระทัยของพระองค์ แม้จะมีหลุมพรางดักรอเราอยู่ข้างหน้า พระองค์ก็จะทรงนำเราให้หลบเลี่ยงหลุมพรางนั้นไปหรือทรงทำให้เราเกิดผลอันดีในทุกสิ่ง

ประการที่สี่ มนุษย์ฝ่ายวิญญาณได้รับทุกสิ่งที่เขาทูลขออย่างรวดเร็ว เขาสามารถได้รับคำตอบแม้กระทั่งในสิ่งที่เขาเพียงแต่คิดไว้ในใจ 1 ยอห์น 3:21-22 กล่าวว่า "ท่านที่รักทั้งหลาย ถ้าใจของเราไม่ได้กล่าวโทษเรา เราก็มีความมั่นใจจำเพาะพระเจ้า และเราขอสิ่งใดก็ตามเราก็จะได้สิ่งนั้นจากพระองค์ เพราะเรารักษาพระบัญญัติของพระองค์ และปฏิบัติสิ่งเหล่านั้นซึ่งเป็นที่พอพระทัยในสายพระเนตรของพระองค์" พระพรนี้จะลงมาเหนือเขา

แม้กระทั่งผู้คนที่ไม่มีทักษะหรือความรู้เฉพาะทางก็จะได้รับทั้งพระพรฝ่ายวิญญาณและพระพรทางด้านวัตถุอย่างบริบูรณ์เช่นกันถ้าเขาเข้าสู่ฝ่ายวิญญาณเพราะพระเจ้าจะทรงจัดเตรียมทุกสิ่งไว้สำหรับ

บเขาและทรงนำเขา

เมื่อเราหว่านและทูลขอด้วยความเชื่อเราก็จะได้รับพระพรแบบยัดสันแน่นพูนล้น (ลูกา 6:38) แต่เมื่อเราเข้าสู่ฝ่ายวิญญาณเราจะเก็บเกี่ยวมากกว่าสามสิบเท่าและหลังจากที่เราเข้าสู่ฝ่ายวิญญาณอย่างสมบูรณ์เราจะเก็บเกี่ยวมากกว่าหกสิบเท่าและร้อยเท่า มนุษย์ฝ่ายวิญญาณและมนุษย์ฝ่ายวิญญาณอย่างสมบูรณ์จะได้รับทุกสิ่งเพียงแค่เขาคิดหมายไว้ในใจ

พระพรที่พระเจ้าทรงมอบให้กับมนุษย์ฝ่ายวิญญาณอย่างสมบูรณ์นั้นเป็นสิ่งที่ไม่อาจอธิบายได้อย่างครบถ้วน คนเหล่านี้ปีติยินดีในพระเจ้าและพระเจ้าทรงปีติยินดีในตัวเขาและตามที่บันทึกไว้ในสดุดี 37:4 ว่า “จงปีติยินดีในพระเยโฮวาห์และพระองค์จะประทานตามใจปรารถนาของท่าน” ในส่วนของพระเจ้าพระองค์จะประทานทุกสิ่งที่เขาต้องการให้กับเขาไม่ว่าจะเป็นเงินทอง ชื่อเสียง อำนาจ หรือสุขภาพ

คนเหล่านี้จะไม่รู้สึกขาดแคลนสิ่งใดสำหรับตนเองและเขาไม่มีอะไรที่จะอธิษฐานขอเพื่อตัวเขาเอง ดังนั้นเขาจึงอธิษฐานเผื่อแผ่นดินและความชอบธรรมของพระเจ้าและเผื่อดวงวิญญาณที่ไม่รู้จักพระเจ้าอยู่เสมอ คำอธิษฐานของคนเหล่านี้งดงามและเป็นกลิ่นหอมต่อพระพักตร์พระเจ้าเพราะคำอธิษฐานของเขาเป็นคำอธิษฐานที่ดีปราศจากความชั่วร้าย และเป็นการอธิษฐานเผื่อดวงวิญญาณ ดังนั้นพระเจ้าจึงทรงปีติยินดีในคนเหล่านี้อย่างมาก

เมื่อผู้คนที่เข้าสู่ฝ่ายวิญญาณอย่างสมบูรณ์รักดวงวิญญาณและสะสมคำอธิษฐานอย่างร้อนรนเอาไว้มากขึ้นคนเหล่านี้ก็สามารถสำแดงถึงฤทธิ์อำนาจอันอัศจรรย์เหมือนที่บันทึกไว้ในกิจการ 1:8 ว่า “แต่ท่านทั้งหลายจะได้รับพระราชทานฤทธิ์เดช เมื่อพระวิญญาณบริสุทธิ์จะเสด็จมาเหนือท่าน และท่านทั้งหลายจะเป็นพ

ยานฝ่ายเราทั้งในกรุงเยรูซาเล็ม ทั่วแคว้นยูเดีย แคว้นสะมาเรีย และจนถึงที่สุดปลายแผ่นดินโลก" ตามที่ผมได้อธิบายไปแล้วว่ามนุษย์ฝ่ายวิญญาณและมนุษย์ฝ่ายวิญญาณอย่างสมบูรณ์นั้นรักพระเจ้ามากที่สุดเหนือสิ่งอื่นใดและเป็นที่โปรดปรานของพระเจ้า คนเหล่านี้จะได้รับพระพรทุกอย่างที่พระเจ้าทรงสัญญาไว้ในพระคัมภีร์

บทที่ 2
แผนการดั้งเดิมของพระเจ้า

พระเจ้าไม่ทรงต้องการให้อาดัมมีชีวิตอยู่ตลอดไปโดยไม่รู้ถึงความสุข ความชื่นชมยินดี การขอบพระคุณ และความรักอย่างแท้จริง เพราะเหตุนี้พระองค์จึงทรงอนุญาตให้มีต้นไม้แห่งการรู้ดีและรู้ชั่วเพื่อว่าในไม่ช้าอาดัมจะสามารถมีประสบการณ์กับสิ่งต่าง ๆ ที่อยู่ฝ่ายเนื้อหนัง

ทำไมพระเจ้าจึงไม่สร้างมนุษย์ให้เป็นวิญญาณ

ความสำคัญของเสรีภาพในการตัดสินใจและการจดจำพระคำของพระเจ้า

จุดประสงค์ในการสร้างมนุษย์

พระเจ้าทรงต้องการได้รับเกียรติจากบุตรที่แท้จริง

การกลับสู่สภาพเดิมของวิญญาณ

การเตรียมมนุษย์คือขั้นตอนของการทำให้มนุษย์ฝ่ายเนื้อหนังรับการเปลี่ยนแปลงกลับไปสู่การเป็นมนุษย์ฝ่ายวิญญาณ ถ้าเราไม่เข้าใจความจริงข้อนี้และเพียงแค่ไปโบสถ์สิ่งนี้ก็จะไม่มีความหมายอะไรเลย หลายคนไปคริสตจักรแต่ไม่ได้บังเกิดใหม่ด้วยพระวิญญาณบริสุทธิ์ ดังนั้นคนเหล่านี้จึงไม่มีความมั่นใจในความรอด จุดประสงค์ของการดำเนินชีวิตในความเชื่อของคริสเตียนไม่ใช่เพื่อให้ได้รับความรอดเพียงอย่างเดียว แต่เพื่อรื้อฟื้นพระฉายาของพระเจ้าที่สูญเสียไปกลับคืนมาใหม่และเพื่อแบ่งปันความรักของเรากับพระเจ้าและถวายเกียรติแด่พระองค์ตลอดไปในฐานะบุตรที่แท้จริงของพระเจ้า

ตอนนี้อะไรคือจุดมุ่งหมายดั้งเดิมของพระเจ้าในการสร้างอาดัมให้เป็นวิญญาณผู้มีชีวิตและการเตรียมมนุษย์บนโลกนี้ ปฐมกาล 2:7-8 กล่าวว่า "พระเยโฮวาห์พระเจ้าทรงปั้นมนุษย์ด้วยผงคลีดิน ทรงระบายลมปราณแห่งชีวิตเข้าทางจมูกของเขา และมนุษย์จึงเกิดเป็นจิตวิญญาณมีชีวิตอยู่ พระเยโฮวาห์พระเจ้าทรงปลูกสวนแห่งหนึ่งไว้ในเอเดนทางทิศตะวันออก และพระองค์ได้ทรงให้มนุษย์ซึ่งพระองค์ได้ทรงปั้นมานั้นอาศัยอยู่ที่นั่น"

พระเจ้าทรงสร้างฟ้าสวรรค์และแผ่นดินโลกด้วยพระดำรัสของพระองค์เป็นส่วนใหญ่ แต่ในกรณีของมนุษย์พระองค์ทรงปั้นเขาด้วยพระหัตถ์ของพระองค์ นอกจากนั้น

บริวารแห่งสวรรค์และทูตสวรรค์ (ที่อยู่ในสวรรค์) ก็ถูกสร้างให้เป็นวิญญาณด้วยเช่นกัน อย่างไรก็ตาม แม้พระเจ้าทรงมีพระประสงค์ที่จะให้มนุษย์มีชีวิตอยู่ในสวรรค์ในที่สุด แต่พระเจ้าก็ไม่ได้สร้างมนุษย์ให้เป็นวิญญาณ อะไรคือสาเหตุที่พระเจ้าทรงเลือกใช้กระบวนการที่สลับซับซ้อนของการสร้างมนุษย์จากผงคลีดิน ทำไมพระองค์จึงไม่ทรงสร้างมนุษย์ให้เป็นวิญญาณเสียตั้งแต่แรก นี่คือแผนการพิเศษของพระเจ้า

ทำไมพระเจ้าจึงไม่สร้างมนุษย์ให้เป็นวิญญาณ

ถ้าพระเจ้าไม่ได้สร้างมนุษย์จากผงคลีดินแต่สร้างเขาให้เป็นวิญญาณ มนุษย์คงไม่สามารถมีประสบการณ์กับสิ่งใดก็ตามที่อยู่ฝ่ายเนื้อหนัง ถ้ามนุษย์ถูกสร้างให้เป็นวิญญาณเพียงอย่างเดียว เขาคงเชื่อฟังพระคำของพระเจ้าและคงไม่กินผลจากต้นไม้แห่งการรู้ดีและรู้ชั่วนั้น คุณลักษณะของดินสามารถเปลี่ยนแปลงไปตามสิ่งที่ท่านใส่เข้าไปในดิน เหตุผลที่อาดัมสามารถเสื่อมลงแม้เขาจะอยู่ในพื้นที่ฝ่ายวิญญาณก็เพราะว่าอาดัมถูกสร้างมาจากผงคลีดิน แต่สิ่งนี้ไม่ได้หมายความว่าเขาเสื่อมลงตั้งแต่แรก

สวนเอเดนเป็นพื้นที่ฝ่ายวิญญาณซึ่งเต็มไปด้วยพลังอำนาจของพระเจ้า ดังนั้นซาตานจึงไม่สามารถปลูกฝังลักษณะฝ่ายเนื้อหนังใดไว้ในจิตใจของอาดัม แต่เพราะพระเจ้าทรงมอบเสรีภาพในการตัดสินใจให้กับอาดัมเขาจึงสามารถยอมรับเอาเนื้อหนังถ้าเขามีความปรารถนาและพร้อมที่จะทำเช่นนั้น แม้อาดัมจะเป็นวิญญาณผู้มีชีวิตแต่เนื้อหนังก็สามารถเข้ามาในเขาได้ถ้าเขาเต็มใจที่จะรับเอาเนื้อหนังนั้นเข้าไป หลังจากช่วงเวลาอันยาวนานผ่านพ้นไปเขาก็เปิดจิตใจของตนให้กับการทดลองของซาตานและยอมรับเนื้อหนัง

แท้ที่จริงสาเหตุที่พระเจ้าทรงมอบเสรีภาพในการตัดสินใจให้กับ

มนุษย์ตั้งแต่แรกก็เพื่อการเตรียมมนุษย์ ถ้าพระเจ้าไม่ได้ประทานเสรีภาพในการตัดสินใจให้กับอาดัม เขาคงไม่ยอมรับเอาสิ่งใดที่เป็นเนื้อหนังเข้าไปเลย สิ่งนี้หมายความว่าการเตรียมมนุษย์ก็คงไม่มีวันเกิดขึ้นด้วยเช่นกัน การเตรียมมนุษย์ต้องเกิดขึ้นในการจัดเตรียมล่วงหน้าของพระเจ้าสำหรับมนุษย์และในความสัพพัญญูของพระเจ้าพระองค์จึงมิได้ทรงสร้างอาดัมให้เป็นสิ่งมีชีวิตฝ่ายวิญญาณ

ความสำคัญของเสรีภาพในการตัดสินใจและการจดจำพระคำของพระเจ้า

ปฐมกาล 2:17 อธิบายว่า "แต่ต้นไม้แห่งความรู้ดีและรู้ชั่วเจ้าอย่ากินผลจากต้นนั้นเป็นอันขาด เพราะว่าเจ้ากินในวันใดเจ้าจะตายแน่ในวันนั้น" ตามที่ผมอธิบายเอาไว้ว่าการสร้างอาดัมจากผงคลีดินและการมอบเสรีภาพในการตัดสินใจให้กับเขานั้นอยู่ในการจัดเตรียมล่วงหน้าอย่างลึกซึ้งของพระเจ้า พระเจ้าทรงกระทำเช่นนั้นก็เพื่อการเตรียมมนุษย์นั่นเอง มนุษย์จะกลายเป็นบุตรที่แท้จริงของพระเจ้าได้หลังจากที่เขาผ่านขั้นตอนของการเตรียมมนุษย์แล้วเท่านั้น

สาเหตุข้อหนึ่งของการที่บาปเข้ามาในอาดัมก็เพราะเขามีเสรีภาพในการตัดสินใจ แต่สาเหตุอีกข้อหนึ่งก็เพราะเขาไม่ได้จดจำพระคำของพระเจ้าเอาไว้ การจดจำพระคำของพระเจ้าคือการจารึกพระคำของพระองค์ไว้ในจิตใจและประพฤติตามพระคำนั้นโดยไม่เปลี่ยนแปลง

บางคนทำความผิดแบบเดิมซ้ำแล้วซ้ำอีกในขณะที่คนอื่นไม่ยอมทำความผิดอย่างเดิมสองครั้ง สิ่งนี้เกิดจากข้อแตกต่างของการจดจำบางสิ่งบางอย่างและการไม่จดจำบางสิ่งบางอย่างเอาไว้ ความบาปเข้ามาในอาดัมเพราะเขาไม่รู้จักความสำคัญของการจดจำพระคำของ

พระเจ้า ในอีกด้านหนึ่ง เราสามารถรื้อฟื้นสถานะฝ่ายวิญญาณขึ้นมาใหม่ด้วยการจดจำพระคำของพระเจ้าเอาไว้และการเชื่อฟังพระคำนั้น เพราะเหตุนี้การจดจำพระคำของพระเจ้าเอาไว้จึงเป็นสิ่งสำคัญ

สำหรับผู้คนที่ตายฝ่ายวิญญาณเนื่องจากความบาปดั้งเดิม ถ้าเขาต้อนรับเอาพระเยซูคริสต์และได้รับพระวิญญาณบริสุทธิ์ วิญญาณจิตที่ตายไปแล้วของเขาจะฟื้นคืนชีพขึ้นมาใหม่ จากวินาทีนี้เป็นต้นไปเขาจะให้กำเนิดกับวิญญาณจิตของตนโดยพระวิญญาณเมื่อเขาจดจำพระคำของพระเจ้าเอาไว้และประพฤติตามพระคำนั้นในชีวิตของตน คนเหล่านี้จะสามารถเติบโตฝ่ายวิญญาณอย่างรวดเร็ว ด้วยเหตุนี้ การจดจำพระคำของพระเจ้าเอาไว้และการประพฤติตามพระคำนั้นอย่างเหนียวแน่นจึงมีบทบาทสำคัญต่อการรื้อฟื้นวิญญาณจิตขึ้นมาใหม่

จุดประสงค์ในการสร้างมนุษย์

ในสวรรค์มีสิ่งมีชีวิตฝ่ายวิญญาณอยู่เป็นจำนวนมาก (เช่น เหล่าทูตสวรรค์) ซึ่งพร้อมที่จะเชื่อฟังพระเจ้าอยู่ตลอดเวลา แต่ทูตเหล่านั้นไม่มีความเป็นมนุษย์ ยกเว้นในกรณีพิเศษบางกรณี ทูตเหล่านั้นไม่มีเสรีภาพในการตัดสินใจซึ่งจะทำให้เขาสามารถเลือกที่จะแบ่งปันความรักของตน เพราะเหตุนี้พระเจ้าจึงทรงสร้างอาดัมมนุษย์คนแรกขึ้นมาเพื่อพระองค์จะทรงสามารถแบ่งปันความรักที่แท้จริงของพระองค์กับเขา

ตอนนี้ขอให้เราลองสร้างจินตนาการว่าพระเจ้าทรงมีความสุขในขณะที่พระองค์ทรงสร้างอาดัม

มนุษย์คนแรกขึ้นมา เมื่อพระองค์ทรงปั้นแต่งริมฝีปากของอาดัมพระองค์ทรงต้องการให้เขาสรรเสริญพระเจ้า เมื่อพระเจ้าทรงสร้างหูของอาดัมพระองค์ทรงต้องการให้เขาฟังพระสุรเสียงของพระเจ้า

และเชื่อฟัง เมื่อพระเจ้าทรงสร้างตาของอาดัมพระองค์ทรงต้องการให้เขาดูและสัมผัสความงามของสิ่งสารพัดที่พระองค์ทรงสร้างและถวายเกียรติแด่พระเจ้า

จุดประสงค์ที่พระเจ้าทรงสร้างมนุษย์ขึ้นมาก็เพื่อพระองค์จะได้รับคำสรรเสริญและการถวายเกียรติจากมนุษย์และเพื่อพระองค์จะทรงแบ่งปันความรักกับเขา พระองค์ทรงต้องการมีบุตรซึ่งเป็นผู้คนที่พระเจ้าสามารถแบ่งปันความงดงามของสรรพสิ่งในจักรวาลและในสวรรค์กับเขา พระเจ้าทรงต้องการที่จะมีความสุขกับคนเหล่านี้ชั่วนิจนิรันดร์

ในหนังสือวิวรณ์เราเห็นบรรดาบุตรของพระเจ้าที่ได้รับความรอดร้องเพลงสรรเสริญและนมัสการอยู่ต่อหน้าพระที่นั่งของพระเจ้าชั่วนิรันดร์กาล เมื่อบุตรของพระเจ้าไปถึงสวรรค์ที่นั่นจะงดงามและน่าชื่นชมยินดีมากจนเขาไม่สามารถทำสิ่งใดได้นอกจากจะยกย่องสรรเสริญและกราบนมัสการพระเจ้าจากส่วนลึกแห่งจิตใจของตนเนื่องจากความจริงที่ว่าการจัดเตรียมล่วงหน้าของพระเจ้านั้นล้ำลึกและลี้ลับอย่างมาก

มนุษย์ถูกสร้างให้เป็นวิญญาณผู้มีชีวิต แต่ต่อมาเขากลายเป็นมนุษย์ฝ่ายเนื้อหนัง แต่ถ้าเขากลายเป็นมนุษย์ฝ่ายวิญญาณอีกครั้งหนึ่งหลังจากที่เขาได้มีประสบการณ์กับความยินดี ความโกรธ ความรักและความโศกเศร้าทุกรูปแบบ จากนั้นเขาก็จะกลายเป็นบุตรที่แท้จริงของพระเจ้าที่ถวายความรัก การขอบพระคุณ และเกียรติแด่พระเจ้าจากส่วนลึกแห่งจิตใจของตน

เมื่ออาดัมอาศัยอยู่ในสวนเอเดนนั้นเขายังไม่ถือว่าเป็นบุตรที่แท้จริงของพระเจ้า พระเจ้าทรงสอนเขาเรื่องความดีและความจริงเท่านั้น ดังนั้นเขาจึงไม่รู้จักว่าความบาปและความชั่วคืออะไร เขาคิดไม่ออกว่าความทุกข์และความเจ็บปวดนั้นเป็นอย่างไร สวนเอเดนเป็นพื้นที่ฝ่ายวิญญาณและที่นั่นไม่มีความเสื่อมสูญและความตาย

เพราะเหตุนี้อาดัมจึงไม่รู้จักความหมายของความตาย แม้เขาดำเนินชีวิตอยู่ในความอุดมสมบูรณ์และความมั่งคั่งมั่นคงเขาก็ไม่สามารถสัมผัสถึงความสุข ความชื่นชมยินดี หรือการขอบพระคุณอย่างแท้จริง เนื่องจากเขาไม่เคยมีประสบการณ์กับความโศกเศร้าหรือความทุกข์ในเชิงเทียบเคียงเขาจึงไม่สามารถสัมผัสถึงความชื่นชมยินดีหรือความสุขที่แท้จริงเช่นกัน เขาไม่รู้ว่าความเกลียดชังคืออะไรและเขาไม่รู้จักความรักที่แท้จริง พระเจ้าไม่ปรารถนาให้อาดัมมีชีวิตอยู่ตลอดชั่วนิรันดร์โดยไม่รู้เกี่ยวกับความสุข ความชื่นชมยินดี การขอบพระคุณ และความรักที่แท้จริง เพราะเหตุนี้พระองค์จึงอนุญาตให้มีต้นไม้แห่งการรู้ดีและรู้ชั่วอยู่ในสวนเอเดนเพื่อว่าในที่สุดอาดัมจะมีประสบการณ์กับเนื้อหนัง

เมื่อผู้คนที่มีประสบการณ์กับโลกฝ่ายเนื้อหนังกลายเป็นบุตรของพระเจ้าอีกครั้งหนึ่ง คนเหล่านี้ส่วนใหญ่จะเข้าใจเป็นอย่างดีว่าวิญญาณเป็นสิ่งที่ประเสริฐเพียงใดและความจริงมีคุณค่ามากแค่ไหน บัดนี้เขาสามารถขอบพระคุณพระเจ้าได้อย่างแท้จริงที่พระองค์ทรงประทานของขวัญแห่งชีวิตนิรันดร์ให้กับเขา เมื่อเราเข้าใจพระทัยดังกล่าวของพระเจ้าเราก็จะไม่มีคำถามว่าพระเจ้ามีพระประสงค์อะไรในการอนุญาตให้มีต้นไม้แห่งการรู้ดีและรู้ชั่วและในการทำให้มนุษย์ทนทุกข์เพราะต้นไม้นั้น แต่ตรงกันข้าม เราจะขอบพระคุณและถวายเกียรติแด่พระเจ้าที่พระองค์ทรงประทานพระเยซูพระบุตรองค์เดียวของพระองค์เพื่อช่วยมวลมนุษย์ให้รอด

พระเจ้าทรงต้องการได้รับเกียรติจากบุตรที่แท้จริง

พระเจ้าทรงเตรียมมนุษย์ไม่ใช่เพื่อจะมีบุตรที่แท้จริงเท่านั้นแต่เพื่อพระองค์จะได้รับเกียรติผ่านทางบุตรเหล่านี้ด้วยเช่นกัน อิสยาห์ 43:7 กล่าวว่า "คือทุกคนที่เขาเรียกตามนามของเ

รา เพราะเราได้สร้างเขาเพื่อสง่าราศีของเรา เราได้ปั้นเขา เออ เราได้สร้างเขาไว้" นอกจากนั้น 1 โครินธ์ 10:31 กล่าวเช่นกันว่า "เหตุฉะนั้นเมื่อท่านจะรับประทาน จะดื่ม หรือจะทำอะไรก็ตาม จงกระทำเพื่อเป็นการถวายพระเกียรติแด่พระเจ้า"

พระเจ้าทรงเป็นพระเจ้าแห่งความรักและความยุติธรรม พระองค์ไม่เพียงแต่ทรงจัดเตรียมสวรรค์และชีวิตนิรันดร์ให้กับเราเท่านั้น แต่พระองค์ทรงประทานพระบุตรองค์เดียวของพระองค์เพื่อช่วยเราให้รอดเช่นกัน ความจริงข้อนี้เพียงข้อเดียวก็ทำให้พระเจ้าเป็นผู้ทรงสมควรได้รับการถวายเกียรติแล้ว แต่สิ่งที่พระเจ้าทรงต้องการจากเราอย่างแท้จริงไม่ใช่เพียงเพื่อรับเกียรติ เหตุผลสูงสุดที่พระเจ้าทรงต้องการได้รับเกียรติก็เพื่อจะมอบเกียรตินั้นกลับไปยังผู้คนที่ถวายเกียรติพระเจ้า ยอห์น 13:32 กล่าวว่า "ถ้าพระเจ้าได้รับเกียรติเพราะพระบุตร พระเจ้าก็จะทรงประทานให้พระบุตรมีเกียรติในพระองค์เอง และพระเจ้าจะทรงให้มีเกียรติเดี๋ยวนี้"

เมื่อพระเจ้าทรงรับเกียรติผ่านทางเราพระองค์จะประทานพระพรแก่เราอย่างท่วมท้นบนโลกนี้และพระองค์จะประทานสง่าราศีนิรันดร์ในสวรรค์ให้กับเราด้วยเช่นกัน 1 โครินธ์ 15:41 กล่าวว่า "สง่าราศีของดวงอาทิตย์ก็อย่างหนึ่ง สง่าราศีของดวงจันทร์ก็อย่างหนึ่ง สง่าราศีของดวงดาวก็อย่างหนึ่ง แท้ที่จริงสง่าราศีของดาวดวงหนึ่งก็ต่างกันกับสง่าราศีของดาวดวงอื่น ๆ"

ข้อนี้บอกให้เราทราบถึงความแตกต่างของที่อยู่อาศัยและสง่าราศีซึ่งคนที่ได้รับความรอดแต่ละคนจะได้ชื่นชมในแผ่นดินสวรรค์ เกณฑ์ที่ใช้ในการตัดสินว่าใครจะได้รับมอบที่อยู่อาศัยและสง่าราศีในสวรรค์ชนิดใดนั้นจะขึ้นอยู่กับว่าเราได้กำจัดความบาปทิ้งไปและมีจิตใจที่สะอาดบริสุทธิ์แค่ไหนและเรารับใช้แผ่นดินของพระเจ้าอย่างสัตย์ซื่อเพียงใด เมื่อตัดสินแล้วสิ่งเหล่านี้ไม่สามารถเปลี่ยนแปลงได้

พระเจ้าทรงมนุษย์เพื่อพระองค์จะมีบุตรที่แท้จริงซึ่งเป็นของฝ่าย

วิญญาณ แผนการดั้งเดิมของพระเจ้าก็เพื่อให้มนุษย์เลือกที่จะกำจัดเนื้อหนังและจิตใจที่เป็นของความเท็จทิ้งไปและเปลี่ยนเป็นมนุษย์ฝ่ายวิญญาณและมนุษย์ฝ่ายวิญญาณอย่างสมบูรณ์ด้วยเสรีภาพแห่งการตัดสินใจของตน จุดมุ่งหมายดั้งเดิมของพระเจ้าในการสร้างและการเตรียมมนุษย์จะสำเร็จลุล่วงผ่านทางผู้คนที่เปลี่ยนเป็นมนุษย์ฝ่ายวิญญาณและมนุษย์ฝ่ายวิญญาณอย่างสมบูรณ์

ท่านคิดว่าทุกวันนี้มีผู้คนมากน้อยแค่ไหนที่กำลังดำเนินชีวิตอย่างคู่ควรกับพระประสงค์ของพระเจ้าในการสร้างมนุษย์ ถ้าเราเข้าใจถึงพระประสงค์ของพระเจ้าในการสร้างมนุษย์อย่างแท้จริงเราก็จะรื้อฟื้นพระฉายาของพระเจ้าที่สูญเสียไปเนื่องจากบาปของอาดัมขึ้นมาใหม่อย่างแน่นอน เราจะดู ฟัง และพูดในความจริงเท่านั้นและความคิดและความประพฤติทั้งสิ้นของเราจะบริสุทธิ์และดีพร้อม นี่คือแนวทางของการเป็นบุตรที่แท้จริงของพระเจ้าซึ่งสิ่งนี้จะทำให้พระเจ้าทรงปีติยินดีมากกว่าความปีติยินดีที่พระองค์เคยมีหลังจากที่ทรงสร้างอาดัมมนุษย์คนแรก บุตรที่แท้จริงของพระเจ้าจะได้ชื่นชมกับสง่าราศีในสวรรค์ ซึ่งสง่าราศีนี้จะรุ่งเรืองยิ่งกว่าสง่าราศีที่อาดัมผู้เป็นวิญญาณที่มีชีวิตเคยได้ชื่นชมในสวนเอเดน

บทที่ 3
มนุษย์ที่แท้จริง

พระเจ้าทรงสร้างมนุษย์ตามพระฉายาของพระองค์ น้ำพระทัยที่แท้จริงของพระเจ้าก็คือให้เรารื้อฟื้นพระฉายาของพระเจ้าที่สูญเสียไปกลับคืนมาใหม่และมีส่วนร่วมในธรรมชาติของพระเจ้า

หน้าที่ทั้งสิ้นของมนุษย์

พระเจ้าทรงดำเนินไปกับเอโนค

อับราฮัมผู้เป็นมิตรสหายของพระเจ้า

โมเสสรักประชากรของพระเจ้ามากกว่าชีวิตของตน

อัครทูตเปาโลมีลักษณะเหมือนพระเจ้า

พระองค์ทรงเรียกคนเหล่านั้นว่าพระ

การกลับสู่สภาพเดิมของวิญญาณ

ถ้าเราประพฤติตามพระคำของพระเจ้าเราก็สามารถรื้อฟื้นจิตใจฝ่ายวิญญาณที่เต็มไปด้วยความรู้เรื่องความจริง (เหมือนกับจิตใจที่อาดัมเคยมีเมื่อครั้งที่เขายังเป็นวิญญาณผู้มีชีวิตก่อนที่เขาทำบาป) ขึ้นมาใหม่ หน้าที่ทั้งสิ้นของมนุษย์คือการรื้อฟื้นพระฉายาของพระเจ้าซึ่งสูญเสียไปเพราะบาปของอาดัมขึ้นมาใหม่และการเข้าร่วมในธรรมชาติของพระเจ้า ในพระคัมภีร์เราเห็นได้ว่าผู้คนที่ได้รับพระคำและถ่ายทอดพระคำนั้นออกไป ผู้คนที่พูดถึงสิ่งล้ำลึกของพระเจ้าและผู้คนที่สำแดงฤทธิ์อำนาจของพระเจ้าเพื่อชี้ให้เห็นถึงพระเจ้าผู้ทรงพระชนม์อยู่เป็นผู้คนที่สูงส่งมากแม้แต่บรรดาพระราชาก็คุกเข่าลงต่อหน้าคนเหล่านั้น สาเหตุก็เพราะว่าคนเหล่านี้เป็นบุตรที่แท้จริงของพระเจ้าผู้เป็นองค์ผู้สูงสุด (สดุดี 82:6)

วันหนึ่งกษัตริย์เนบูคัดเนสซาร์แห่งบาบิโลนทรงมีพระสุบินและทรงเป็นทุกข์ พระองค์จึงเรียกพวกนักวิทยาคมชาวเคลเดียมาและทรงสั่งให้เขาเล่าความหมายของความฝันให้กับพระองค์ฟังโดยไม่บอกเขาว่าความฝันนั้นเกี่ยวกับอะไร สิ่งนี้เป็นไปไม่ได้ด้วยพลังอำนาจของมนุษย์แต่เป็นไปได้สำหรับพระเจ้าผู้ไม่ได้สถิตอยู่ในร่างกายของมนุษย์

ตอนนี้ดาเนียลซึ่งเป็นคนของพระเจ้าได้ทูลขอให้กษัตริย์กำหนดเวลาเพื่อท่านจะถวายคำแก้พระสุบินแด่พระราชา พระเจ้าทรงสำแดงสิ่งล้ำลึกให้กับดาเนียลเห็นในนิมิตในเวลากลางคืน ดาเนียลเข้าเ

ฝ้ากษัตริย์และทูลพระองค์เรื่องความฝันพร้อมกับแก้ความฝันให้กับพระราชา จากนั้นกษัตริย์เนบูคัดเนสซาร์ก็ทรงกราบลงและเคารพดาเนียลพร้อมกับพระราชทานยศชั้นสูงแก่ดาเนียลพร้อมกับถวายเครื่องหอมและเกียรติแด่พระเจ้าเช่นกัน

หน้าที่ทั้งสิ้นของมนุษย์

กษัตริย์ซาโลมอนชื่นชมกับสง่าราศีและความมั่งคั่งมากกว่าทุกคน เนื่องจากการรวมตัวเป็นหนึ่งเดียวของอาณาจักรที่ดาวิดพระบิดาของท่านได้สถาปนาไว้ ประเทศของท่านจึงมีอำนาจแข็งแกร่งเพิ่มมากขึ้นและประเทศเพื่อนบ้านหลายประเทศต้องถวายเครื่องบรรณาการให้กับท่าน อาณาจักรนี้มีความรุ่งเรืองถึงจุดสูงสุดในช่วงการปกครองของพระองค์ (1 พงศ์กษัตริย์ 10)

แต่เมื่อเวลาผ่านไปซาโลมอนลืมพระคุณของพระเจ้า ท่านคิดว่าทุกสิ่งทุกอย่างเกิดขึ้นจากอำนาจของตนเพียงอย่างเดียว ท่านละเลยพระคำของพระเจ้าและละเมิดพระบัญญัติของพระเจ้าที่สั่งห้ามไม่ให้สมรสกับหญิงต่างชาติ ในบั้นปลายชีวิตของท่านซาโลมอนมีมเหสีเป็นจำนวนมาก ยิ่งกว่านั้น ท่านได้สร้างปูชนียสถานสูงตามที่พระมเหสีชาวต่างชาติต้องการและท่านกราบไหว้รูปเคารพเหล่านั้นด้วยเช่นกัน

พระเจ้าทรงตักเตือนท่านไม่ให้ติดตามพระเหล่านั้นถึงสองครั้ง แต่ซาโลมอนไม่เชื่อฟัง ในที่สุดพระพิโรธของพระเจ้าก็ลงมาเหนือคนเหล่านั้นในคนรุ่นต่อมาและอิสราเอลก็ถูกแยกออกเป็นสองอาณาจักร ซาโลมอนได้ทุกสิ่งทุกอย่างที่ท่านต้องการ แต่ในบั้นปลายชีวิตของท่านซาโลมอนสารภาพว่า “อนิจจัง อนิจจัง อนิจจัง อนิจจัง สารพัดอนิจจัง” (ปัญญาจารย์ 1:2)

ท่านตระหนักว่าสิ่งสารพัดในโลกนี้ล้วนไร้ความหมายและสรุ

การกลับสู่สภาพเดิมของวิญญาณ

ปว่า "ให้เราฟังตอนสรุปความกันทั้งสิ้นแล้ว คือจงยำเกรงพระเจ้าและรักษาพระบัญญัติของพระองค์ เพราะนี่แหละเป็นหน้าที่ทั้งสิ้นของมนุษย์" (ปัญญาจารย์ 12:13) ท่านกล่าวว่าหน้าที่ทั้งสิ้นของมนุษย์คือการยำเกรงพระเจ้าและรักษาพระบัญญัติของพระองค์

สิ่งนี้หมายถึงอะไร การยำเกรงพระเจ้าคือการเกลียดชังความชั่ว (สุภาษิต 8:13) คนที่รักพระเจ้าจะกำจัดความชั่วทิ้งไปและจะรักษาพระบัญญัติของพระองค์ เขาทำหน้าที่ทั้งสิ้นของมนุษย์ด้วยวิธีนี้ เราสามารถพูดว่าเราเป็นมนุษย์อย่างสมบูรณ์เมื่อเราเพาะบ่มพระทัยขององค์พระผู้เป็นเจ้าไว้ในเราอย่างสมบูรณ์เพื่อจะรื้อฟื้นพระฉายาของพระเจ้าขึ้นมาใหม่ ตอนนี้ขอให้เราเจาะลึกลงไปดูตัวอย่างของเหล่าปิตาจารย์และบุรุษแห่งความเชื่อที่แท้จริงบางคนซึ่งพระเจ้าทรงโปรดปราน

พระเจ้าทรงดำเนินไปกับเอโนค

พระเจ้าทรงดำเนินไปกับเอโนคเป็นเวลาสามร้อยปีและทรงรับท่านไปในขณะที่มีชีวิตอยู่ ค่าจ้างของความบาปคือความตายและความจริงที่ว่าเอโนคถูกรับขึ้นไปสู่สวรรค์โดยไม่เห็นความตายคือหลักฐานพิสูจน์ว่าพระเจ้าทรงยอมรับว่าเอโนคปราศจากบาป ท่านเพาะบ่มจิตใจที่สะอาดและปราศจากตำหนิซึ่งเป็นเหมือนพระทัยของพระเจ้า เพราะเหตุนี้ซาตานจึงไม่สามารถกล่าวโทษท่านในเรื่องหนึ่งเรื่องใดเมื่อท่านถูกรับขึ้นในขณะที่เป็นอยู่

ปฐมกาล 5:21-24 บันทึกเหตุการณ์ดังกล่าวไว้ดังต่อไปนี้: "เอโนคอยู่มาได้หกสิบห้าปี และให้กำเนิดบุตรชื่อเมธูเสลาห์ ตั้งแต่เอโนคให้กำเนิดเมธูเสลาห์แล้ว ก็ดำเนินกับพระเจ้าสามร้อยปี และให้กำเนิดบุตรชายและบุตรสาวหลายคน รวมอายุของเอโนคได้สามร้อยหกสิบห้าปี เอโนคได้ดำเนินกับพระเจ้า และหายไป

209

เพราะพระเจ้าทรงรับเขาไป"

"การดำเนินกับพระเจ้า" หมายความว่าพระเจ้าสถิตอยู่กับบุคคลนั้นตลอดเวลา เอโนคดำเนินชีวิตตามน้ำพระทัยของพระเจ้าเป็นเวลาสามร้อยปี พระเจ้าทรงสถิตอยู่กับท่านในทุกหนแห่งที่ท่านไป

พระเจ้าทรงเป็นความสว่าง ความดี และความรัก เพื่อดำเนินไปกับพระเจ้าองค์นี้เราต้องไม่มีความมืดอยู่ในจิตใจของเราและเราต้องเต็มล้นด้วยความดีและความรัก เอโนคดำเนินชีวิตอยู่ในโลกที่เต็มไปด้วยความบาป แต่ท่านรักษาตนเองให้บริสุทธิ์ ท่านประกาศพระคำของพระเจ้ากับโลกด้วยเช่นกัน ยูดาส 1:14 กล่าวว่า "เอโนคคนที่เจ็ดนับแต่อาดัมได้พยากรณ์ถึงคนเหล่านี้ด้วยว่า „ดูเถิด องค์พระผู้เป็นเจ้าได้เสด็จมาพร้อมกับพวกวิสุทธิชนของพระองค์หลายหมื่น" ข้อนี้เขียนไว้ว่าท่านประกาศให้ประชาชนรู้เกี่ยวกับการเสด็จมาครั้งที่สองขององค์พระผู้เป็นเจ้าและการพิพากษา

พระคัมภีร์ไม่ได้พูดอะไรเกี่ยวกับความสำเร็จอันยิ่งใหญ่ของเอโนคหรือไม่ได้บอกว่าท่านทำบางสิ่งบางอย่างที่อัศจรรย์เพื่อพระเจ้า แต่พระเจ้าทรงรักท่านอย่างมากเพราะท่านยำเกรงพระเจ้าและมีชีวิตที่บริสุทธิ์และหลีกหนีจากความชั่วร้ายทั้งปวง เพราะเหตุนี้พระเจ้าจึงทรงรับท่านขึ้นไปในขณะที่ท่าน "ยังหนุ่ม" ผู้คนในสมัยนั้นมีอายุยืนยาวมากกว่า 900 ปีและเอโนคมีอายุ 365 ปีเมื่อท่านถูกรับขึ้นไป เอโนคเป็นคนหนุ่มที่ไฟแรง

ฮีบรู 11:5 กล่าวว่า "โดยความเชื่อ เอโนคจึงถูกรับขึ้นไปเพื่อไม่ให้ท่านประสบกับความตาย ไม่มีผู้ใดพบท่านเพราะพระเจ้าทรงรับท่านไปแล้ว ก่อนที่ทรงรับท่านขึ้นไปนั้นมีพยานว่า ท่านเป็นที่พอพระทัยของพระเจ้า"

แม้แต่ในปัจจุบันพระเจ้าก็ยังทรงต้องการให้เราดำเนินชีวิตที่บริสุทธิ์และยำเกรงพระเจ้าพร้อมกับมีจิตใจที่สะอาดและงดงามโดยปร

าศจากรอยเปรอะเปื้อนของโลกเพื่อพระองค์จะสามารถดำเนินไปกั
บเราตลอดเวลา

อับราฮัมผู้เป็นมิตรสหายของพระเจ้า

พระเจ้าทรงต้องการให้มนุษย์รู้ว่าบุตรที่แท้จริงของพระเจ้ามีลัก
ษณะอย่างไรโดยผ่านอับราฮัมผู้เป็น "บิดาแห่งความเชื่อ" มิตรสหา
ยคือคนที่เราสามารถไว้วางใจและแบ่งปันความลับได้ แน่นอน กว่า
ที่อับราฮัมจะไว้วางใจในพระเจ้าอย่างสมบูรณ์ท่านต้องผ่านช่วงเวล
าแห่งการฝึดร่อนหลายต่อหลายครั้ง อับราฮัมได้รับการยอมรับให้เ
ป็นมิตรสหายของพระเจ้าได้อย่างไร

อับราฮัมเชื่อฟังด้วยการตอบพระเจ้าว่า "ใช่แล้วพระเจ้าข้า" และ
"อาเมน" เพียงอย่างเดียว ครั้งแรกเมื่อท่านได้รับการทรงเรียกให้
ออกจากบ้านเมืองของท่าน ท่านเพียงแต่เชื่อฟังโดยไม่รู้ด้วยซ้ำว่า
ท่านจะไป ณ ที่ใด นอกจากนั้น อับราฮัมอยู่เพื่อผลประโยชน์ของ
คนอื่นและมุ่งที่อยู่อย่างสงบกับคนทั่วไป ท่านอยู่กับโลทหลานชาย
ของท่านและเมื่อทั้งสองฝ่ายต้องแยกทางกัน ท่านให้สิทธิ์กับโลทที่
จะเลือกดินแดนก่อน ท่านมีสิทธิ์ที่จะเลือกก่อนในฐานะลุงของเขา
แต่ท่านยอมสละสิทธิ์นั้น

อับราฮัมกล่าวไว้ในปฐมกาล 13:9 ว่า "แผ่นดินทั้งหมดอยู่ตรงห
น้าเจ้ามิใช่หรือ โปรดจงแยกไปจากเราเถิด ถ้าเจ้าไปทางซ้ายมือเรา
จะไปทางขวามือ หรือถ้าเจ้าไปทางขวามือเราจะไปทางซ้ายมือ"

เพราะอับราฮัมมีจิตใจที่งดงามนี้เองพระเจ้าจึงทรงมอบพระสั
ญญาแห่งพระพรให้กับท่านอีกครั้งหนึ่ง ในปฐมกาล 13:15-16
พระเจ้าทรงสัญญาว่า "เพราะว่าแผ่นดินทั้งหมดซึ่งเจ้าเห็นนี้เราจะย
กให้เจ้าและเชื้อสายของเจ้าตลอดไปเป็นนิตย์ เราจะกระทำให้เชื้อส
ายของเจ้าเหมือนอย่างผงคลีดิน ดังนั้นถ้าผู้ใดสามารถนับผงคลีดินไ

ด้ก็จะนับเชื้อสายของเจ้าได้เช่นกัน”

วันหนึ่งกองกำลังพันธมิตรของกษัตริย์องค์ต่าง ๆ ยกมาโจมตีเมืองโสโดมและโกโมราห์ซึ่งเป็นเมืองที่โลทหลานชายของอับราฮัมอาศัยอยู่และกองทัพเหล่านั้นได้จับตัวผู้คนไปเป็นเชลยและกวาดต้อนเอาทรัพย์สิ่งของและเสบียงทั้งสิ้นไปด้วย อับราฮัมจึงนำคนชำนาญศึกที่เกิดในบ้านท่านจำนวนสามร้อยสิบแปดคนและตามไปทันเชลยเหล่าที่เมืองดาน ท่านได้นำบรรดาทรัพย์สิ่งของกลับคืนมาทั้งหมดและนำโลทหลานชายของท่านพร้อมกับทรัพย์สิ่งของ ผู้หญิงและประชาชนของเขากลับมาด้วย

ตอนนี้กษัตริย์เมืองโสโดมต้องการที่จะมอบทรัพย์สิ่งของที่ยึดกลับมาได้นั้นให้กับอับราฮัมเพื่อขอบคุณท่าน แต่อับราฮัมกล่าวว่า “ข้าพเจ้าจะไม่รับเอาเส้นด้ายหรือสายรัดรองเท้าและข้าพเจ้าจะไม่รับเอาสิ่งใด ๆ ที่เป็นของท่าน เกรงว่าท่านจะกล่าวว่า `เราได้กระทำให้อับรามมั่งมี‘” (ปฐมกาล 14:223) การรับของบางสิ่งจากกษัตริย์ไม่ใช่สิ่งที่ผิด แต่ท่านไม่ยอมรับข้อเสนอของกษัตริย์เพื่อพิสูจน์ว่าพระพรทางด้านวัตถุทุกอย่างที่ท่านมีเป็นมาจากพระเจ้าเท่านั้น ท่านมุ่งถวายเกียรติแด่พระเจ้าเพียงอย่างเดียวด้วยจิตใจที่สะอาดบริสุทธิ์และปราศจากความต้องการที่เห็นแก่ตัว พระเจ้าทรงอวยพระพรท่านอย่างบริบูรณ์

เมื่อพระเจ้าทรงสั่งอับราฮัมให้ถวายอิสอัคบุตรชายของท่านเป็นเครื่องเผาบูชานั้นท่านเชื่อฟังทันทีเพราะท่านไว้วางใจในพระเจ้าผู้ทรงสามารถทำให้คนตายเป็นขึ้นมาใหม่ ในที่สุดพระเจ้าทรงสถาปนาให้ท่านเป็นบิดาแห่งความเชื่อโดยตรัสว่า “เราจะอวยพรเจ้าแน่เราจะทวีเชื้อสายของเจ้าให้มากขึ้น ดังดวงดาวในท้องฟ้าและดังเม็ดทรายบนฝั่งทะเล เชื้อสายของเจ้าจะได้ประตูเมืองศัตรูของเจ้าเป็นกรรมสิทธิ์ ประชาชาติทั้งหลายทั่วโลกจะได้พรเพราะเชื้อ

สายของเจ้า เพราะว่าเจ้าได้เชื่อฟังเสียงของเรา" (ปฐมกาล 22:17-18) นอกจากนี้ พระเจ้าทรงสัญญากับท่านว่าพระเยซูพระบุตรของพระเจ้า (ผู้ซึ่งจะช่วยมวลมนุษย์ให้รอดพ้น) นั้นจะเสด็จมาบังเกิดผ่านทางเชื้อสายของท่าน

ยอห์น 15:13 กล่าวว่า "ไม่มีผู้ใดมีความรักที่ยิ่งใหญ่กว่านี้ คือการที่ผู้หนึ่งผู้ใดจะสละชีวิตของตนเพื่อมิตรสหายของตน" อับราฮัมพร้อมที่จะสละชีวิตของอิสอัคบุตรชายคนเดียวของท่านซึ่งมีค่ายิ่งกว่าชีวิตของท่านเอง ฉะนั้นท่านจึงสำแดงออกถึงความรักของตนที่มีต่อพระเจ้า พระเจ้าทรงตั้งอับราฮัมให้เป็นแบบอย่างที่ดีของการเตรียมมนุษย์ด้วยการเรียกท่านว่าเป็นมิตรสหายของพระเจ้าเพราะความเชื่อและความรักอันยิ่งใหญ่ที่ท่านมีต่อพระเจ้า

พระเจ้าทรงยิ่งใหญ่สูงสุด ดังนั้นพระองค์จึงทรงสามารถทำได้ทุกสิ่งและพระองค์ทรงสามารถมอบทุกสิ่งให้กับเรา แต่ยิ่งบุตรของพระเจ้ารับการเปลี่ยนแปลงด้วยความจริงมากขึ้นเท่าใดในขั้นตอนการเตรียมมนุษย์ พระเจ้าก็จะทรงประทานพระพรแก่เขาและจะทรงตอบคำอธิษฐานของเขามากขึ้นเท่านั้น เพื่อคนเหล่านี้จะสามารถสัมผัสถึงความรักของพระเจ้าด้วยการขอบพระคุณสำหรับพระพรของพระองค์

โมเสสรักประชากรของพระเจ้ามากกว่าชีวิตของตน

เมื่อครั้งที่โมเสสเป็นราชโอรสของอียิปต์นั้นท่านได้สังหารชาวอียิปต์คนหนึ่งเพื่อช่วยประชากรของท่านและท่านต้องหลบหนีออกจากพระราชวังของฟาโรห์ จากนั้นเป็นต้นมาท่านอาศัยอยู่ในถิ่นทุรกันดารในฐานะคนเลี้ยงแกะเป็นเวลา 40 ปี

โมเสสอยู่ในฐานะที่ต่ำต้อยจากการที่ท่านเป็นคนเลี้ยงแกะของคนมีเดียนในถิ่นทุรกันดารและท่านต้องยอมละทิ้ง

ศักดิ์ศรีความภาคภูมิใจและความชอบธรรมส่วนตัวที่ท่าน-เคยมีในฐานะราชโอรสของอียิปต์ พระเจ้าทรงปรากฏพระองค์ต่อหน้าโมเสสผู้ถ่อมใจคนนี้และทรงมอบหมายหน้าที่ให้ท่านนำคนอิสราเอลออกมาจากอียิปต์ โมเสสต้องเสียงชีวิตของท่านเองเพื่อทำภารกิจนี้ แต่ท่านก็เชื่อฟังและเดินทางไปเข้าเฝ้าฟาโรห์

ถ้าเราพิจารณาดูพฤติกรรมของคนอิสราเอลเราจะเห็นได้ว่าโมเสสมีจิตใจกว้างขวางมากทีเดียวเมื่อท่านยอมรับและโอบอุ้มคนเหล่านั้นเอาไว้ เมื่อประชาชนพบกับความยากลำบากเขาจะบ่นต่อว่าโมเสสและพยายามที่จะขว้างท่านด้วยก้อนหินด้วยซ้ำไป

เมื่อคนเหล่านั้นไม่มีน้ำดื่มเขาก็บ่นว่าเขากระหายน้ำ เมื่อเขามีน้ำดื่มแล้วเขาก็บ่นว่าเขาไม่มีอาหารกิน เมื่อพระเจ้าประทานมานาให้เขาจากเบื้องบน คนเหล่านั้นก็บ่นว่าเขาไม่มีเนื้อกิน เขาพูดว่าเขามีอาหารดี ๆ กินในอียิปต์ เขาลดคุณค่าของมานาด้วยการพูดว่ามานาเป็นอาหารชั้นเลว

ต่อมาเมื่อพระเจ้าทรงหันพระพักตร์ของพระองค์ไปจากเขา งูพิษในถิ่นทุรกันดารก็ออกมากัดคนเหล่านั้น แต่คนเหล่านั้นยังสามารถรับการช่วยกู้เพราะพระเจ้าทรงได้ยินคำอธิษฐานอย่างร้อนรนของโมเสส ประชาชนมองเห็นด้วยตาของตนเองว่าพระเจ้าทรงสถิตอยู่กับโมเสสมาเป็นเวลานาน แต่คนเหล่านั้นก็ยังสร้างรูปเคารพเป็นรูปวัวทองคำขึ้นและกราบไหว้รูปนั้นไม่นานหลังจากที่โมเสสไม่อยู่กับเขา คนเหล่านั้นถูกหญิงชาวต่างชาติล่อลวงให้ล่วงประเวณีซึ่งถือเป็นการล่วงประเวณีฝ่ายวิญญาณด้วยเช่นกัน โมเสสอธิษฐานต่อพระเจ้าด้วยการร้องไห้คร่ำครวญเพื่อประชาชนเหล่านั้น ท่านยอมเอาชีวิตของท่านเป็นเดิมพันเพื่อขอให้คนอิสราเอลได้รับการยกโทษแม้คนเหล่านั้นจะหลงลืมพระคุณที่เขาได้รับก็ตาม

อพยพ 32:31-32 กล่าวว่า:

การกลับสู่สภาพเดิมของวิญญาณ

โมเสสจึงกลับไปเฝ้าพระเยโฮวาห์ทูลว่า "โอ พระเจ้าข้า พลไพร่นี้ทำบาปอันใหญ่ยิ่ง
เขาทำพระด้วยทองคำสำหรับตัวเอง แต่บัดนี้ขอพระองค์โปรดยกโทษบาปของเขา
ถ้าหาไม่ ขอพระองค์ทรงลบชื่อของข้าพระองค์เสียจากทะเบียนที่พระองค์ทรงจดไว้"

การลบชื่อของท่านออกจากทะเบียนในข้อนี้หมายความว่าโมเสสจะไม่รอดและจะทนทุกข์ทรมานอยู่ในบึงไฟนรกตลอดไป ซึ่งถือเป็นความตายนิรันดร์ โมเสสรู้ถึงความจริงข้อนี้เป็นอย่างดี แต่ท่านต้องการให้ประชากรของท่านได้รับการยกโทษแม้ว่าท่านต้องเสียสละตนเองก็ตาม

ท่านคิดว่าพระเจ้าทรงรู้สึกอย่างไรเมื่อทอดพระเนตรเห็นโมเสสคนนี้ โมเสสเข้าใจพระทัยของพระเจ้าผู้ทรงเกลียดชังความบาปแต่ทรงต้องการช่วยคนบาปให้รอดอย่างลึกซึ้งและพระเจ้าทรงพอพระทัยกับท่านและพระองค์ทรงรักท่านอย่างมาก พระเจ้าทรงได้ยินคำอธิษฐานแห่งความรักของโมเสส ดังนั้นคนอิสราเอลจึงรอดพ้นจากความพินาศ

สมมุติว่าที่ฟากหนึ่งของถนนมีเพชรเม็ดหนึ่งวางอยู่ซึ่งเป็นเพชรที่ไร้ตำหนิและมีขนาดใหญ่เท่ากำปั้น ส่วนในอีกฟากหนึ่งของถนนมีก้อนหินขนาดเดียวกันวางอยู่หลายพันก้อน วัตถุชนิดใดมีคุณค่ามากกว่ากัน ไม่ว่าก้อนหินจะมีอยู่จำนวนมากเท่าใดก็ตามคงไม่มีใครยอมนำเพชรเม็ดนั้นมาแลกกับก้อนหินเหล่านั้นแน่ ในทำนองเดียวกัน คุณค่าของโมเสสคนเดียว (ซึ่งเป็นผู้ที่ทำให้พระประสงค์ของการเตรียมมนุษย์สำเร็จ) ย่อมมีคุณค่ามากกว่าผู้คนนับล้านซึ่งไม่ได้ทำเช่นนั้น (อพยพ 32:10)

กันดารวิถี 12:3 พูดถึงโมเสสไว้ว่า "โมเสสเป็นคนถ่อมใจมากยิ่งกว่าคนทั้งปวงที่พื้นแผ่นดิน" และในกันดารวิถี 12:7

พระเจ้าทรงรับรองโมเสสเอาไว้ว่า "สำหรับโมเสสผู้รับใช้ของเราก็ไม่เป็นเช่นนั้น ในวงศ์วานทั้งหมดของเราเขาสัตย์ซื่อ"

พระคัมภีร์บอกเราในหลายทีหลายแห่งว่าพระเจ้าทรงรักโมเสสคนนี้อย่างไรบ้าง อพยพ 33:11 กล่าวว่า "ดังนี้แหละพระเยโฮวาห์ตรัสกับโมเสสสองต่อสอง เหมือนมิตรสหายสนทนากัน" นอกจากนั้นในอพยพบทที่ 33 เราเห็นว่าโมเสสทูลขอให้พระเจ้าทรงสำแดงพระองค์กับท่านและพระเจ้าทรงตอบท่าน

อัครทูตเปาโลมีลักษณะเหมือนพระเจ้า

อัครทูตเปาโลทำงานเพื่อองค์พระผู้เป็นเจ้าด้วยชีวิตทั้งหมดของท่าน แต่ถึงกระนั้นท่านก็ยังรู้สึกเสียใจกับอดีตของตนเพราะท่านเคยข่มเหงองค์พระผู้เป็นเจ้า ดังนั้นท่านจึงขอบพระคุณและพร้อมที่จะรับเอาความทุกข์ยากลำบากทุกรูปแบบโดยกล่าวว่า "เพราะว่าข้าพเจ้าเป็นผู้น้อยที่สุดในพวกอัครสาวก และไม่สมควรจะได้ชื่อว่าเป็นอัครสาวก เพราะว่าข้าพเจ้าได้ข่มเหงคริสตจักรของพระเจ้า" (1 โครินธ์ 15:9)

ท่านถูกจำคุก ท่านถูกเฆี่ยนตีจำนวนนับไม่ถ้วน ท่านเผชิญกับความตายอยู่บ่อยครั้ง ท่านถูกพวกยิวเฆี่ยนด้วยแส้ถึงสามสิบเก้าครั้ง ท่านถูกตีด้วยไม้เรียวถึงสามครั้ง ท่านถูกหินขว้างหนึ่งครั้ง ท่านเผชิญกับเรืออับปางถึงสามครั้ง ท่านลอยคออยู่ในทะเลลึกหนึ่งคืนกับหนึ่งวัน ท่านเดินทางอยู่บ่อยครั้ง ท่านเผชิญกับอันตรายจากแม่น้ำ อันตรายจากโจรปล้น อันตรายจากเพื่อนร่วมชาติ อันตรายจากคนต่างชาติ อันตรายในเมือง อันตรายในถิ่นทุรกันดาร อันตรายในทะเล อันตรายในหมู่พี่น้องเทียมเท็จ ท่านทำงานเหน็ดเหนื่อยและลำบาก ท่านต้องอดหลับอดนอนอยู่บ่อยครั้ง ท่านพบกับความหิวและความกระหาย บ่อยครั้งที่ท่านไม่มีอา

หารรับประทาน ท่านพบกับความหนาวเหน็บและการเปลือยกาย

ความทุกข์ใจของท่านรุนแรงมากจนท่านกล่าวไว้ใน 1 โครินธ์ 4:9 ว่า "เพราะข้าพเจ้าเห็นว่าพระเจ้าได้ทรงตั้งเราผู้เป็นอัครสาวกไว้ในที่สุดปลาย เหมือนผู้ที่ได้ถูกปรับโทษให้ถึงตาย เพราะว่าโลกคือทั้งทูตสวรรค์และมนุษย์มองดูเราด้วยความพิศวง"

อะไรคือเหตุผลที่พระเจ้าทรงอนุญาตให้อัครทูตเปาโล (ซึ่งเป็นคนที่สัตย์ซื่อ) พบกับการข่มเหงและความยากลำบากที่รุนแรงเช่นนั้น สาเหตุก็เพราะว่าพระเจ้าทรงต้องการให้เปาโลเป็นบุคคลที่มีจิตใจงดงามและโปร่งใสเหมือนแก้ว เปาโลไม่สามารถพึ่งพิงใครได้นอกจากพระเจ้าในสถานการณ์ที่น่ากลัวซึ่งท่านอาจถูกจับกุมหรืออถูกฆ่า ท่านพบกับการเล้าโลมใจและความชื่นชมยินดีในพระเจ้า ท่านปฏิเสธตนเองอย่างสิ้นเชิงและเพาะบ่มจิตใจขององค์พระผู้เป็นเจ้าไว้ในชีวิตของท่าน

คำพูดต่อไปนี้ของเปาโลน่าประทับใจมากเพราะท่านได้กลายเป็นบุคคลที่งดงามผ่านความทุกข์ยากลำบากเหล่านั้น ท่านไม่ต้องการหลีกเลี่ยงความยากลำบากแม้ว่าเป็นการยากที่ชายคนหนึ่งต้องสู้ทนกับสิ่งเหล่านั้น ท่านประกาศถึงความรักที่ท่านมีต่อคริสตจักรและสมาชิกใน 2 โครินธ์ 11:28 ว่า "และนอกจากสิ่งเหล่านั้นที่อยู่ภายนอกแล้ว ยังมีการอื่นที่บีบข้าพเจ้าอยู่ทุกวันๆ คือการดูแลคริสตจักรทั้งปวง"

นอกจากนั้น ในโรม 9:3 ท่านกล่าวถึงผู้คนที่ต้องการฆ่าท่านไว้ว่า "เพราะว่าข้าพเจ้าปรารถนาจะให้ข้าพเจ้าเองถูกสาปให้ตัดขาดจากพระคริสต์ เพราะเห็นแก่พี่น้องของข้าพเจ้า คือญาติของข้าพเจ้าตามเนื้อหนัง" คำว่า "พี่น้องของข้าพเจ้า" และ "ญาติของข้าพเจ้า" ในที่นี้หมายถึงชาวยิวและพวกฟาริสีที่ข่มเหงท่านและก่อกวนเปาโลอย่างรุนแรง

กิจการ 23:12-13 กล่าวว่า “ครั้นเวลารุ่งเช้าพวกยิวบางคนได้สมทบกันสบถสาบานตัวว่า เขาทั้งหลายจะไม่กินจะไม่ดื่มอะไรกว่าจะได้ฆ่าเปาโลเสีย คนที่ร่วมกันปองร้ายนั้นมีกว่าสี่สิบคน”

เปาโลไม่เคยทำให้คนเหล่านั้นเกิดความรู้สึกขุ่นเคืองต่อท่านเป็นการส่วนตัว เปาโลไม่เคยโกหกเขาหรือทำร้ายเขา แต่เพียงเพราะท่านประกาศพระกิตติคุณและทำการด้วยฤทธิ์อำนาจของพระเจ้า คนเหล่านั้นก็ร่วมกันปองร้ายท่าน

ถึงกระนั้นท่านก็ยังอธิษฐานเพื่อให้คนเหล่านั้นได้รับความรอดแม้สิ่งนั้นอาจหมายถึงการที่ท่านต้องสูญเสียความรอดของตนไป นี่คือเหตุผลที่พระเจ้าทรงมอบฤทธิ์อำนาจอันยิ่งใหญ่ให้กับท่าน เพราะท่านเพาะบ่มความดีเอาไว้สิ่งนี้จึงทำให้ท่านสามารถเสียสละชีวิตของตนเพื่อผู้คนที่พยายามจะปองร้ายท่าน พระเจ้าทรงอนุญาตให้เปาโลทำการอัศจรรย์มากมาย เช่น วิญญาณชั่วและโรคภัยไข้เจ็บก็ออกไปจากผู้คนเพียงแต่เขาเอาผ้าเช็ดหน้าหรือผ้ากันเปื้อนที่ท่านเคยสัมผัสไปวางบนผู้ป่วย

พระองค์ทรงเรียกคนเหล่านั้นว่าเป็นพระ

ยอห์น 10:35 กล่าวว่า “ถ้าพระองค์ได้ทรงเรียกผู้ที่รับพระวจนะของพระเจ้าว่าเป็นพระ และจะฝ่าฝืนพระคัมภีร์ไม่ได้” เมื่อเรารับเอาพระคำของพระเจ้าและประพฤติตามพระคำนั้นเราก็เป็นบุคคลแห่งความจริง ซึ่งหมายถึงการเป็นบุคคลฝ่ายวิญญาณ นี่คือวิธีการเป็นเหมือนพระเจ้าผู้ทรงเป็นพระวิญญาณ นั่นคือ การเป็นมนุษย์ฝ่ายวิญญาณและมนุษย์ฝ่ายวิญญาณอย่างสมบูรณ์ และในขณะเดียวกันนี้เราสามารถเป็นผู้ที่มีลักษณะเหมือนพระเจ้า

อพยพ 7:1 กล่าวว่า “พระเยโฮวาห์จึงตรัสกับโมเสสว่า ‘ดูซิ เราได้ตั้งเจ้าไว้เป็นดังพระเจ้าต่อฟาโรห์ และอาโรนพี่ชายของเจ้าจะเป็นผู้พยากรณ์แทนเจ้า’” และอพยพ 4:16 กล่าวเช่นกันว่า “และเขาจะ

เป็นผู้พูดแก่พลไพร่แทนเจ้า และเขา คือเขาเองจะเป็นปากแทนเจ้า และเจ้าจะเป็นผู้แทนพระเจ้าแก่เขา" พระคัมภีร์บันทึกไว้ว่าพระเจ้าทรงประทานฤทธิ์อำนาจอันยิ่งใหญ่ให้กับโมเสสจนทำให้ท่านเป็นเหมือนพระเจ้าต่อหน้ามนุษย์

ในกิจการบทที่ 14 ในพระนามพระเยซูคริสต์ อัครทูตเปาโลทำให้ชายคนหนึ่งที่ไม่เคยเดินมาก่อนเลยในชีวิตสามารถลุกและเดินได้ เมื่อเขายืนขึ้นและกระโดด ผู้คนต่างก็ประหลาดใจมาพร้อมกับกล่าวกันว่า "เมื่อหมู่ชนเห็นการซึ่งเปาโลได้กระทำนั้น จึงพากันร้องเป็นภาษาลิคาโอเนียว่า 'พวกพระแปลงเป็นมนุษย์ลงมาหาเราแล้ว'" (กิจการ 14:11) ตัวอย่างนี้บอกให้เรารู้ว่าผู้คนที่เดินไปกับพระเจ้าอาจมีลักษณะเหมือนพระเจ้าเพราะคนเหล่านี้เป็นมนุษย์ฝ่ายวิญญาณแม้เขายังมีร่างกายอย่างฝ่ายเนื้อหนังอยู่ก็ตาม

เพราะเหตุนี้ 2 เปโตร 1:4 จึงอธิบายไว้ว่า "ด้วยเหตุเหล่านี้พระองค์จึงได้ทรงประทานพระสัญญาอันประเสริฐและใหญ่ยิ่งแก่เรา เพื่อว่าด้วยพระสัญญาเหล่านี้ ท่านทั้งหลายจะพ้นจากความเสื่อมโทรมที่มีอยู่ในโลกนี้เพราะตัณหา และจะได้รับส่วนในสภาพของพระองค์"

ขอให้เรารู้ว่าพระเจ้าทรงมีความปรารถนาอย่างแรงกล้าที่จะให้มนุษย์รับส่วนในสภาพของพระเจ้าเพื่อเราจะสามารถกำจัดเนื้อหนังที่เปื่อยเน่า (ซึ่งฝักใฝ่เฉพาะความมืด) นี้ทิ้งไป ให้กำเนิดกับวิญญาณโดยทางพระวิญญาณ และมีส่วนร่วมในสภาพของพระเจ้าอย่างแท้จริง

เมื่อเราบรรลุถึงระดับฝ่ายวิญญาณอย่างสมบูรณ์ สิ่งนี้หมายความว่าเราได้รื้อฟื้นวิญญาณขึ้นมาใหม่อย่างสมบูรณ์ การรื้อฟื้นวิญญาณขึ้นมาใหม่อย่างสมบูรณ์หมายความว่าเราได้รื้อฟื้นพระฉายาของพระเจ้าที่สูญเสียไปเพราะบาปของอาดัมขึ้นมาใหม่ ดังนั้นจึงหมาย

ความว่าเรากำลังมีส่วนร่วมในสภาพของพระเจ้า

เมือเราบรรลุถึงระดับนีเราก็สามารถรับเอาฤทธิ์อำนาจทีเป็นของพระเจ้า ฤทธิ์อำนาจของพระเจ้าคือของประทานทีพระองค์ทรงมอบให้กับบุตรทั้งหลายทีมีลักษณะเหมือนพระองค์ (สดุดี 62:11) หลักฐานของการได้รับฤทธิ์อำนาจของพระเจ้าคือหมายสำคัญและการอัศจรรย์ทีอยู่เหนือธรรมชาติและแปลกประหลาดซึงสำแดงให้ปรากฏด้วยการทำงานของพระวิญญาณบริสุทธิ์

ถ้าเราได้รับฤทธิ์อำนาจนีเราก็สามารถนำดวงวิญญาณจำนวนนับไม่ถ้วนมาสู่หนทางแห่งชีวิตและความรอด เปโตรทำการอันยิงใหญ่มากมายโดยฤทธิ์อำนาจของพระวิญญาณบริสุทธิ์

การเทศนาเพียงครั้งเดียวทำให้ผู้คนมากกว่าห้าพันคนได้รับความรอด ฤทธิ์อำนาจของพระเจ้าคือหลักฐานยืนยันว่าพระเจ้าผู้ทรงพระชนม์อยู่ทรงสถิตอยู่กับบุคคลผู้นั้น นีเป็นวิธีการทีแน่นอนทีสุดในการปลูกฝังความเชือไว้ในผู้คน

ผู้คนจะไม่เชือเว้นแต่เขาได้เห็นหมายสำคัญและการอัศจรรย์ (ยอห์น 4:48) ด้วยเหตุนี พระเจ้าจึงทรงกำลังสำแดงฤทธิ์อำนาจของพระองค์ผ่านทางมนุษย์ฝ่ายวิญญาณอย่างสมบูรณ์ผู้ทีได้รือฟื้นวิญญาณขึ้นมาใหม่อย่างสมบูรณ์ เพือว่าผู้คนจะสามารถเชือในพระเจ้าผู้ทรงพระชนม์อยู่ ในพระเยซูคริสต์พระผู้ช่วยให้รอด ในการดำรงอยู่ของสวรรค์และนรก และในความสัตย์จริงของพระคัมภีร์

บทที่ 4
มิติฝ่ายวิญญาณ

บ่อยครั้งพระคัมภีร์บอกเราเกี่ยวกับมิติฝ่ายวิญญาณและผู้คนที่มีประสบการณ์กับมิติดังกล่าว มิติฝ่ายวิญญาณเป็นสถานที่อยู่ของเราหลังจากชีวิตบนโลกนี้เช่นกัน

อัครทูตเปาโลรู้จักความล้ำลึกของมิติฝ่ายวิญญาณ

มิติฝ่ายวิญญาณอันไร้ข้อจำกัดที่พระคัมภีร์พรรณนาไว้

สวรรค์และนรกมีอยู่จริง

ชีวิตหลังความตายสำหรับดวงวิญญาณที่ไม่รอด

สง่าราศีของดวงอาทิตย์และดวงจันทร์แตกต่างกัน

สวรรค์กับสวนเอเดนเทียบกันไม่ได้

นครเยรูซาเล็มใหม่: ของขวัญยอดเยี่ยมสำหรับบุตรที่แท้จริง

การกลับสู่สภาพเดิมของวิญญาณ

เมื่อชีวิตในโลกนี้ของผู้คนซึ่งได้รื้อฟื้นพระฉายาของพระเจ้าที่สูญเสียไปขึ้นมาใหม่จบสิ้นลงเขาก็จะกลับไปสู่มิติฝ่ายวิญญาณ มิติฝ่ายวิญญาณเป็นสถานที่ที่ไร้ข้อจำกัดซึ่งแตกต่างจากมิติฝ่ายร่างกายของเรา เราไม่สามารถวัดความสูง ความลึก หรือความกว้างของมิตินี้ได้

มิติฝ่ายวิญญาณอันกว้างใหญ่ไพศาลนี้สามารถแบ่งออกเป็นพื้นที่แห่งความสว่างซึ่งเป็นของพระเจ้าและพื้นที่แห่งความมืดซึ่งพระเจ้าทรงอนุญาตให้เป็นอยู่อาศัยของเหล่าวิญญาณชั่ว แผ่นดินสวรรค์อยู่ในพื้นที่แห่งความสว่างซึ่งพระเจ้าทรงจัดเตรียมไว้สำหรับบุตรของพระเจ้าที่รอดโดยความเชื่อ ฮีบรู 11:1 กล่าวว่า "บัดนี้ ความเชื่อคือความแน่ใจในสิ่งที่เราหวังไว้ เป็นหลักฐานมั่นใจว่าสิ่งที่ยังไม่ได้เห็นนั้นมีจริง" ข้อนี้กล่าวว่ามิติฝ่ายวิญญาณเป็นโลกที่เรามองไม่เห็น แม้เรามองไม่เห็นลมพายุในโลกนี้แต่เรารู้ว่าลมพายุมีอยู่จริง แม้ความหวังใจในความเชื่อของเราเป็นสิ่งที่เราไม่อาจคาดหวังได้อย่างแท้จริงในโลกใบนี้ แต่หลักฐานต่าง ๆ ที่ปรากฏออกมาล้วนยืนยันให้เรารู้สิ่งที่เราหวังไว้นั้นมีอยู่จริง

ความเชื่อเป็นประตูที่เชื่อมต่อเรากับมิติฝ่ายวิญญาณ นี่เป็นแนวทางที่เราซึ่งมีชีวิตอยู่ในโลกวัตถุจะพบปะกับพระเจ้าผู้ทรงอยู่ในมิติฝ่ายวิญญาณ เราสามารถสื่อสารกับพระเจ้าผู้ทรงเป็นพระวิญ

ญาณด้วยความเชื่อ เราสามารถฟังและเข้าใจพระคำของพระเจ้าด้วยหูฝ่ายวิญญาณของเราและเราสามารถมองเห็นมิติฝ่ายวิญญาณ (ที่มองไม่เห็นด้วยเปล่า) ด้วยสายตาฝ่ายวิญญาณของเราเช่นกัน

เมื่อความเชื่อของเราเพิ่มพูนขึ้นเราจะมีความหวังในเรื่องแผ่นดินสวรรค์มากขึ้นและเข้าใจพระทัยของพระเจ้าลึกซึ้งยิ่งขึ้น เมื่อเรารู้และสัมผัสกับความรักของพระองค์เราก็ไม่สามารถที่จะหักห้ามตนเองให้รักพระองค์ได้ ยิ่งกว่านั้น เมื่อเรามีความเชื่ออย่างสมบูรณ์สิ่งต่าง ๆ ที่เกี่ยวข้องกับมิติฝ่ายวิญญาณก็จะบังเกิดขึ้น (ซึ่งสิ่งเหล่านี้ไม่มีวันเกิดขึ้นได้ในโลกวัตถุ) เพราะพระเจ้าทรงสถิตอยู่กับเรา

อัครทูตเปาโลรู้จักความล้ำลึกของมิติฝ่ายวิญญาณ

ใน 2 โครินธ์ 12:1 เป็นต้นไปเปาโลอธิบายถึงประสบการณ์ของท่านในมิติฝ่ายวิญญาณว่า "ข้าพเจ้าจำจะต้องอวด ถึงแม้จะไม่มีประโยชน์อะไร แต่ข้าพเจ้าจะเล่าต่อไปถึงนิมิตและการสำแดงต่าง ๆ ซึ่งมาจากองค์พระผู้เป็นเจ้า" นี่เป็นประสบการณ์ของท่านในการขึ้นไปยังเมืองบรมสุขเกษมในแผ่นดินสวรรค์ซึ่งอยู่ในสวรรค์ชั้นที่สาม

ใน 2 โครินธ์ 12:6 ท่านกล่าวว่า "เพราะถึงแม้ว่าข้าพเจ้าอยากจะอวด ข้าพเจ้าก็ไม่ใช่คนเขลา เพราะข้าพเจ้าพูดตามความจริง แต่ข้าพเจ้าระงับไว้ ก็เพราะเกรงว่า บางคนจะยกข้าพเจ้าเกินกว่าที่เขาได้เห็นและได้ฟังเกี่ยวกับข้าพเจ้า" อัครทูตเปาโลมีประสบการณ์ฝ่ายวิญญาณมากมายและได้รับการสำแดงจากพระเจ้าหลายอย่าง แต่ท่านไม่สามารถพูดถึงทุกสิ่งที่ท่านรู้เกี่ยวกับมิติฝ่ายวิญญาณ

ในยอห์น 3:12 พระเยซูตรัสว่า "ถ้าเราบอกท่านถึงสิ่งฝ่ายโลกและท่านไม่เชื่อ ถ้าเราบอกท่านถึงสิ่งฝ่ายสวรรค์ ท่านจะเชื่อได้อย่างไร" แม้หลังจากที่เห็นการทำงานด้วยฤทธิ์อำนาจ

มากมายด้วยตาของตนเอง แต่สาวกของพระเยซูก็ไม่เชื่อในพระองค์อย่างสนิทใจ คนเหล่านั้นมีความเชื่อที่แท้จริงได้หลังจากที่เขาเห็นการเป็นขึ้นมาขององค์พระผู้เป็นเจ้าด้วยตาของตนแล้วเท่านั้น หลังจากนั้นเหล่าสาวกได้อุทิศชีวิตของตนให้กับแผ่นดินของพระเจ้าและการเผยแพร่พระกิตติคุณ ในทำนองเดียวกัน อัครทูตเปาโลรู้เกี่ยวกับมิติฝ่ายวิญญาณเป็นอย่างดีและท่านทำหน้าที่ของตนให้สำเร็จลุล่วงด้วยชีวิตทั้งสิ้นของท่าน

มีวิธีการใดที่จะทำให้เราได้สัมผัสและเข้าใจถึงมิติฝ่ายวิญญาณอันลึกลับนี้เหมือนที่เปาโลเข้าใจหรือไม่ มีแน่นอน ประการแรกเราต้องปรารถนามิติฝ่ายวิญญาณ การมีใจปรารถนาอย่างแรงกล้าที่จะเข้าสู่มิติฝ่ายวิญญาณพิสูจน์ให้เห็นว่าเรารักและยอมรับพระเจ้าผู้ทรงเป็นพระวิญญาณ

มิติฝ่ายวิญญาณอันไร้ข้อจำกัดที่พระคัมภีร์พรรณนาไว้

เราค้นพบบันทึกมากมายในพระคัมภีร์เกี่ยวกับมิติฝ่ายวิญญาณและประสบการณ์ฝ่ายวิญญาณ อาดัมถูกสร้างให้เป็นผู้มีชีวิตซึ่งได้แก่วิญญาณที่มีชีวิตและเขาสามารถสื่อสารกับพระเจ้า แม้แต่หลังจากอาดัมก็มีผู้เผยพระวจนะจำนวนมากที่สื่อสารกับพระเจ้าและบางครั้งคนเหล่านั้นได้ยินพระสุรเสียงของพระเจ้าโดยตรง (ปฐมกาล 5:22; 9:9-13; อพยพ 20:1-17; กันดารวิถี 12:8) บางครั้งทูตสวรรค์ปรากฏตัวกับผู้คนเพื่อแจ้งข่าวสารจากพระเจ้า นอกจากนั้นยังมีบันทึกเกี่ยวกับ "สิ่งมีชีวิตสี่ตัว" (เอเสเคียล 1:4-14) "เครูบ" (2 ซามูเอล 6:2; เอเสเคียล 10:1-6) "รถเพลิงและม้าเพลิง" (2 พงศ์กษัตริย์ 2:11; 6:17) ซึ่งเป็นของมิติฝ่ายวิญญาณเช่นกัน

ทะเลแดงถูกแยกออกเป็นสองส่วน น้ำไหลออกมาจากก้อนหินโ

ดยโมเสสคนของพระเจ้า ดวงอาทิตย์และดวงจันทร์หยุดนิ่งอยู่กับที่โดยคำอธิษฐานของโยชูวา เอลียาห์อธิษฐานต่อพระเจ้าและนำไฟลงมาจากสวรรค์ หลังจากท่านทำหน้าที่ของตนสำเร็จเสร็จสิ้นบนโลกนี้แล้วเอลียาห์ก็ถูกรับขึ้นไปสู่สวรรค์ด้วยลมพายุหมุน นี่คือตัวอย่างบางส่วนของการเปิดเผยมิติฝ่ายวิญญาณให้เป็นที่ปรากฏในพื้นที่ฝ่ายร่างกาย

นอกจากนั้น ใน 2 พงศ์กษัตริย์บทที่ 6 เมื่อกองของคนอารัมยกกำลังจะมาจับตัวเอลีชานั้น ดวงตาฝ่ายวิญญาณของเกหะซีคนใช้ของเอลีชาก็เปิดออกและเขามองเห็นม้าเพลิงและรถรบเพลิงห้อมล้อมเอลีชาเพื่อป้องกันท่านเอาไว้ ดาเนียลถูกโยนเข้าไปในถ้ำสิงห์ด้วยแผนการของพวกรัฐมนตรีที่ร่วมงานกับท่าน แต่ท่านไม่ได้รับอันตรายแม้แต่นิดเดียวเพราะพระเจ้าทรงส่งทูตของพระองค์มาปิดปากสิงห์เหล่านั้นเอาไว้ สหายทั้งสามคนของดาเนียลไม่ยอมทำตามคำสั่งของกษัตริย์เพื่อรักษาความเชื่อของตนเอาไว้และคนเหล่านั้นถูกโยนลงไปในเตาไฟซึ่งร้อนมากกว่าไฟปกติถึงเจ็ดเท่า แต่ไม่มีใครได้รับอันตรายแม้แต่เส้นผมของเขาก็ไม่หงิกงอ

พระเยซูพระบุตรของพระเจ้าทรงรับสภาพเป็นมนุษย์เมื่อพระองค์เสด็จเข้ามาในโลกนี้ แต่พระองค์ได้ทรงสำแดงถึงสิ่งต่าง ๆ ที่เกี่ยวข้องกับมิติฝ่ายวิญญาณอันไร้ข้อจำกัดโดยพระองค์ไม่ถูกผูกมัดด้วยข้อจำกัดของพื้นที่ฝ่ายร่างกาย พระองค์ทรงทำให้คนตายฟื้นคืนชีพ รักษาโรคนานาชนิด และดำเนินบนน้ำ ยิ่งกว่านั้น หลังจากการเป็นขึ้นมาจากความตายของพระองค์พระองค์ทรงปรากฏพระองค์เองกับสาวกสองคนบนเส้นทางไปสู่หมู่บ้านเอมมาอูสในทันที (ลูกา 24:13-16) และพระองค์เสด็จผ่านผนังห้องเข้าไปและปรากฏพระองค์เองขึ้นภายในห้องของบ้านหลังหนึ่งที่พวกสาวกซ่อนตัวอยู่เพราะกลัวพวกยิว (ยอห์น 20:19)

แท้ที่จริงสิ่งนี้เป็นการใช้พลังจิตเพื่อล่องหนหรือหายตัวซึ่งอยู่นอ

กเหนือพื้นที่ฝ่ายร่างกาย สิ่งนี้บอกให้เรารู้ว่ามิติฝ่ายวิญญาณอยู่เหนือข้อจำกัดของเวลาและสถานที่ นอกเหนือจากพื้นที่ฝ่ายร่างกายที่ตาของเรามองเห็นแล้วยังมีพื้นที่ฝ่ายวิญญาณที่เรามองไม่เห็นและพระองค์ทรงเคลื่อนที่ไปในพื้นที่ฝ่ายวิญญาณนี้เพื่อปรากฏพระองค์เองในสถานที่และเวลาที่พระองค์ทรงต้องการ

บรรดาบุตรของพระเจ้าที่เป็นพลเมืองของสวรรค์ต้องมีใจปรารถนาในสิ่งที่เป็นของฝ่ายวิญญาณ พระเจ้าทรงอนุญาตให้คนที่มีใจปรารถนาเช่นนี้มีประสบการณ์กับมิติฝ่ายวิญญาณ เหมือนที่พระองค์ตรัสไว้ในเยเรมีห์ 29:13 ว่า "เจ้าจะแสวงหาเราและพบเราเมื่อเจ้าแสวงหาเราด้วยสิ้นสุดใจของเจ้า"

นอกจากการมีใจปรารถนาดังกล่าวแล้ว เราสามารถเข้าไปสู่ฝ่ายวิญญาณและพระเจ้าทรงสามารถเปิดดวงตาฝ่ายวิญญาณของเราเมื่อเรากำจัดความชอบธรรมส่วนตัว กรอบความคิดส่วนตัว และการยึดเอาตนเองเป็นศูนย์กลางทิ้งไป

อัครทูตยอห์นเป็นหนึ่งในสาวกสิบสองคนของพระเยซู (วิวรณ์ 1:1, 9) ในปีค.ศ. 95 ท่านถูกจักรพรรดิโดมิเซียนของโรมจับตัวและโยนลงไปในหม้อต้มน้ำมัน แต่ท่านไม่เสียชีวิตแต่กลับถูกเนรเทศไปอยู่ที่เกาะปัทมอสในทะเลเอเจียน ท่านเขียนหนังสือวิวรณ์ที่นั่น

เพื่อให้ได้รับการสำแดงอย่างลึกซึ้ง ยอห์นต้องมีคุณสมบัติสำหรับเรื่องนี้ คุณสมบัติเหล่านี้ก็คือท่านต้องบริสุทธิ์โดยไม่มีความชั่วรูปแบบใดอยู่ในท่านและท่านต้องมีจิตใจเหมือนพระทัยขององค์พระผู้เป็นเจ้า ท่านสามารถนำเอาข้อล้ำลึกต่าง ๆ และวิวรณ์แห่งสวรรค์ลงมาด้วยการดลใจของพระวิญญาณบริสุทธิ์ผ่านการอธิษฐานอย่างร้อนรนที่ท่านถวายแด่พระเจ้าด้วยจิตใจที่สะอาดบริสุทธิ์

สวรรค์และนรกมีอยู่จริง

ในมิติฝ่ายวิญญาณมีสวรรค์และนรกอยู่ที่นั่น ไม่นานหลังจากที่ผมเปิดคริสตจักรมันมิน พระเจ้าทรงสำแดงให้ผมเห็นสวรรค์และนรกในการอธิษฐานของผมอีกครั้งหนึ่ง ความงดงามและความสุขในสวรรค์ที่ผมสัมผัสเป็นสิ่งที่ไม่สามารถบรรยายหรือถ่ายทอดด้วยถ้อยคำได้

ในยุคพระคัมภีร์ใหม่ผู้คนที่ต้อนรับเอาพระเยซูคริสต์เป็นพระผู้ช่วยให้รอดของตนจะได้รับการยกโทษบาปและความรอด อันดับแรกคนเหล่านี้จะขึ้นไปอุโมงค์ชั้นบนหลังจากชีวิตของเขาในโลกนี้สิ้นสุดลง เขาจะพักอยู่ที่นั่นเป็นเวลาสามวันเพื่อปรับตัวให้เข้ากับมิติฝ่ายวิญญาณและจากนั้นเขาจะย้ายไปสถานที่รอคอยในเมืองบรมสุขเกษมของแผ่นดินสวรรค์ อับราฮัมบิดาแห่งความเชื่อเคยเป็นผู้รับผิดชอบอุโมงค์ชั้นบนไปจนกระทั่งการเสด็จขึ้นสู่สวรรค์ขององค์พระผู้เป็นเจ้า เพราะเหตุนี้เราจึงพบบันทึกในพระคัมภีร์ที่ระบุว่าลาซารัสคนยากจนถูกนำไปอยู่ที่ "อ้อมอกของอับราฮัม"

พระเยซูทรงประกาศพระกิตติคุณกับดวงวิญญาณที่อยู่ในอุโมงค์ชั้นบนหลังจากที่พระองค์ทรงสิ้นลมหายใจบนกางเขน (1 เปโตร 3:19) หลังจากที่พระเยซูประกาศพระกิตติคุณในอุโมงค์ชั้นบนแล้วพระองค์ทรงเป็นขึ้นมาจากความตายและทรงนำวิญญาณทุกดวงที่นั่นเข้าไปสู่เมืองบรมสุขเกษม นับจากเวลานั้นเป็นต้นมาวิญญาณที่รอดเหล่านั้นก็พักอยู่ ณ สถานที่รอคอยของสวรรค์ซึ่งตั้งแต่รอบนอกเมืองบรมสุขเกษม หลังจากการพิพากษาใหญ่บนพระที่นั่งสีขาวเสร็จสิ้นลงดวงวิญญาณเหล่านั้นจะเข้าไปสู่ที่อยู่อาศัยของตนในสวรรค์ตามขนาดแห่งความเชื่อของตนและอาศัยอยู่ที่นั่นตลอดไป

ในการพิพากษาใหญ่บนพระที่นั่งสีขาว (ซึ่งจะมีขึ้นหลังจากการเตรียมมนุษย์เสร็จสิ้นลง) พระเจ้าจะทรงพิพากษาการกระทำทุกอย่า

งของทุกคนที่เกิดมาตั้งแต่การทรงสร้างโลกไม่ว่าดีหรือชั่ว การพิพากษานี้ถูกเรียกว่าการพิพากษาครั้งใหญ่บนพระที่นั่งสีขาวก็เพราะว่าพระที่นั่งที่พระเจ้าทรงประทับเพื่อทำการพิพากษานั้นจะสว่างสุกใสมากจนดูเป็นสีขาว (วิวรณ์ 20:11)

การพิพากษาครั้งใหญ่นี้จะมีขึ้นหลังจากการเสด็จมาครั้งสองขององค์พระผู้เป็นเจ้าในฟ้าอากาศและมายังโลกนี้และหลังจากอาณาจักรพันปีเสร็จสิ้นลง การพิพากษาสำหรับดวงวิญญาณที่ได้รับความรอดจะเป็นการพิพากษาเพื่อปูนบำเหน็จรางวัลและสำหรับดวงวิญญาณที่ไม่ได้รับความรอดการพิพากษานี้จะเป็นการพิพากษาลงโทษ

ชีวิตหลังความตายสำหรับดวงวิญญาณที่ไม่รอด

ผู้คนที่ไม่ได้ต้อนรับเอาองค์พระผู้เป็นเจ้าและผู้คนที่ประกาศถึงความเชื่อของตนในพระองค์แต่ไม่ได้รับความรอดจะถูกยมทูตแห่งนรกสององค์นำตัวไปหลังจากการตายของเขา ดวงวิญญาณของคนเหล่านี้จะไปพักอยู่ในสถานที่ซึ่งมีลักษณะเหมือนหลุมขนาดใหญ่เป็นเวลาสามวันเพื่อเตรียมตัวไปอยู่ในอุโมงค์ชั้นล่าง สิ่งที่รอคอยเขาอยู่ที่นั่นมีแต่ความทุกข์ทรมานเพียงอย่างเดียว หลังจากสามวันคนเหล่านี้จะถูกย้ายไปยังอุโมงค์ชั้นล่างซึ่งที่นั่นเขาจะได้รับการลงโทษตามความบาปของตน อุโมงค์ชั้นล่างที่เป็นของนรกนั้นมีขนาดที่กว้างใหญ่ไพศาลเท่า ๆ กับสวรรค์และยังมีสถานที่อีกมากมายซึ่งถูกเตรียมไว้รองรับดวงวิญญาณที่ไม่ได้รับความรอด

ดวงวิญญาณเหล่านี้จะอยู่ในอุโมงค์ชั้นล่างเพื่อการรับการลงโทษหลายอย่างไปจนกว่าจะถึงการพิพากษาใหญ่บนพระที่นั่งสีขาว การลงโทษเหล่านี้รวมถึงการถูกรุมทึ้งจากแมลงหรือสัตว์ชนิดต่าง ๆ หรือการถูกทรมานจากยมทูตของนรก หลังจากการพิพากษาใหญ่บ

นพระที่นั่งสีขาวสิ้นสุดลงคนเหล่านี้จะลงไปสู่บึงไฟหรือไม่ก็บึงกำม ะถันและทนทุกข์ทรมานอยู่ชั่วนิรันดร์ (วิวรณ์ 21:8)

การถูกลงโทษในบึงไฟหรือบึงกำมะถันจะทุกข์ทรมานยิ่งกว่าการถูกลงโทษในอุโมงค์ชั้นล่างแบบเทียบกันไม่ได้ ไฟนรกมีความร้อนแรงเหนือจินตนาการ บึงกำมะถันร้อนยิ่งกว่าบึงไฟถึงเจ็ดเท่า บึงกำมะถันมีไว้สำหรับผู้คนที่ทำบาปร้ายแรง เช่น การหมิ่นประมาทและการต่อสู้ขัดขวางพระวิญญาณบริสุทธิ์ เป็นต้น

ครั้งหนึ่งพระเจ้าทรงสำแดงให้ผมเห็นภาพของบึงไฟและบึงกำมะถัน สถานที่เหล่านี้กว้างใหญ่ไพศาลสุดลูกหูลูกตาและเต็มไปด้วยบางสิ่งบางอย่างที่มีลักษณะคล้ายกับไอน้ำที่ขึ้นมาจากบ่อน้ำร้อนและผมมองเห็นผู้คนที่อยู่ในบึงนั้นแบบสลัว ๆ บางคนเห็นแค่หน้าอกขึ้นมาและบางเห็นแค่ลำคอ ในบึงไฟมีเสียงร้องโอดครวญและอาการชักดิ้นชักงอเพราะความเจ็บปวด แต่ความเจ็บปวดในบึงกำมะถันนั้นแสนสาหัสมากเกินกว่าที่ผู้คนจะชักดิ้นชักงอ เราต้องเชื่อว่าโลกที่มองไม่เห็นนี้มีอยู่จริงและควรดำเนินชีวิตด้วยพระคำของพระเจ้าเพื่อเราจะได้รับความรอดอย่างแน่นอน

สง่าราศีของดวงอาทิตย์และดวงจันทร์แตกต่างกัน

ในการอธิบายถึงร่างกายของเราหลังจากการเป็นขึ้นมาจากความตายา อัครทูตเปาโลกล่าวว่า “สง่าราศีของดวงอาทิตย์ก็อย่างหนึ่ง สง่าราศีของดวงจันทร์ก็อย่างหนึ่ง สง่าราศีของดวงดาวก็อย่างหนึ่ง แท้ที่จริงสง่าราศีของดาวดวงหนึ่งก็ต่างกันกับสง่าราศีของดาวดวงอื่น ๆ” (1 โครินธ์ 15:41)

สง่าราศีของดวงอาทิตย์เป็นสง่าราศีที่พระเจ้าทรงมอบให้กับผู้คนที่ละทิ้งความบาป รับการชำระให้บริสุทธิ์ และสัตย์ซื่อต่อสิ่งสารพัด

ในชุมชนของพระเจ้าในโลกนี้อย่างสมบูรณ์ สง่าราศีของดวงจันทร์คือสง่าราศีที่พระเจ้าทรงมอบให้กับผู้คนที่ไม่ได้บรรลุถึงระดับสง่าราศีของดวงอาทิตย์ สง่าราศีของดวงดาวเป็นสง่าราศีที่พระเจ้าทรงมอบให้กับผู้คนที่บรรลุถึงระดับที่ต่ำกว่าระดับสง่าราศีของดวงจันทร์ นอกจากนั้น สง่าราศีของดวงดาวแต่ละดวงแตกต่างกันฉันใด ทุกคนจะได้รับสง่าราศีและรางวัลที่แตกต่างกันด้วยฉันนั้น แม้ว่าแต่ละคนอาจเข้าไปสู่ที่อยู่อาศัยระดับเดียวกันในสวรรค์ก็ตาม

พระคัมภีร์บอกเราว่าเราจะได้รับสง่าราศีแตกต่างกันในสวรรค์ ที่อยู่ในสวรรค์และรางวัลที่เราได้รับก็จะแตกต่างกันโดยขึ้นอยู่กับว่าเราละทิ้งบาปมากแค่ไหน เรามีความเชื่อฝ่ายวิญญาณในระดับใด และเราสัตย์ซื่อต่อแผ่นดินของพระเจ้าเพียงใด

แผ่นดินสวรรค์มีที่อยู่อาศัยมากมายที่พระเจ้าทรงมอบให้กับแต่ละคนตามขนาดความเชื่อของเขา เมืองบรมสุขเกษมเป็นที่อยู่อาศัยของผู้คนที่มีขนาดความเชื่อน้อยที่สุด สวรรค์ชั้นที่หนึ่งจะสูงกว่าเมืองบรมสุขเกษมไปอีกระดับหนึ่ง สวรรค์ชั้นที่สองจะดีกว่าสวรรค์ชั้นที่หนึ่ง และสวรรค์ชั้นที่สามจะดีกว่าสวรรค์ชั้นที่สอง นครเยรูซาเล็มใหม่ตั้งอยู่ในสวรรค์ชั้นที่สามซึ่งเป็นที่ประดิษฐานของพระที่นั่งของพระเจ้า

สวรรค์กับสวนเอเดนเทียบกันไม่ได้

สวนเอเดนมีความงดงามและสงบสุขมากแม้แต่สถานที่ที่งดงามที่สุดของโลกนี้ก็ไม่อาจเทียบกับสวนเอเดนได้ แต่สวนเอเดนก็เทียบไม่ได้เลยกับแผ่นดินสวรรค์ ความสุขในสวนเอเดนและความสุขในแผ่นดินสวรรค์แตกต่างกันอย่างสิ้นเชิงเพราะสวนเอเดนอยู่ในสวรรค์ชั้นที่สองและแผ่นดินสวรรค์อยู่ในชั้นที่สาม นอกจากนั้น ผู้คนที่อาศัยอยู่ในสวนเอเดนไม่ใช่บุตรที่แท้จริงผู้ซึ่งผ่านขั้นตอนของการเ

ตรียมมนุษย์ด้วยเช่นกัน

สมมุติเปรียบชีวิตบนโลกเป็นเหมือนชีวิตที่อยู่ในความมืดสนิทซึ่งปราศจากความสว่างทุกรูปแบบละก้อ ชีวิตในสวนเอเดนก็คงเป็นเหมือนการมีชีวิตอยู่กับแสงตะเกียง และชีวิตในสวรรค์เป็นเหมือนการมีชีวิตอยู่กับหลอดไฟฟ้าที่มีแสงสว่างเจิดจ้า ก่อนที่จะมีการประดิษฐ์คิดค้นหลอดไฟฟ้าขึ้นมาผู้คนใช้ตะเกียงที่ให้ความสว่างแบบสลัวแต่ตะเกียงก็ยังเป็นสิ่งที่มีคุณค่า เมื่อผู้คนเห็นหลอดฟ้าครั้งแรกเขาเกิดความประหลาดใจ

ผมกล่าวไปแล้วว่าพระเจ้าจะทรงมอบที่อยู่อาศัยให้กับแต่ละคนแตกต่างกันออกไปตามขนาดความเชื่อและการเตรียมจิตใจให้อยู่ฝ่ายวิญญาณของแต่ละในระหว่างการมีชีวิตอยู่ในโลกนี้ และที่อยู่อาศัยในสวรรค์แต่ละแห่งแตกต่างกันอย่างมากในเรื่องสง่าราศีและความสุข ถ้าเราก้าวเลยระดับของการชำระให้บริสุทธิ์ไปสู่การเป็นคนสัตย์ซื่อต่อสิ่งสารพัดในชุมชนของพระเจ้าและกลายเป็นบุคคลฝ่ายวิญญาณอย่างสมบูรณ์ เราก็สามารถเข้าไปสู่นครเยรูซาเล็มใหม่ซึ่งเป็นที่ประดิษฐานของพระที่นั่งของพระเจ้า

นครเยรูซาเล็มใหม่: ของขวัญยอดเยี่ยมสำหรับบุตรที่แท้จริง

พระเยซูตรัสไว้ในยอห์น 14:2 ว่า “ในพระนิเวศของพระบิดาเรามีคฤหาสน์หลายแห่ง ถ้าไม่มีเราคงได้บอกท่านแล้ว เราไปจัดเตรียมที่ไว้สำหรับท่านทั้งหลาย” ในสวรรค์มีที่อยู่อาศัยเป็นจำนวนมาก ที่นั่นมีนครเยรูซาเล็มใหม่ซึ่งเป็นที่ประดิษฐานพระที่นั่งของพระเจ้าและเมืองบรมสุขเกษมซึ่งเป็นสถานที่ซึ่งจัดเตรียมไว้สำหรับผู้คนที่ได้รับความรอดอย่างหวุดหวิด

การกลับสู่สภาพเดิมของวิญญาณ

นครเยรูซาเล็มใหม่ (หรือที่มีชื่อเรียกอีกว่า "นครแห่งสง่าราศี") เป็นสถานที่อันงดงามที่สุดในบรรดาที่อยู่อาศัยทั้งหมด พระเจ้าทรงต้องการให้ทุกคนไม่เพียงได้รับความรอด แต่พระองค์ทรงต้องการให้เขาเข้าไปสู่นครแห่งนี้เช่นกัน (1 ทิโมธี 2:4)

เมื่อลงมือทำนาชาวนาจะไม่ได้เก็บเกี่ยวเฉพาะเมล็ดข้าวสาลีที่มีคุณภาพดีที่สุดเท่านั้น (แต่เขาจะได้รับข้าวละมานจากการลงทุนลงแรงของเขาด้วยเช่นกัน) ในทำนองเดียวกัน ไม่ใช่ทุกคนที่เข้าสู่การเตรียมมนุษย์จะกลายเป็นบุตรที่แท้จริงของพระเจ้าผู้ซึ่งอยู่ฝ่ายวิญญาณอย่าสมบูรณ์ ดังนั้นพระเจ้าจึงทรงจัดเตรียมที่อยู่อาศัยอื่น ๆ อีกมากมายไว้สำหรับผู้คนที่ไม่มีคุณสมบัติที่จะเข้าไปสู่นครเยรูซาเล็มใหม่โดยเริ่มต้นจากเมืองบรมสุขเกษมในสวรรค์ชั้นที่หนึ่ง สวรรค์ชั้นที่สอง และสวรรค์ชั้นที่สาม

เมืองบรมสุขเกษมและนครเยรูซาเล็มแตกต่างกันอย่างมาก คล้าย ๆ กับความแตกต่างระหว่างกระท่อมหลังเล็กกับพระราชวัง พ่อแม่ต้องการให้สิ่งที่ดีที่สุดกับลูกของตนฉันใด พระเจ้าก็ทรงปรารถนาที่จะมอบสิ่งที่ดีที่สุดให้กับเราด้วยฉันนั้น ดังนั้นพระองค์จึงทรงต้องการให้เราเป็นบุตรที่แท้จริงของพระองค์และมีส่วนร่วมในทุกสิ่งกับพระองค์ในนครเยรูซาเล็มใหม่

ความรักของพระเจ้าไม่ได้จำกัดอยู่กับคนบางกลุ่มบางพวก พระเจ้าทรงมอบความรักนี้ให้กับทุกคนที่ต้อนรับเอาพระเยซูคริสต์ แต่ที่อยู่อาศัยและรางวัลในสวรรค์รวมทั้งขนาดแห่งความรักของพระเจ้าที่มอบให้แต่ละคนนั้นจะแตกต่างกันออกไปตามขนาดของการชำระให้บริสุทธิ์และความสัตย์ซื่อของแต่ละคน

ผู้คนที่เข้าไปอยู่ในเมืองบรมสุขเกษม สวรรค์ชั้นที่หนึ่ง หรือสวรรค์ชั้นที่สองยังไม่ได้กำจัดเนื้อหนังทิ้งไปอย่างสมบูรณ์และคนเหล่า

233

นี้ไม่ใช่บุตรที่แท้จริงของพระเจ้า เด็กเล็กไม่สามารถเข้าใจทุกสิ่งเกียวกับพ่อแม่ของตนฉันใด การที่คนเหล่านี้จะเข้าใจพระทัยของพระเจ้าก็เป็นสิ่งที่ยากลำบากด้วยฉันนั้น ด้วยเหตุนี้ การที่พระเจ้าทรงจัดเตรียมที่อยู่อาศัยแห่งต่าง ๆ เอาไว้ตามขนาดความเชื่อของแต่ละคนนั้นถือเป็นความรักและความยุติธรรมของพระเจ้า การที่คนในกลุ่มอายุเดียวกันใช้เวลาร่วมกันทำให้เขามีความสนุกสนานมากกว่าฉันใด การที่พลเมืองสวรรค์อยู่ร่วมกับผู้คนที่มีความเชื่อระดับเดียวกันจะทำให้เขาสบายใจและสนุกสนานกว่าด้วยฉันนั้น

นครเยรูซาเล็มใหม่เป็นหลักฐานเช่นกันว่าพระเจ้าทรงได้รับผลที่สมบูรณ์แบบผ่านการเตรียมมนุษย์ของพระองค์ ฐานหินสิบสองต้นของนครนี้พิสูจน์ให้เห็นว่าจิตใจของบรรดาบุตรของพระเจ้าที่เข้าไปสู่นครแห่งนี้งดงามเหมือนเพชรนิลจินดาเหล่านั้น ประตูไข่มุกของนครพิสูจน์ว่าบุตรของพระเจ้าที่เดินผ่านประตูเหล่านี้ได้เพาะบ่มความอดทนนานเอาไว้เหมือนเปลือกหอยที่สร้างไข่มุกด้วยความอดทนนานของตน

เมื่อคนเหล่านี้เดินผ่านประตูไข่มุกเขาจะระลึกถึงช่วงเวลาแห่งความอดทนนานและความอดกลั้นของตนเพื่อให้ได้เข้าสู่สวรรค์ เมื่อเขาเดินอยู่บนถนนทองคำเขาจะจดจำหนทางแห่งความเชื่อที่เขาเลือกเดินในขณะที่อยู่ในโลกนี้ ขนาดและการตกแต่งบ้านเรือนที่พระเจ้าทรงมอบให้แต่ละคนจะเตือนเขาระลึกว่าเขาเป็นผู้ที่พระเจ้าทรงรักมากเพียงใดและเขาจะถวายเกียรติแด่พระเจ้าด้วยความเชื่อของตนอย่างไร

ผู้คนที่เข้าไปสู่นครเยรูซาเล็มใหม่สามารถมองเห็นพระเจ้าแบบหน้าต่อหน้าเพราะเขาได้เตรียมจิตใจของตนไว้ให้สะอาดบริสุทธิ์และงดงามแก้วอันสุกใสและเขาได้เป็นบุตรที่แท้จริงของพระเจ้าแล้ว คนเหล่านี้จะได้รับการปรนนิบัติจากเหล่าทูตสวรรค์จำนวนมากและ

การกลับสู่สภาพเดิมของวิญญาณ

มีชีวิตอยู่ในความสุขและความชื่นชมยินดี

นิรันดร์ นครแห่งนี้เป็นสถานที่บริสุทธิ์และเต็มล้นไปด้วยความปลาบปลื้มยินดีเกินจินตนาการของมนุษย์

ในโลกนี้มีหนังสือหลากหลายประเภทฉันใด ในสวรรค์ก็มีหนังสือหลากหลายประเภทด้วยฉันนั้น ในสวรรค์มีหนังสือแห่งชีวิตที่บันทึกรายชื่อของผู้คนที่ได้รับความรอดเอาไว้ นอกจากนั้นยังมีหนังสือบันทึกความจำซึ่งเขียนเกี่ยวกับสิ่งต่าง ๆ ที่น่าจดจำไปตลอดนิรันดร์เอาไว้ หนังสือเล่มนี้มีปกสีทองพร้อมลวดลายที่งดงามและมีระดับ ดังนั้นทุกคนจึงสังเกตได้ไม่ยากว่าหนังสือเล่มนี้มีคุณค่ามาก หนังสือเล่มนี้บันทึกเกี่ยวกับสิ่งที่บุคคลได้กระทำรวมทั้งสถานการณ์ที่ซึ่งเขาทำสิ่งเหล่านั้นไว้โดยละเอียด และมีการบันทึกส่วนที่สำคัญไว้ในวีดีโอเช่นกัน

ยกตัวอย่าง หนังสือเล่มนี้บันทึกเหตุการณ์สำคัญต่าง ๆ เอาไว้ เช่น เหตุการณ์ที่อับราฮัมถวายอิสอัคบุตรของท่านเป็นเครื่องเผาบูชา เอลียาห์อธิษฐานขอไฟลงมาจากสวรรค์ ดาเนียลได้รับการปกป้องคุ้มครองในถ้ำสิงห์ และสหายทั้งสามคนของดาเนียลไม่ได้รับอันตรายในเตาไฟเพื่อถวายเกียรติแด่พระเจ้า เป็นต้น พระเจ้าทรงเลือกวันพิเศษและมีคุณค่าบางวันเพื่อเปิดบางส่วนของหนังสือเล่มนี้และทรงแนะนำเนื้อหากับผู้คน บุตรของพระเจ้าฟังพระองค์ด้วยความสุขและถวายเกียรติแด่พระเจ้าด้วยคำสรรเสริญ

นอกจากนั้น ในนครเยรูซาเล็มใหม่ยังมีการจัดงานเลี้ยงขึ้นอยู่ตลอดเวลาซึ่งรวมถึงงานเลี้ยงที่จัดขึ้นโดยพระเจ้าพระบิดา งานเลี้ยงที่จัดขึ้นโดยองค์พระผู้เป็นเจ้า งานเลี้ยงที่จัดขึ้นโดยพระวิญญาณบริสุทธิ์ และงานเลี้ยงอื่น ๆ ที่จัดขึ้นโดยพวกผู้เผยพระวจนะอย่างเอลียาห์ เอโนค อับราฮัม โมเสส และอัครทูตเปาโล เป็นต้น ผู้เชื่อค

นอื่นสามารถเชิญชวนพี่น้องมาจัดงานเลี้ยงได้เช่นกัน งานเลี้ยงเป็นจุดสุดยอดของความชื่นชมยินดีในสวรรค์ งานเลี้ยงเป็นจุดที่ทำให้มองเห็นและชื่นชมกับความอุดมสมบูรณ์ เสรีภาพ ความงดงาม และสง่าราศีของสวรรค์จากที่ไกล

แม้แต่ในโลกนี้ผู้คนก็ตกแต่งตนเองให้งดงามที่สุดและหาความสุขให้กับตนเองด้วยการกินและการดื่มในงานเลี้ยงใหญ่ ในสวรรค์ก็เช่นเดียวกัน ในงานเลี้ยงในสวรรค์ทูตสวรรค์จะร้องเพลง เต้นรำ และเล่นดนตรี บุตรของพระเจ้าอาจร้องเพลงและเต้นรำตามเสียงดนตรีได้เช่นกัน สถานที่จัดงานเลี้ยงจะเต็มไปด้วยการเต้นรำอันงดงามและเสียงเพลงอันไพเราะพร้อมกับเสียงหัวเราะแห่งความสุข ผู้คนที่เข้าร่วมสามารถสนทนาพูดคุยกับพี่น้องในความเชื่ออย่างชื่นบานขณะที่เขานั่งรอบโต๊ะตามจุดต่าง ๆ หรือไม่คนเหล่านั้นก็สามารถทักทายเหล่าบิดาแห่งความเชื่อที่เขาเฝ้าปรารถนาที่จะได้พบเจอ

ถ้าเขาได้รับเชิญให้เข้าร่วมในงานเลี้ยงที่จัดขึ้นโดยองค์พระผู้เป็นเจ้าผู้เชื่อจะตกแต่งตนเองอย่างเต็มกำลังในฐานะเจ้าสาวที่งดงามที่สุดขององค์พระผู้เป็นเจ้า องค์พระผู้เป็นเจ้าทรงเป็นเจ้าบ่าวฝ่ายวิญญาณของเรา เมื่อเจ้าสาวขององค์พระผู้เป็นเจ้าเดินทางมาถึงด้านหน้าปราสาทขององค์พระผู้เป็นเจ้า ทูตสวรรค์สององค์จะต้อนรับคนเหล่านั้นด้วยความอ่อนสุภาพที่บริเวณประตูทั้งสองด้านซึ่งสว่างสดใสด้วยแสงสีทอง

กำแพงของปราสาทได้รับการตกแต่งไว้ด้วยเพชรนิลจินดาหลากหลายชนิด ด้านบนของกำแพงถูกประดับประดาไว้ด้วยดอกไม้ที่งดงามและดอกไม้เหล่านี้ส่งกลิ่นหอมละมุนละไมออกไปเพราะเจ้าสาวขององค์พระผู้เป็นเจ้าเดินทางมาถึงที่นั่นแล้ว เมื่อเจ้าสาวเดิ

นเข้าไปในปราสาทเขาสามารถได้ยินเสียงดนตรีที่สัมผัสลึกลงไป แม้กระทั่งในวิญญาณของเขา คนเหล่านั้นสัมผัสถึงความสุขและความสบายใจด้วยเสียงของการสรรเสริญและเขารู้สึกซาบซึ้งใจอย่างลึกซึ้งด้วยการขอบพระคุณของตนเมื่อเขาคิดถึงความรักของพระเจ้าที่ทรงนำเขามาถึงที่แห่งนั้น

เมื่อคนเหล่านั้นเดินไปตามถนนทองคำเพื่อเข้าไปสู่คฤหาสน์หลังใหญ่ขององค์พระผู้เป็นเจ้าโดยการนำของทูตสวรรค์ จิตใจของคนเหล่านี้รู้สึกระริก เมื่อเขาเข้าใกล้คฤหาสน์หลังใหญ่เขาสามารถมองเห็นองค์พระผู้เป็นเจ้าผู้ทรงเสด็จออกมาภายนอกคฤหาสน์เพื่อต้อนรับเขา ดวงตาของคนเหล่านั้นก็ไหลนองไปด้วยน้ำตาแต่บัดนี้เขาวิ่งเข้าหาองค์พระผู้เป็นเจ้าเพราะเขาอยากพบพระองค์ให้เร็วที่สุดเท่าที่จะทำได้

องค์พระผู้เป็นเจ้าทรงสวมกอดเขาทีละคนด้วยพระพักตร์ที่เต็มไปด้วยความรักและความเมตตาและด้วยอ้อมแขนที่เปิดกว้าง พระองค์ทรงต้อนรับเขาตรัสว่า "มาเถิด เจ้าสาวผู้งดงามของเราเอ๋ย ยินดีต้อนรับ" บรรดาผู้เชื่อที่ได้รับการต้อนรับอย่างอบอุ่นจากองค์พระผู้เป็นเจ้าจะขอบพระคุณพระองค์ด้วยสิ้นสุดใจของตนโดยกล่าวว่า "ข้าพระองค์ขอขอบพระคุณพระองค์ที่ทรงเชิญข้าพระองค์มาที่นี่" เหมือนดังผู้คนที่แบ่งปันความรักของตนอย่างลึกซึ้ง คนเหล่านั้นเดินจับมือไปกับองค์พระผู้เป็นเจ้าพร้อมกับมองดูไปรอบ ๆ เขาและสนทนาพูดคุยกับพระองค์ซึ่งเป็นสิ่งที่เขาต้องการอย่างยิ่งในขณะที่อยู่ในโลกนี้

ชีวิตในนครเยรูซาเล็มใหม่ (ที่ดำเนินไปกับพระเจ้าตรีเอกานุภาพ) เต็มล้นไปด้วยความรัก ความชื่นชมยินดี ความสุข และความปีติยินดี เราสามารถมองเห็นองค์พระผู้เป็นเจ้าแบบหน้าต่

อหน้า นั่งอยู่ในอ้อมพระทรวงของพระองค์ เดินทางไปกับพระองค์ และชื่นชมกับสิ่งต่าง ๆ กับพระองค์ นี่เป็นชีวิตที่มีความสุขอย่างยิ่ง เพื่อให้ได้ชื่นชมกับความสุขเช่นนี้ เราต้องบริสุทธิ์และเข้าสู่ฝ่ายวิญญาณและเข้าสู่ฝ่ายวิญญาณอย่างสมบูรณ์พร้อมกับมีจิตใจเหมือนกับพระทัยขององค์พระผู้เป็นเจ้าอย่างสมบูรณ์

ด้วยเหตุนี้ ขอให้เราเข้าสู่ฝ่ายวิญญาณอย่างสมบูรณ์ด้วยความหวังใจนี้ ขอให้เรารับเอาพระพรของการจำเริญสุขทุกประการ และการมีพลานามัยสมบูรณ์เหมือนที่วิญญาณจิตของเราจำเริญขึ้นนั้น สุดท้ายขอให้เราเข้าไปใกล้กับพระที่นั่งของพระเจ้าในนครเยรูซาเล็มใหม่อันรุ่งเรืองให้มากที่สุดเท่าที่จะทำได้

เกี่ยวกับผู้เขียน: ดร. แจร็อก ลี

ดร. แจร็อก ลีเกิดที่เมืองมวน จังหวัดโจนนัม สาธารณะรัฐเกาหลี ในปี 1943 เมื่อท่านมีอายุ 20 ปี ดร. ลี ทนทุกข์ทรมานกับโรคภัยไข้เจ็บที่รักษาไม่ได้หลายชนิดเป็นเวลาถึงเจ็ดปีและนอนรอความตายโดยไม่มีความหวังของการหายจากโรค แต่อยู่มาวันหนึ่งในช่วงฤดูใบไม้ผลิของปี 1974 พี่สาวของท่านพาท่านมาที่คริสตจักรและเมื่อท่านคุกเข่าลงอธิษฐานพระเจ้าผู้ทรงพระชนม์อยู่ทรงรักษาท่านให้หายจากโรคภัยไข้เจ็บทั้งสิ้นของท่านในทันที

นับตั้งแต่ดร.ลีพบกับพระเจ้าผู้ทรงพระชนม์อยู่ผ่านทางประสบการณ์ที่อัศจรรย์นั้นเป็นต้นมาท่านรักพระเจ้าอย่างจริงใจและด้วยสุดหัวใจของท่าน ในปี 1978 ท่านได้รับการทรงเรียกให้เป็นผู้รับใช้พระเจ้า ท่านอธิษฐานอย่างร้อนรนเพื่อจะเข้าใจน้ำพระทัยของพระเจ้าอย่างชัดเจนและทำให้น้ำพระทัยนั้นสำเร็จอย่างสมบูรณ์พร้อมทั้งเชื่อฟังพระวจนะทั้งสิ้นของพระเจ้า ในปี 1982 ท่านได้ก่อตั้งคริสตจักรมันมินขึ้นในกรุงโซล ประเทศเกาหลีใต้ พระราชกิจอันมากมายของพระเจ้าซึ่งรวมถึงการรักษาโรคอย่างอัศจรรย์และหมายสำคัญต่าง ๆ เกิดขึ้นในคริสตจักรของท่านอย่างต่อเนื่อง

ในปี 1986 ดร.ลีได้รับการสถาปนาให้เป็นศิษยาภิบาล ณ ที่ประชุมสมัชชาประจำปีของคริสตจักรของพระเยซู “ซุงกุล” แห่งประเทศเกาหลีใต้และในปี 1990 (4 ปีต่อมา) คำเทศนาของท่านถูกนำไปเผยแพร่ในประเทศออสเตรเลีย สหรัฐอเมริกา รัสเซีย ฟิลิปปินส์ และอีกหลายประเทศผ่านพันธกิจของผู้ประกาศข่าวประเสริฐ (เอฟ.อี.บี.ซี.) สถานีวิทยุกระจายเสียงแห่งเอเชีย (เอ.บี.เอส.) และสถานีวิทยุคริสเตียนแห่งกรุงวอชิงตัน (ดับเบิ้ลยู.ซี.อาร์.เอส.)

สามปีต่อมา (ในปี 1993) คริสตจักรมันมินเซ็นทรัลเชิร์ชได้รับเลือกให้เป็นหนึ่งใน “50 คริสตจักรยอดเยี่ยมของโลก” โดยนิตยสาร “โลกคริสตชน” ของสหรัฐอเมริกา ในปี 1993 นี้ท่านได้รับมอบปริญญาดุษฎีบัณฑิตกิตติมศักดิ์ (D.D.) สาขาพันธกิจศาสตร์จาก Christian Faith College รัฐฟลอริดา สหรัฐอเมริกาและในปี 1996 ท่านได้รับปริญญาดุษฎีบัณฑิต (Ph.D.) จาก Kingsway Theological Seminary รัฐไอโอวา สหรัฐอเมริกา

นับตั้งแต่ปี 1993 เป็นต้นมา ดร.ลีเป็นหัวหอกในการทำพันธกิจทั่วโลกโดยผ่านการประกาศครั้งใหญ่ที่จัดขึ้นในประเทศต่าง ๆ เช่น ประเทศแทนซาเนีย อาร์เจนตินา อูกานดา ญี่ปุ่น ปากีสถาน เคนย่า ฟิลิปปินส์ ฮอนดูรัส อินเดีย รัสเซีย เยอรมันนี เปรู สาธารณะรัฐประชาธิปไตยคองโก อิสราเอล และเอสโตเนีย รวมทั้งในเมืองสำคัญของสหรัฐอเมริกา เช่น นครนิวยอร์ก แอล.เอ. บัลติมอร์ และรัฐฮาวาย เป็นต้น

ในปี 2002 ท่านได้รับการเรียกขานให้เป็น “นักฟื้นฟูทั่วโลก” โดยหนังสือพิมพ์ยักษ์ใหญ่ของคริสเตียนในเกาหลีหลายฉบับจากการทำพันธกิจของท่านที่เต็มไปด้วยฤทธิ์

อำนาจในต่างประเทศ โดยเฉพาะอย่างยิ่ง การประกาศใหญ่ที่นิวยอร์กปี 2006 ซึ่งจัดขึ้นที่เมดิสันสแควร์การ์เด้น (สถานที่อันโด่งดังที่สุดในโลก) ถูกเผยแพร่ออกอากาศไปยัง 220 ประเทศทั่วโลกและการประกาศใหญ่ในอิสราเอลปี 2009 ซึ่งจัดขึ้นที่ศูนย์ประชุมนานาชาติในเยรูซาเล็มซึ่งท่านประกาศอย่างกล้าหาญว่าพระเยซูทรงเป็นพระเมสสิยาห์และพระผู้ช่วยให้รอด คำเทศนาของท่านถูกถ่ายทอดผ่านดาวเทียมออกไปยัง 176 ประเทศซึ่งรวมถึงโทรทัศน์จี.ซี.เอ็น. ดร.แจร็อก ลีได้รับการประกาศให้เป็นหนึ่งในสิบยอดผู้นำคริสเตียนที่มีบารมีมากที่สุดในโลกในปี 2009 และ 2010 โดยนิตยสารคริสเตียน Invictory ของรัสเซียและสำนักข่าว Christian Telegraph จากการทำพันธกิจทางโทรทัศน์ที่เต็มไปด้วยฤทธิ์อำนาจและพันธกิจการอภิบาลคริสตจักรในต่างประเทศของท่าน

ในเดือนสิงหาคม 2012 คริสตจักรมันมินเซ็นทรัลมีสมาชิกมากกว่า 120,000 คนและมีคริสตจักรสาขาอยู่ทั่วโลกมากกว่า 10,000 แห่งซึ่งรวมถึงคริสตจักรสาขาในประเทศ 54 แห่ง ปัจจุบันคริสตจักรนี้ส่งมิชชันนารีมากกว่า 129 คนไปทำพันธกิจใน 23 ประเทศทั่วโลกซึ่งรวมถึงสหรัฐอเมริกา รัสเซีย เยอรมันนี แคนนาดา ญี่ปุ่น จีน ฝรั่งเศส อินเดีย เคนย่า และอีกหลายประเทศ

ในปัจจุบัน ดร.ลีได้เขียนหนังสือ 64 เล่ม ซึ่งรวมถึงหนังสือที่มียอดขายสูงสุดเรื่อง "ลิ้มรสชีวิตนิรันดร์ก่อนความตาย" "ชีวิตและศรัทธาของข้าพเจ้า" "สาส์นจากกางเขน" "ขนาดแห่งความเชื่อ" "สวรรค์ภาค 1 และ 2" "นรก" "ตื่นเถิดอิสราเอล" และ "ฤทธานุภาพของพระเจ้า" งานเขียนของท่านถูกแปลเป็นภาษาต่าง ๆ มากกว่า 74 ภาษา

บทความของท่านยังถูกนำไปตีพิมพ์ในหนังสือพิมพ์และนิตยสารหลายฉบับ เช่น "เดอะ ฮานกุก อิลโบ" "เดอะ จูง-อัง อิลโบ" "เดอะ มุนวา อิลโบ" "เดอะ โซล ชินมุล" "เดอะ ฮานเกียไร ชินมุน" "เดอะ ฮานกุก เกียงเจ ชินมุน" "เดอะ โกเรีย เฮราลด์" "เดอะ ชิซานิวส์" และ "เดอะคริสเตียนเพรส" เป็นต้น

ปัจจุบัน ดร.ลีเป็นผู้นำของสมาคมและองค์กรมิชชันนารีจำนวนมาก ซึ่งรวมถึงการดำรงตำแหน่งประธานของสหคริสตจักรแห่งความบริสุทธิ์เกาหลี (UHCK) ประธานพันธกิจมิชชันมันมิน (MWM) ประธานถาวรของสมาคมพันธกิจการฟื้นฟูคริสเตียนทั่วโลก ผู้ก่อตั้งและประธานเครือข่ายคริสเตียนทั่วโลก (GCN) ผู้ก่อตั้งและประธานเครือข่ายหมอคริสเตียนทั่วโลก (WCDN); และผู้ก่อตั้งและประธานสถาบันศาสนศาสตร์นานาชาติมันมิน (MIS)

หนังสือเล่มอื่น ๆ ที่เขียนขึ้นโดยผู้เขียนคนเดียวกันได้แก่...

I

สวรรค์ (ภาค 1)
สวรรค์ (ภาค 2)

คำบรรยายโดยละเอียดเกียวกับสภาพแวดล้อมที่มีชีวิต
ชีวาซึงพลเมืองแห่งสวรรค์จะได้ชืนชมและการบรรยาย
ลักษณะอันงดงามของสวรรค์ชันต่าง ๆ
คำเชิญชวนให้เข้าสู่นครเยรูซาเล็มใหม่อันบริสุทธิ์ซึงป
ระตูทั้งสิบสองบานของนครนีทำด้วยไข่มุกอันแวววาวระ
ยิบระยับ นครนีตังอยู่ท่ามกลางสวรรค์อันรุ่งเรืองสุกใสเ
หมือนดังเพชรนิลจินดาทีมีค่า

ตื่นเถิดอิสราเอล

เพราะเหตุใดพระเจ้าจึงทรงเฝ้าดูอิสราเอลตั้งแต่จุดเริ่ม
ต้นของโลกมาจนถึงปัจจุบัน อะไรคือการจัดเตรียมข
องพระเจ้าสำหรับอิสราเอล (ผู้ทีรอคอยพระเมสสิยาห์)
ในช่วงวาระสุดท้าย

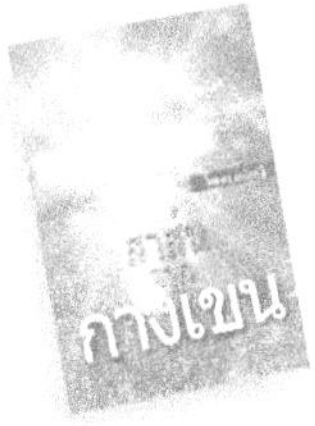

สาส์นจากกางเขน

ทำไมพระเยซูจึงเป็นพระผู้ช่วยให้รอดเพียงผู้เดียว เป็น
ข่าวสารแห่งการฟื้นฟูทีมีอานุภาพสำหรับทุกคนทีหลับ
ใหลฝ่ายวิญญาณ ในหนังสือเล่มนีท่านพบถึงเหตุผลข
องการทีพระเยซูทรงเป็นพระผู้ช่วยให้รอดแต่พระองค์เดี
ยวและความรักทีแท้จริงของพระเจ้า

ลิ้มรสชีวิตนิรันดร์ก่อนเสียชีวิต

เป็นบันทึกเรืองจริงเกียวกับคำพยานของศจ.ดร.แจร็อก
ลีผู้ทีบังเกิดใหม่และได้รับการช่วยให้รอดจากหุบเหวแ
ห่งความตายและดำเนินชีวิตคริสเตียนทีเป็นแบบอย่าง

ขนาดแห่งความเชื่อ

สถานทีแบบใด มงกุฎ และรางวัลชนิดใดทีถูกจัดเตรียม
ไว้ในสวรรค์ หนังสือเล่มนีจะให้ความรู้และคำแนะนำแก่
ท่านในการวัดขนาดความเชือและการเพาะบ่มความเชื
อของท่านให้เจริญเติบโตมากทีสุด

www.urimbook.com

www.ingramcontent.com/pod-product-compliance
Lightning Source LLC
LaVergne TN
LVHW021807060526
838201LV00058B/3272
9791126313198